ஒரு புளியமரத்தின் கதை

சுந்தர ராமசாமியின் பிற நூல்கள்

சிறுகதைகள்
சுந்தர ராமசாமி சிறுகதைகள் (2006) (முழுத் தொகுப்பு)
அக்கரைச் சீமையில் (2007) (முதல் சிறுகதை வரிசை)
அழைப்பு (2003), பள்ளியில் ஒரு நாய்க்குட்டி (2008),
பல்லக்குத்தூக்கிகள் (2010), பள்ளம் (2012)

நாவல்கள்
ஜே.ஜே: சில குறிப்புகள் (1981),
குழந்தைகள் பெண்கள் ஆண்கள் (1998)

குறுநாவல்கள்
திரைகள் ஆயிரம் (2008)

கவிதை
நடுநிசி நாய்கள் (2008)
சுந்தர ராமசாமி கவிதையை (முழுத்தொகுப்பு) (2005)

விமர்சனம்/கட்டுரைகள்
அந்தரத்தில் பறக்கும் கொடி (2014) (தமிழ் கிளாசிக்)
ந. பிச்சமூர்த்தியின் கலை: மரபும் மனிதநேயமும் (1991)
இவை என் உரைகள் (2003)
வானகமே இளவெயிலே மரச்செறிவே (2004)
மனக்குகை ஓவியங்கள் (2011) (கட்டுரைகள் உரைக விவாதங்கள்)
வாழ்க சந்தேகங்கள் (2004) (கேள்வி - பதில்)
புதுமைப்பித்தன் கதைகள்: சு.ரா குறிப்பேடு (2005)
வாழும் கணங்கள்(2005) (படைப்புகளின் தொகுப்பு)
புதுமைப்பித்தன்: மரபை மீறும் ஆவேசம் (2006)
ஒரு கலை நோக்கு: ஆளுமைகள் தோழமைகள் (2019)

நேர்காணல்கள்
சுந்தர ராமசாம நேர்காணல்கள் (2011)

பிற நூல்கள்
மூன்று நாடகங்கள் (2006)
தமிழகத்தில் கல்வி (2000) (வசந்தி தேவியுடன் உரையாடல்)
இதம் தந்த வரிகள் (2002) (கு. அழகிரிசாமி - சுந்தர ராமசாமி
கடிதங்கள்), ஒரு தடா கைதிக்கு எழுதிய கடிதங்கள் (2006)
இந்திய இலக்கியச் சிற்பிகள் கிருஷ்ணன் நம்பி (சாகித்திய அகாதெமி, 2006)

நினைவுக் குறிப்புகள்
ஜீவா (2003), கிருஷ்ணன் நம்பி (2003), க.நா.சு. (2003),
சி.சு. செல்லப்பா (2003), பிரமிள் (2005), ஜி. நாகராஜன் (2006),
தி. ஜானகிராமன் (2007), கு. அழகிரிசாமி (2011),
தொ.மு.சி. ரகுநாதன் (2014), ந. பிச்சமூர்த்தி (2016),
நா. பார்த்தசாரதி (2016). கவிமணி (2019)
மௌனி – வெ. சாமிநா சர்மா - என்.எஸ். கிருஷ்ணன் (2019)

மொழிபெயர்ப்புகள்
செம்மீன் (1962) (தகழி சிவசங்கரப்பிள்ளையின் சாகித்திய
அகாதெமி பரிசுபெற்ற மலையாள நாவல்)
தோட்டியின் மகன் (2000) (தகழி சிவசங்கரப்பிள்ளை)
தொலைவிலிருக்கும் கவிதைகள் (2004)

ஒரு புளியமரத்தின் கதை

சுந்தர ராமசாமி (1931 – 2005)

நவீன தமிழ் இலக்கியத்தின் முக்கியமான எழுத்தாளர்களில் ஒருவரான சுந்தர ராமசாமி 1931ஆம் ஆண்டு நாகர்கோவிலில் பிறந்தார். பள்ளியில் மலையாளமும் ஆங்கிலமும் சமஸ்கிருதமும் கற்றார். மூன்று நாவல்கள், 74 சிறுகதைகள் 110 கவிதைகள் 100க்கு மேற்பட்ட கட்டுரைகள் ஆகியவற்றை எழுதியிருக்கிறார். தகழி சிவசங்கரப் பிள்ளையின் இரண்டு நாவல்களை மலையாளத்திலிருந்து மொழிபெயர்த்திருக்கிறார். 1988இல் காலச்சுவடு இதழை நிறுவினார்.

புனைவு வடிவங்களில் குறிப்பிட்ட எந்த வகைமையிலும் தங்கி விடாமல் தொடர்ந்து புதிய முயற்சிகளில் ஈடுபட்டுவந்தவர் சுந்தர ராமசாமி. இவருடைய இரண்டாவது நாவலான ஜே.ஜே.: சில குறிப்புகள் மாறுபட்ட வடிவத்திற்காகவும் உள்ளடக்கத்திற்காகவும் இன்றளவிலும் பேசப்பட்டுவருகிறது. சு.ரா.வின் இலக்கிய அலசல்கள் இலக்கியத்தில் தர வேற்றுமைகளின் அடிப்படைகளை விரிவாக விவாதிக்கின்றன. இவர் முன்வைத்த இலக்கிய அளவு கோல்கள் தமிழ் விமர்சனப் பரப்பில் ஆழ்ந்த தாக்கத்தைச் செலுத்தியிருக்கின்றன.

சுந்தர ராமசாமிக்கு டொரொன்டோ (கனடா) பல்கலைக் கழகம் வாழ்நாள் இலக்கியச் சாதனைக்கான 'இயல்' விருதை (2001) வழங்கியது. வாழ்நாள் இலக்கியப் பணிக்காகக் 'கதா சூடாமணி' விருதையும் (2003) பெற்றார்.

சுந்தர ராமசாமி 14.10.2005 அன்று அமெரிக்காவில் காலமானார். மனைவி: கமலா. குழந்தைகள்: தைலா, கண்ணன், தங்கு. (மூத்த மகள் சௌந்தரா 1996இல் காலமானார்.)

அன்பார்ந்த வாசகருக்கு,

வணக்கம்.

காலச்சுவடு நூலை வாங்கியமைக்கு நன்றி.

நூலின் உள்ளடக்கம், உருவாக்கம், அட்டைப்படம் இன்ன பிற அம்சங்கள் பற்றிய உங்கள் கருத்துகளையும் ஆலோசனைகளையும் காலச்சுவடு வரவேற்கிறது. தகவல், எழுத்து, வாக்கியப் பிழைகள் தென்பட்டால் அவசியம் தெரிவித்து உதவுங்கள். நூல் தயாரிப்பில் கடும் குறைபாடு இருப்பின் மாற்றுப் பிரதி உங்களுக்குக் கிடைக்கக் காலச்சுவடு ஏற்பாடு செய்யும்.

மின்னஞ்சல்: **publisher@kalachuvadu.com**

காலச்சுவடு நாகர்கோவில் அலுவலகத்திற்குக் கடிதம் அனுப்பலாம்.

தங்கள்

எஸ்.ஆர். சுந்தரம் *(கண்ணன்)*
பதிப்பாளர் — நிர்வாக இயக்குநர்

Unauthorised use of the contents of this published book, whether in e-book or hardcopy format, for any type of Artificial Intelligence (AI) training — including but not limited to Machine Learning, Deep Learning, Natural Language Processing, Computer Vision, Chatbot Training, Image Recognition Systems, Recommendation Engines, and Language Models — is strictly prohibited without prior licensing from the publisher. Any such unauthorised use may result in legal action.

சுந்தர ராமசாமி

ஒரு புளியமரத்தின் கதை

காலச்சுவடு பதிப்பகம்

ஒரு புளியமரத்தின் கதை ❖ நாவல் ❖ ஆசிரியர்: சுந்தர ராமசாமி ❖
© கமலா ராமசாமி ❖ முதல் பதிப்பு: ஜூன் 1966 ❖ காலச்சுவடு முதல்
பதிப்பு: மார்ச் 1996, நாற்பத்தி ஐந்தாம் பதிப்பு: ஆகஸ்ட் 2025 ❖ வெளியீடு:
காலச்சுவடு பப்ளிகேஷன்ஸ் (பி) லிட்., 669 கே. பி. சாலை, நாகர்கோவில்
629001 ❖ கோட்டோவியங்கள்: ரோஹிணி மணி

oru puLiyamarattin katai ❖ Novel ❖ Sundara Ramaswamy ❖
© Kamala Ramaswamy ❖ Language: Tamil ❖ First Edition: June
1966 ❖ Kalachuvadu First Edition: March 1996, 45th Edition: August
2025 ❖ Size: Demy 1 x 8 ❖ Paper: 18.6 kg maplitho ❖ Pages: 232

Published by Kalachuvadu Publications Pvt. Ltd., 669 K.P. Road,
Nagercoil 629001, India ❖ Phone: 91-4652-278525 ❖ e-mail: publications
@kalachuvadu.com ❖ Line Drawings: Rohini Mani ❖ Printed at Mani
Offset, Chennai 600077

ISBN: 978-81-90080-10-1

08/2025/S.No. 2, kcp 5938, 18.6 (45) 9sss

இது என்னுடைய முதல் நாவல்.

நண்பர் ஸ்ரீ விஜயபாஸ்கரன் *சரஸ்வதிக்கு* ஒரு தொடர்கதை வேண்டுமென்று கேட்டார். 1959இல் நாவலாக எழுதிவிடலாம் என்று நான் நம்பிய கரு ஒன்று அப்போது என் மனசில் ஊசலாடிக்கொண்டிருந்தது. ஒப்புக்கொண்டேன். நாலைந்து அத்தியாயங்கள் வெளிவந்ததும் *சரஸ்வதி* தளர்ந்துவிட்டது. கையோடு அப்போதே இந்த நாவலை எழுதி முடித்திருக்கலாம். எழுதி யிருந்தால் அன்றே புத்தக உருவம் பெற்றிருக்கவும் கூடும். இதற்குள் – ஏழு வருடங்களில் – முதல் பதிப்பு ஆயிரம் பிரதிகள் விற்று முடிந்திருந்தால்கூட ஆச்சரியப்படுவதிற்கில்லை. எத்தனையோ வாசகர்கள் என் எழுத்தை விரும்பிப் படித்துத் தான் வருகிறார்கள். ஏனோ அப்போது எழுதி முடிக்கவில்லை. அதனால் விசேஷ நஷ்டம் ஒன்றுமில்லையென்று இப்போது சமாதானப்பட்டுக் கொள்கிறேன். 1959இல் எனக்கு வயது 28. இப்போது 35. ராஜம் அய்யர், கமலாம்பாள் சரித்திரத்தைச் சிறுவயதில்தான் எழுதினார். அந்நாவலின் குறைகள் இன்று விமர்சகர்களால் எடுத்துக் காட்டப்பட்டு வருகின்றன. வயோதிகத்தில் எழுதப்பட்ட தரமற்ற படைப்புகளுக்கு நம் மொழியில் மட்டுமல்ல, உலக மொழிகளிலும் உதாரணங்கள் சொல்லலாம்.

தமிழ் இலக்கியத்தின் நாவல் மரபைத் திசைதிருப்பிவிட வேண்டுமென்றோ, உரு, உத்தி இத்யாதிகளில் மேல்நாட்டுக் களஞ்சியத்திலிருந்து கொஞ்சம் கொள்ளையடித்துத்தான் தீருவது என்று ஆசைப்பட்டோ, திட்டம் வகுத்தோ எழுதிய நாவல் அல்ல இது. தமிழ் அன்னைக்கு இதோ ஒரு புதிய ஆபரணம் என்று எண்ணியும் இதை எழுதவில்லை. எந்தக் கலைஞனும் தன்

மொழியில் இல்லாததைத் தேடி அளிக்கவோ, இடைவெளிகளை நிரப்பவோ, இலக்கிய வளர்ச்சிக்குத் தோள் கொடுக்கவோ, மொழிக்குச் செழுமையூட்டவோ எழுதுவதில்லை. நவநவமாய் ஆபரணங்களைச் செய்து அன்னையின் கழுத்தில் சூட்டுவது அல்ல, தன் கழுத்திலேயே மாட்டிக்கொண்டு அழகு பார்க்கவே அவனுக்கு ஆசை. கலைஞனின் சமூகப் பொறுப்புகளும் பொதுநல உணர்ச்சிகளும் பெரிதும் மிகைப்படுத்தப்பட்டுவிட்ட காலம் இது. அவன் எந்த அளவுக்குச் சுயநலக்காரன், திமிர்பிடித்தவன், அரசாங்க அமைப்பின் எதிரி, அனைவரையும் திரணமென மதிக்கும் அகங்காரி, சகோதரத் தொழிலாளிகள்மீது தீராத பொறாமை உணர்ச்சியை அடைகாத்து வருபவன், சிலவேளைகளில் எப்படி மனிதனிலும் கடைமனிதன் அவன் – இவை எல்லாம் மறந்துவிட்ட பாவனை காட்டும் காலம் இது. வெகுளிகளில் அவன் அக்கிரகண்ணியன். அவனால் சொந்தம் பாராட்ட முடியாத அர்ச்சனைகள் சொரியப்படுகிறபோது அதையும் அவன் கேட்டுக்கொண்டுதான் இருப்பான். ஆமோதிக்க, உண்மை உணர்ச்சி அவனை உறுத்தும். மறுக்க, அவனுடைய புகழாசை விடாது. விமர்சகர்களுக்கு வேட்டைதான். காண ஆசைப்படுவதையெல்லாம் கண்டுவிட்டதாகவே சொல்லி விடலாம். ஆட்சேபணை இல்லை.

எழுத்தாளனும் ஒரு கலைஞன். தன் எழுத்து எவ்வாறு பிறர் படித்து ரசிக்கும்படியாக அமைந்துவிடுகிறது என்ற கேள்விக்கு விடை தெரியாமல் தத்தளிக்கும் அப்பாவி அவன். அவன் வாழ்கிற காலத்தின் ஜீவரசம் அவனுள் ஓடிக்கொண்டிருக்கிறது. தன்னுடைய பொறிகளுக்கு வசப்பட்ட வாழ்க்கையின் கோலத்தை எழுதுவதிலும், எழுதாமல் விடுவதிலும், அதன் அடுக்கிலும், தேர்விலும், அழுத்தத்திலும், முடிப்பிலும் அவனுடைய ரத்த நம்பிக்கைகள் துளிர்க்கின்றன. வைஷ்ணவன் நெற்றியில் நாமம் போல் டைட்டில் பக்கத்தில் அவை பொறிக்கப்பட்டிருக்க வேண்டு மென்பது இல்லை. பிரமாணமாக உருவாகாத சிந்தனைகளும், தீர்ப்புகளுமே படைப்பில் கசிகின்றன. விஞ்ஞான பத்ததிக்கும் தருக்க சாஸ்திர முறைக்கும் இலக்காகாத அவ்வுணர்வுகளின் தீர்ப்புகளில் முரண்பாடுகள் சகஜம்; தவிர்க்க முடியாதவை. இதற்கு நேர்மாறாக, கலையுலகில் அங்கீகரிக்கப்பட்ட தத்துவங் களுக்குத் தலையணை உறை தைப்பவன் கலைஞனே அல்ல. தெருக்கோடி கிருஸ்துவ பஜனையில் தொண்டையைக் கிழித்துக் கொள்பவனுக்கும் அவனுக்கும் எவ்வித வித்தியாசமும் கிடையாது. கலைஞனின் படைப்பின் விளைவால் புதிய மாற்றங்கள் நிகழலாம்; மொழி செழுமை அடையலாம்; இடைவெளிகள்

அடைக்கப்படலாம். இவை விளைவுகள். தலைகீழாகச் சொல்லிப் பழகிவிட்டார்கள் சமூக சாஸ்திரிகளான விமர்சகர்கள். கலைஞனின் வெகுளித்தனம் மறுக்காமல் பழகிவிட்டது.

1956 – 57 ஆண்டுகளில், சாயங்கால வேளைகளில் பள்ளி மணி அடித்துச் சில நிமிஷங்களுக்கெல்லாம் பஜாரில் தெற்கேயிருந்து ஒரு வாத்தியாரம்மா தோன்றி வடக்கே போவதை எண்ணற்ற நாட்கள் பார்த்திருக்கிறேன். அவளுடைய நடையழகு என்னை வெகுவாகக் கவர்ந்தது. தேவதூதர்கள் இருமருங்கும் நின்று அவள் பாதம்படப் பூக்கள் தூவிச் செல்வது என் கண்களுக்குத்தான் தெரியவில்லை என்று எண்ணிக்கொள்வேன். மனசில் பதிந்துவிட்ட அவளுடைய உருவமே இந்நாவலில் செல்லத்தாயின் உருவாக அந்தர்முகமாய் நின்று தொழில்பட்டிருக்கிறது என்ற உண்மை சமீபத்தில் ஒருநாள் ஏதோ ஒரு நிமிஷத்தில் என் மனசில் பளிச்சிட்டது. அவளுக்கும் செல்லத்தாயிக்கும் ஒட்டும் உறவும் இல்லைதான். இருந்தாலும் விஷயம் உண்மை.

இந்நாவலின் கதாபாத்திரங்களில் பெண்கள் மிகக் குறைவு. நம் தேச ஜனத்தொகையில் பெண்களுக்குரிய வீதாசாரமான பிரதிநிதித்துவம் ஏகதேசமாய்க்கூட இந்நாவலில் அளிக்கப்பட வில்லை. ஏதோ அவ்வாறு நிகழ்ந்துவிட்டது. உண்மையில் ஒரு பெண் கதாபாத்திரத்திற்கு நிறையப் பங்கு அளிக்கவே உத்தேசித்திருந்தேன். 1958இல் எங்கள் ஊரில் நான் விரும்பும் நாவலாசிரியர் ஒருவர் வந்து தங்கியிருந்தார். நானும் என் இலக்கிய நண்பரும் வெகுநேரம் ஆசையோடு அவருடன் பேசிக் கொண்டிருப்போம். பேச்சு அலுப்புற்ற வேளைகளில் அந்த ஓட்டலின் இரண்டாவது மாடியில் நின்று பஜார் இயக்கங்களை வேடிக்கை பார்த்தபடி இருப்போம். அங்கிருந்து நேராகக் கீழே பார்த்தால் சினிமா தியேட்டரை ஒட்டிப் பொரி கடலைக்காரி ஒருத்தி உட்கார்ந்துகொண்டிருப்பது தெரியும். மேலே இருந்து பார்க்கையில் முறத்தில் பொரிகடலைக் குவியல்மீது அவளுடைய சிரம் வெட்டி வைக்கப்பட்டிருப்பது போல் தெரியும். இந்தக் கோணத்தில் பார்க்க நேர்ந்ததால் அவள் என் மனசில் இடம் பெற்றாள். கொழகொழவென்று வெற்றிலைச் சாறு ததும்பும் வாயுடன், தலையில் கனகாம்பர மூட்டையுடன், பெரிய பொட்டுடன், மலிவான அலங்காரங்களுடன், செயற்கைக் கவர்ச்சிகளுடன், ‘இது என் தொழில் அல்ல; உப தொழில்’ எனப் போடாமல் போடும் கோஷத்துடன், சிரிப்பும் வசையுமாக, கண்களால் ஆண்மையை அவ்வப்போது சீண்டியபடி இருப்பாள். அவளுக்கு இந்நாவலில் முக்கிய பங்கு அளிக்கவேண்டுமென்று

எண்ணியிருந்தேன். ஒரு அத்தியாயத்தில் அவளை அறிமுகப்படுத்தியும் வைத்தேன். கூலி ஐயப்பனின் காதலியாகவோ, சகோதரியாகவோ, மாமியாராகவோ பின்னால் வளர்த்திக்கொண்டு வர வேண்டுமென்று யோசித்திருந்தேன். அடித்துத் திருத்திக் கிழித்துப் போட்டுத் திரும்ப எழுதிய பக்கங்களின் அவஸ்தையில் அவள் எப்போது நழுவி வெளியே விழுந்தாள் என்பதே தெரியவில்லை.

இது என்னுடைய முதல் நாவல்.

நாவல் துறைக்கு இந்நாவல்வழி நான் அறிமுகமாக நேர்ந்தது எனக்கு ஏதேதோ வகைகளில் திருப்தியைத் தருகிறது.

படித்துப் பாருங்கள். இந்த நாவல் உங்களுக்குப் பிடிக்கலாம். பிடிக்காமலும் இருக்கலாம். சில நாவல்கள் நன்றாக இருக்கும். சில நாவல்கள் நன்றாய் இராது.

நான் இதைவிடவும் விரும்பும் நாவல் ஒன்றைப் பின்னால் எழுதக் கூடுமென்று தோன்றுகிறது.

நாகர்கோயில் **சுந்தர ராமசாமி**

23 ஜூன் 1966

(முதல் பதிப்பின் முன்னுரை)

❖

ஒரு புளியமரத்தின் கதையின் ஐந்தாவது பதிப்பை இப்போது காலச்சுவடு பதிப்பகம் வெளியிடுகிறது.

இந்நாவலை நான் எழுதத் தொடங்கியது ஐம்பதுகளின் பிற்பகுதியில். மன உலகில் இலக்கியமும் கிருஷ்ணன் நம்பியும் நிறைந்திருந்த காலம். என் அன்றையத் தமிழ்மீது நம்பிக்குத் திருப்தி இல்லை. மொழி பிசிறின்றிப் படிய வேண்டும் என்ற தாகம் என்னைச் சதா வாட்டிக்கொண்டிருந்தது. நம்பி ஏற்றுக் கொள்ளும்படி என் தமிழ் திரள வேண்டும் என்று ஏங்கிக் கொண்டிருந்தேன். *புளியமரத்தின்* முதல் அத்தியாயம் *சரஸ்வதி*யில் வெளிவந்தபோது அதை வெகுவாகப் பாராட்டிய நம்பி என் மொழி தனக்கு முழுமையான நிறைவு தருவதாகச் சொன்னார். அப்போது நான் உள்ளூர அடைந்த பூரிப்பை வெளியே காட்டிக் கொள்ளவில்லை.

புளியமரம் என்ற தலைப்பில் இரண்டு மூன்று அத்தியாயங்கள் *சரஸ்வதி*யில் வெளிவந்ததாக நினைவு. க.நா.சு.வுக்குப்

பிடித்திருந்தது. சி.சு. செல்லப்பா 'ம்... பரவாயில்லை' என்றார். பல எழுத்தாளர்களும் படிக்கத்தான் செய்தார்கள். எழுத்துலக நண்பர்கள் பொதுவாகப் பரஸ்பரம் அவர்கள் எழுதியுள்ள புத்தகங்களைப் பற்றிப் பேசிக்கொள்வதில்லையே. இடைஞ்சல் என்று அறிந்திருக்கிறார்கள். கால மாற்றங்களில் இந்த எண்ணமும் அவர்களைவிட்டு நீங்கலாம்.

நாவலை *சரஸ்வதி* நின்று நாலைந்து வருடங்களுக்குப் பின் காஞ்சிபுரத்தில், அப்போது சென்னையிலிருந்த பழைய உட்லண்ட்ஸின் மாடலில் கட்டப்பட்டிருந்த ஒரு ஓட்டலில் வைத்து எழுதினேன். மிகுந்த சங்கடத்துடன் இருந்தேன். மிக மோசமான நோய் என்னைத்தாக்கிக்கொண்டிருக்கிறது என்ற பயம் ஆட்டிக் குலைத்துக் கொண்டிருந்தது. மன நெருக்கடிகள் எழுதத் தடையாகவும் இருந்திருக்கின்றன; துணையாகவும் இருந்திருக்கின்றன.

இந்த நாவலின் முதற்பதிப்பைக் கொண்டுவந்தவர் தமிழ்ப் புத்தகாலயம் கண. முத்தையா அவர்கள். மேலட்டையில் ஆணும் பெண்ணும் கண்ணோடு கண் பார்த்துக்கொள்ளும் படத்தைத் தவிர்க்க வேண்டும் என்று நான் கேட்டுக்கொண்டதை அவர் ஏற்றுக் கொண்டார். பின்னணியில் தாமரை பூத்த தடாகம் வேண்டாம் என்றும் சொல்லியிருந்தேன். முதற்பதிப்பின் முகப்புப் படம் இப்போது எனக்கு முற்றாக நினைவில்லை. நான்காவது பதிப்பு க்ரியா வெளியீடாக வந்தபோது க்ரியாவின் பின்னணியிலிருந்த பல நண்பர்களுடன் நாவலைப் படித்துப் பார்த்துத் திருத்தங்கள் செய்தேன். இன்னும் சில பிழைகள் இருக்கக்கூடும். ஒரு நாவலைச் செப்பனிடுவதற்கு முடிவில்லை.

ஜே. ஜே: சில குறிப்புகளை மலையாளத்தில் மொழிபெயர்த்த ஆற்றூர் ரவிவர்மா *ஒரு புளியமரத்தின் கதையையும்* மொழிபெயர்த்தார். மலையாள இதழ் *கலாகௌமுதியில்* அது தொடராக வந்தது. மீனாட்சி புரி சமீபத்தில் இந்தியில் மொழிபெயர்த்திருக்கிறார். எஸ். கிருஷ்ணனின் மொழிபெயர்ப்பில் பெங்குவின் ஆங்கிலப் பதிப்பு இந்த ஆண்டு வெளிவந்திருக்கிறது.

புளியமரம் என்பது எங்கள் ஊரில் நிற்கும் வேப்பமரம். ஊரில் அதை வெட்ட சிலர் திட்டமிட்டபோது வேறு சிலர் மரத்தைச் சாமியாக்கி – இவர்கள் என் நாவலைப் படித்திருக்க வாய்ப்பில்லை – அதைக் காப்பாற்றிய சமீபத்திய நிகழ்ச்சி எனக்குச் சந்தோஷத்தைத் தந்தது. அதே போல் நாவலில் நான் வர்ணித்திருக்கும் சில நிகழ்வுகளின் சாயல்களைப் பிரதிபலிக்கும் சில கலவரங்கள் இந்த ஆண்டு நிகழ்ந்தன. என் தீர்க்கதரிசனம் இந்த வகையில் நிறைவேறியது எனக்கு வருத்தத்தைத் தந்தது.

எல்லோரும் சற்று நிம்மதியாக வாழும் காலம் ஒன்று வரும்.

நாகர்கோவில்   சுந்தர ராமசாமி
13.04.96

(ஐந்தாவது பதிப்பின் முன்னுரை)

ஒரு புளியமரத்தின் கதை நாவலின் அமைப்பில் காலக் குழப்பம் இருப்பதைப் பல வருடங்களுக்கு முன் முதலில் என்னிடம் தெரிவித்தவர் என் நண்பர் கி. நாராயணன் அவர்கள். சமீபத்தில் திருமதி பவானி சிவராமன் எனக்கு எழுதியிருந்த கடிதம் வழியாக இக் குறையை விளக்கியிருந்தார். திரு. ராஜன்குறை அவர்கள் நிறப்பிரிகையில் எழுதியிருந்த விமர்சனக் கட்டுரையிலும் இப்பிழையைச் சுட்டி விவாதித்திருந்தார். திரு. ராஜ் கௌதமன் காலக் குழப்பங்களைச் சுட்டிக்காட்டி ஒரு விரிவான குறிப்பை அனுப்பியிருந்தார். நால்வருக்கும் என் நன்றியைத் தெரிவித்துக்கொள்கிறேன்.

சில எளிய திருத்தங்களைச் செய்ததன் மூலம் இக்காலக் குழப்பத்தைத் தீர்க்க முயன்றுள்ளேன். இதற்கான யோசனையைத் தெரிவித்து உதவியவர் என் நண்பர் எம். எஸ். அவருக்கு என் மகிழ்ச்சியையும் அன்பையும் தெரிவித்துக்கொள்கிறேன்.

கலிஃபோர்னியா   சுந்தர ராமசாமி
10.04.2001

(ஆறாவது பதிப்பின் முன்னுரை)

1

முச்சந்தியில் நின்றுகொண்டிருந்தது புளிய மரம். முன்னால் சிமிண்டு ரஸ்தா. இந்த ரஸ்தா தென்திசையில் பன்னிரண்டு மைல் சென்றதும், குமரித்துறையில் நீராட இறங்கிவிடுகிறது. வட திசையில் திருவனந்தபுரம் என்ன, பம்பாய் என்ன, இமயம்வரைகூட விரிகிறது. அதற்கு அப்பாலும் விரிகிறது என்றும் சொல்லலாம். மனிதனின் காலடிச்சுவடு பட்ட இடமெல்லாம் பாதைதானே!

மேற்குத் திசையிலிருந்து புளியமரத்தின் பின் பக்கமாக வந்து, மரத்தைச் சுற்றி இரு கிளைகளாகப் பிரிந்து சிமிண்டு ரோட்டில் கலக்கும் பாதை எங்கிருந்து புறப்படுகிறதோ, யாருக்குத் தெரியும்? சொல்லப் போனால் எல்லாப் பாதைகளும் கடலோரம் கிளைத்து மற்றொரு கடற்கரையில் கரைகின்றன. நடுவில் ஆரம்பம் எது, முடிவு எது?

புளியமரத்தடிக்கு வந்து சேராத பாதைகள் இல்லை.

மிகவும் வயதான மரம். கிழடுதட்டிப் போய் விட்டது. எட்டி நின்று சிறிது நேரம் பார்த்துக் கொண்டிருந்தால் தலை பஞ்சுப் பொதியாகி, கண்களும் பஞ்சடைந்து, கூனிக்குறுகிப்போன கிழவி ஒருத்தி நிஷ்காம நிலையில் ஆழ்ந்து, தன்னுள்ளே புதையுண்டிருக்கும் ஆனந்தத்தைத் தேடி எடுத்து அனுபவித்துக்கொண்டிருப்பது போல்தான் இருக்கும். எத்தனையோ வருடங்களுக்கு முன்னால் முளை விட்டு நேற்றுவரை சுயமரியாதையுடன் வாழ்ந்து வந்த மரம். இன்னும் சிலகாலம் விட்டுவைத்திருந்தால் ஜீவன் தனியே பிரிந்துதான் போயிருக்கும். மனிதனுடைய அவசரம், மார்தட்டி மல்லாந்து விழும் வீறாப்பு விட்டுவைக்கவில்லை. மரத்தை அழித்துவிட்டார்கள். நின்ற மேனிக்குப் பட்டுப்போய் விட்டது புளியமரம்.

புளியமரம் வாழ்ந்த கதையும் அழிந்த கதையும் இன்றளவும் எங்கள் மனதில் நிற்கிறது. என்றும் நீங்காது நிற்கவும் செய்யும். மறக்க முடியாத விஷயங்களும் சில உண்டுதானே? அதில் ஒன்றுதான் புளியமரத்தின் கதையும்.

முச்சந்தியில் புளியமரம் நின்றுகொண்டிருந்த காலத்தில் அந்த இடமே பரிபூர்ண நிறைவுபெற்றுத் திகழ்ந்தது. அந்த இடத்தைப் பொறுத்தவரை, சிருஷ்டிக்கலை, தன் சிகரத்தை எட்டிவிட்டோம் என்ற எக்களிப்பில் தூங்கச் சென்றுவிட்டது என்று தோன்றும்.

சொல்லப்போனால் புளியமரம் என்ன செய்தது? சும்மா நின்று கொண்டுதானே இருந்தது? மனிதனின் அலகிலா விளையாடல்களுக்கு மௌன சாட்சியாக நின்றதே அல்லாமல் எதிலாவது பங்கெடுத்துக்கொண்டதா? பட்டுக்கொண்டதா? மனிதனின் சிரிப்பையும், கண்ணீரையும், கண்ணீரே சிரிப்பாக வெளிப்படுவதையும், சுயநலத்தையும் தியாகத்தையும், தியாகத்தில் கலந்துபோயிருந்த சுயநலத்தையும், பொறாமையையும், அன்பில் பிறந்த துவேஷத்தையும் பார்த்தபடி நின்றதே அன்றி வேறு என்ன செய்தது? மனித ஜாதிக்கு அது இழைத்த கொடுமைதான் என்ன? யாரைப் பார்த்துக் கை நீட்டிற்று? யாரை நோக்கிப் பல்லிளித்தது? யாருடனாவது சேர்ந்து கொண்டு யாருக்கேனும் குழிபறித்ததா?

அது தானாகப் பிறந்தது. தன்னையே நம்பி வளர்ந்தது. இலைவிட்டது. பூ பூத்தது. பூத்துக் காய் காயாகக் காய்த்ததில் இலைகள் மறைந்தன. பழுத்த இலைகள் உதிர்ந்து மண்ணை மறைத்தன. மண்ணை மறைத்து, மண்ணில் கரைந்து, பெற்ற தாய்க்கு வளங்கூட்டி மீண்டும் மரத்தில் கலந்தன. வானத்தை நோக்கித் துழாவின கைகள். வேர்கள் மண்ணுக்குள் புகுந்து அலைந்தன. ஆமாம், சுயமரியாதையுடன் நிறைவாழ்வு வாழ்ந்த மரம் அது.

ஆனால் நாட்டையும் பணத்தையும் பெண்டுகளையும் அதிகாரத்தையும் புகழையும் காயாக வைத்து விளையாடிய மனிதன் புளியமரத்தை மட்டும் விட்டுவைக்கிறேன் என்கிறானா? அதையும் காயாக வைத்து விளையாடித் தீர்த்து விட்டான்.

புளியமரம் அழிக்கப்பட்டது.

புளியமரம் வாழ்ந்து அழிந்த கதைதான் இது.

புளியமரம் வெறும் மரமாகத்தான் நின்றுகொண்டிருந்தது என்றாலும், அந்த மரம் அங்கில்லாதவரை வேறு என்னதான்

அங்கிருந்தாலும், மனித சாகசத்தால் பின்னால் என்னதான் கிளைத்துவிட்டாலும் அந்த இடமே வெறிச்சோடிப் போய் விடும் என்றுதான் என் வரையிலும் நான் நம்பிக்கொண்டிருந்தேன். ஆனால் பிறரும் அப்படித்தான் எண்ண வேண்டும் என்பது இல்லையே. பிறரும் அப்படித்தான் எண்ணுவார்கள் என நான் நினைத்துக்கொண்டிருந்தால் அதற்கு யார் பொறுப்பு?

புளியமரம் நின்ற இடம் வெறிச்சோடிப் போய்விட்டது. இப்பொழுது முச்சந்தியில் புளியமரம் நிற்காவிட்டாலுங்கூட, மனிதர்களும் சரி வாகனங்களும் சரி, முன்போலவே அது நின்ற இடத்தை – சூன்யத்தை – சுற்றிச் சுற்றித்தானே செல்ல வேண்டியிருக்கிறது? அவர்களுடைய சொந்தப் பாதுகாப்புக்குப் பரஸ்பரம் முட்டி மோதி அழிந்து போகாமல் நிலைப்பதற்கு அந்த நியதி தேவையாக இருக்கிறது. புளியமரம் கற்றுக் கொடுத்த பாடம் அது. ஆனால் இந்த நியதியைப் பின்பற்றுகிறவர்களே அதைச் சொல்லிக்கொள்ள வெட்கப்பட்டுக்கொள்ளலாம்.

எப்படியும் மனிதர்கள் சௌக்கியமாக வாழ்ந்தால் சரிதான்.

'மனிதன்தான் பிரம்மா, மனிதன்தான் விஷ்ணு, மனிதன் தான் சிவன்' என்று தாமோதர ஆசான் அடிக்கடிக் கூறுவார். அவரும் ஒரு தத்துவவாதி. அவர் வாழ்ந்த காலத்தில் நாங்களோ அவரோ அதைப் பெயரிட்டு அழைக்கவில்லை. 'மனிதனுக்கு அப்பாற்பட்ட எந்தச் சக்தியிலும் எனக்கு நம்பிக்கை இல்லை' என்பார் அவர். லோகாயதம் அவருடைய மனசுக்கு உகந்த கொள்கை.

அந்தக் காலத்தில் நாங்கள் எந்தத் தத்துவத்தைப் பற்றியும் கவலைப்படவில்லை. தகப்பனார், ஆசிரியர், போலீஸ்காரன் மூன்று பேரையும் தவிர வேறு யாருக்கும் நாங்கள் பயப்படவும் இல்லை.

தாமோதர ஆசானின் தத்துவங்களுக்கு நாங்கள் காது கொடுக்கவில்லை. அதைப்பற்றியெல்லாம் யோசித்துப் பார்த்ததுமில்லை. இருந்தாலும் அந்தக் காலத்தில் நாங்கள் நிழல்போல் ஆசானைப் பின்தொடர்ந்தோம். அவரைச் சுற்றிச் சுற்றி வந்தோம். நாள் பூராவும் அவருடனேயே கழிக்க ஆசைப்பட்டோம். எந்தத் தந்தையும் தாமோதர ஆசானை விரும்ப முடியாது. எந்த இளைஞனும் அவரை வெறுக்கவும் முடியாது. ஆசானைச் சுற்றிக்கொண்டு அலைந்ததற்கு வீட்டில் வசை கிடைத்தது. ஆசிரியர்கள் முகம் சிவந்தது. சில நாட்களில், அவருடன் அரட்டை அடித்துவிட்டு நடுநிசியில் வீடு திரும்புகிறபோது, தட்டத்தட்ட கதவு திறக்கப்படாததால்

வெளித் திண்ணையிலேயே படுத்துக்கொண்டோம். மறுநாள் யாருக்கும் தெரியாமல் ஆசானுடன் கூடிப்பேச மீண்டும் திட்டங்கள் போடுவோம்.

ஆசான்மீது நாங்கள் கொண்ட பிரேமைக்குக் காரணம் உண்டு. வசிய மருந்து ஒன்றும் ஆசானிடம் கிடையாது. ஆனால் அவர் கதைக் களஞ்சியம். கதைப் பொக்கிஷம் அவர். இத்தனை கதைகளை ஒரு மனிதனால் சுமக்க முடியுமா? அடேயப்பா, எத்தனை கதைகள் எத்தனை கதைகள்! எவ்வளவு விசித்திரமான பாத்திரங்கள்! எவ்வளவு கோணலும் நெளிசலும் கொண்ட மன இயல்புகள்! இரண்டு மூன்று மணி நேரம் அவருடன் பேசிக்கொண்டிருந்துவிட்டு, வீட்டுக்கு வந்து தலையைச் சாய்த்ததும் எத்தனையோ கதைகளிலிருந்து எண்ணற்ற கதாபாத்திரங்கள் எங்கள் மனதில் உயிர்கொண்டு கூத்தாடும். அவர் குரலின் கார்வை காதில் ஒலிக்கும்.

அவரோடு நாங்கள் பழகிய நாட்களில் அவருக்கு எண்பது வயசுக்கு எல்லாம் குறைவில்லை. கேட்டால் ‘அறுபத்தி மூன்று’ என்றுதான் சொல்வார். ‘எண்பது வயதாகியும் கல் மாதிரி இருக்கிறாரே’ என்று பிறர் நினைப்பது அவருக்குப் பிடிக்காது. ஆனால் அறுபத்தி மூன்று என்று சொன்னாலும் நம்பும்படிதான் இருக்கும். அப்பழுக்கு இல்லை. ஊசியில் நூல் கோப்பார். ஒரே மூச்சில் நூறு தேங்காய்களை நார் உரித்துப்போடுவது அவருக்குச் சிரமமான வேலை அல்ல. காற்று மாதிரி ஐந்து மைல்கள் சுற்றிவிட்டு வருவது அவரது அன்றாடப் பழக்கம். தோள்கள், இரண்டு நுங்கைத் தூக்கி வைத்தாற்போல் இருக்கும். விசாலமான முதுகின் இரு கரையிலும், மார்பிலும், மணிக்கட்டை நோக்கிச் சுருங்கும் கைச்சதைகளிலும் சுருள் சுருளாகக் கருமயிர்.

‘இந்தா மடக்குங்க பாப்பம், யாராவது, மீசை மொளச்சவன்’ என்று தனது வலது புஜத்தை முன்னால் நீட்டுவார் ஆசான். நாங்கள் ஒருவர் பின் ஒருவராக அதில் தொங்குவோம். ‘இன்னா அய்யரு வந்துட்டாரு, மடக்கிப் போட்டுத்தான் மறுவேலை பாப்பாரு ... மடக்கியே புடுவாரு ... பூ புர்ர்ர் ... கீரைத் தண்டில்ல வேய் இது ... கூ ஊ ஊ ஊ ...’ நான் முடிந்த மட்டும் முயன்றுவிட்டுச் சோர்ந்துபோய் உட்கார்ந்துவிடுவேன்.

கல்லூரி விட்டு வீட்டுக்கு வந்து புத்தகத்தை விட்டெறிந்து விட்டு மாலை ஐந்து மணிக்கெல்லாம் ஆசாரிப்பள்ளம் ரோட்டில் நடந்து சென்றுகொண்டிருப்போம். அந்தக் காலத்தில் பாதி வழியில் சோசப்பின் லாண்டரி இருந்தது. கடை முன்னால் போட்டிருக்கும் பெஞ்சில் அமர்ந்திருப்பார் ஆசான். நுனியில் பூண் கட்டி, ஆறு அடி உயரமும் ரூல்தடி

பருமனும் கொண்ட தடியைக் கால்கள் இடையே ஊன்றி, தலைக்கு மேல் இரண்டு அடி எழும்பி நிற்கும் கம்பின் உச்சி மண்டையில் இரு கைகளைக் கோத்துப் பிணைத்திருப்பார். கம்பு புழுதி மண்ணில் மூன்று அங்குலம் இறங்கி இருக்கும்.

எங்களைக் கண்டதும் பின்புறம் கௌபீன நுனி யாவருக்கும் தெரியும்படி வேஷ்டியைத் தூக்கிக் கட்டிக்கொண்டு கிளம்பி விடுவார்.

நடந்து செல்கிறபோது அவர் வாய் திறப்பது கிடையாது. அவர் பின்னால் செல்லும் நாங்கள்தான் சில்லறைப் பேச்சுகளில் ஈடுபட்டிருப்போம். இரண்டு மைல் சென்றதும் பாழ்மண்டபம்

ஒரு புளியமரத்தின் கதை

ஒன்று தென்படும். கொலையாளிகளை அந்தக் காலத்தில் தூக்கிலிடும் இடம் அது. பார்க்கப் பார்க்க ஒரு அந்தக் காலத்து இடமாகத் தெரியும். இரண்டு மைல் தொலைவில் அரை நூற்றாண்டைத் தாண்டி விடுவோம்.

நாங்கள் போகிற காலத்தில் ஒரு பைத்தியக்காரி 'பேத்திங் பூலி'ல் குதிக்கப்போவது மாதிரி அங்கு நின்று கொண்டிருப்பாள். அவளுடைய வாசஸ்தலம் அது.

மண்டபத்தின் முன் அமர்வார் ஆசான். அவர் முகம் தெரியும்படி நாங்களும் உட்கார்ந்து கொள்வோம். வருகிற வழியிலேயே வாங்கி, மடியில் தயாராகக் கட்டிக்கொண் டிருக்கும் பொட்டலத்தை எடுத்து ஆசான்முன் படைப்பான் ஒருவன். இரண்டு கட்டு ஈத்தாமொழி வெற்றிலை, பச்சைப் பாக்குப் பத்துப் பதினைந்து, யாழ்ப்பாணம் புகையிலை 'நம்பர் ஒன்' தடை இரண்டு.

வெற்றிலை போட்டுத் துப்பிவிட்டுச் சுற்றுமுற்றும் பார்ப்பார் ஆசான். 'ஹூம் . . . ஹூம் . . .' என்று அவசியமில்லாத ஆர்ப்பாட்டங்களுடன் புகையிலைச் சாற்றைத் தொண்டைக் குழியிலிருந்து வெளியேற்றிக் கொள்வார். கதை ஆரம்பமாகிறது என்று அர்த்தம்.

'ஒரு ஊரில் ஒரு ராஜா இருந்தார்' என்று அத்தைப் பாட்டிகள் பாணியில் கதை ஆரம்பம் ஆகாது. கதை உத்திகள் எல்லாம் அவரிடம் படிந்துபோன சமாச்சாரம்.

சற்றுத் தள்ளி முளைத்திருக்கும் ஒரு செடியை இரண்டு வினாடிகள் கண் இமைக்காமல் பார்த்துக்கொண்டிருந்து விட்டு, 'அதென்ன செடி தெரியுமா அது, யாருக்காவது?' என்கிறார்.

நாங்கள் ஒருவரை ஒருவர் பார்த்துக்கொண்டுவிட்டுத் தலையை அசைக்கிறோம்.

'தெரியாது இல்லையா? உம். பேந்தப் பேந்த முழிக்குதெப் பாத்தாலே தெரியுதே. சரி, ரெண்டு இலையெக் கிள்ளி உள்ளங் கையிலே வெச்சு நல்ல நவுட்டிப் போட்டு மோந்து பாருங்க பாப்பம்.'

இரண்டொருவர் அதைப் பின்பற்றுகின்றனர்.

'வாசனை என்னமாடேய் தெரியுது?'

மணந்து பார்த்தவர்களுக்குச் சொல்லத் தெரியவில்லை.

'கோடித்துணியெ நாருப்பொட்டிலே ரொம்ப நாளு வச்சுப் போட்டு எடுத்தாலே அடிக்குமே அந்த மணம்தானே?'

தங்களுடைய உணர்வை ஆசான் துல்லியமாக வர்ணித்து விட்ட ஆச்சரியம் முகத்தில் வழிகிறது.

'இதெக் கொடுத்துத்தாலா தாலி கெட்டின புருஷனெக் கொன்னே போட்டா சண்டாளி. மனசு வருமா ஒரு பொம்புளைக்கு? அடுத்தவன் களுத்தெக் கட்டிக்கிடணும்னு ஒரே நெனப்பா நெனச்சுத் துணிஞ்சுட்டாளே பாவி. அப்படித் தான் செய்தாளே, புருஷன்காரன் என்ன நொண்டியா, சப்பாணியா, கூன்குருடா, இல்லே மேலே ஒண்ணு இருக்கட்டும்னு இன்னொருத்தியெ வச்சுக்கிட்டு இருந்தானா? எப்படிப் போனாலும் அறுப்புக்கு நூறு கோட்டை நெல் வந்து விளும். நாள் ஒண்ணுக்குக் கொல்லேலே விளுற இலை அம்பதுக்குக் கொறயாது. அவுத்துவிட்டாத் தொளுவம் காலியாகுதுக்கு அரை மணி நேரமாகும். சவாரிக்கு மாடு புடிக்குதுக்கு வந்தான் வடசேரி சந்தைக்கு. அரபிக் குதிரெ கணக்கா ரெண்டு மாட்டெப் புடிச்சுக்கிட்டு, அந்த மாபாவி தலையிலே ஆசையா வெச்சு முத்துதுக்கு மடி நெறயப் பூவும் வாங்கிக்கிட்டுத்தானே போனான் அண்ணைக்கும். பாலைத்தான் தாறான்னு வாங்கிக் குடிச்சான். ரெண்டு தவா ரெத்தம் ரெத்தமாட்டு வாந்தி எடுத்தான். குளோஸ்.'

இதுதான் ஆசானுடைய எடுப்பு. 'கடைசியில் மண்ணைத் தூக்கி விண்ணில் நிறுத்திக் காட்டுகிறேன்' என்று சொல்லி விட்டுத் துண்டை விரித்து மருந்துப்பெட்டிகளை அடுக்கும் செப்பிடு வித்தைக்காரன்போல் மீண்டும் வெற்றிலை போட்டுக் கொள்ள ஆரம்பித்துவிடுவார் ஆசான்.

பின்னால், விஷம் கொடுத்தவளின் குழந்தைப் பருவத் தில் கதை ஆரம்பமாகும். அந்த ஊர், அந்த ஜனங்களின் ஆசாபாசங்கள், உறவுமுறைகள், தோப்புத் துரவு, தாம்பத்தியம் எல்லாம் படிப்படியாக விரியும். கதை நெருக்கடி யான கட்டத்தை எட்டுகிற போது மீண்டும் எங்களைப் புழுதியில் தள்ளிவிட்டு வெற்றிலை போட்டுக்கொள்ள ஆரம்பித்துவிடுவார். பொழுது தேயும் உணர்வே தெரியாது.

திடீரென்று பெரிய பாதிரியார் அரண்மனையில் மணி பத்து அடிக்கும் ஓசை கேட்கும். மணியின் நாக்கு நீளமாக வளர்ந்து ஒவ்வொரு அடியையும் எங்கள் தலைக்குமேல் போடுவது போல் இருக்கும். பிரக்ஞை திரும்பும்.

வீடு, அப்பா, அம்மா, கிளாஸ் டெஸ்ட் . . . நாங்கள் வீட்டைப் பார்த்து நடையைக் கட்டுவோம்.

ஆசான் மாதிரிக் கதை சொல்லுவதற்கு இனிமேல் ஒருவர் அவதாரம் எடுத்துத்தான் வரவேண்டும். அவரும் இப்போது இல்லை. புளியமரத்தை முந்திக்கொண்டுவிட்டார்.

புளியமரத்தைப் பற்றிய பழைய கதைகளை எல்லாம் ஆசான் சொல்லித்தான் நாங்கள் தெரிந்துகொண்டோம்.

எங்கள் ஊர் மிகவும் குறுகிய காலத்தில் மிகவும் முன்னேற்றம் அடைந்துவிட்டதாகத் தாமோதர ஆசான் சொல்லக் கேட்டிருக்கிறேன். எடுத்துக்காட்டாக, ஐம்பது வருஷங்களுக்கு முன்னால் புளியமரத்தின் சுற்று வட்டாரம் இருந்த நிலைமையையும் பின்னால் இந்த இடம் ஜகஜோதியாகத் திகழ்ந்ததையும் அவர் படம்பிடித்துக் காட்டுவார். நாங்கள் பார்த்திராத அந்தக்காலத்து இடங்களை எல்லாம் பார்த்திருந்து, இப்போது எங்களுடன் நாங்கள் பார்க்கும் இடங்களைத் தானும் பார்த்துக் கொண்டிருக்கிறோம் என்பதில் அசாத்தியப் பெருமை அவருக்கு. அவர் பார்த்திருக்கும் இடங்களையெல்லாம் கஜகர்ணம் போட்டாலும் இனிமேல் எங்களால் பார்க்க முடியாது.

தாமோதர ஆசான் மிகுந்த பாக்கியசாலிதான்.

எங்கள் ஊர், அதிலும் முக்கியமாகப் புளியமரத்தின் சுற்றுப்புறம் இருந்த நிலைமையை எல்லாம் ஆசான் மூலமாகத் தான் நாங்கள் தெரிந்துகொண்டோம். இன்னும் சில ஆண்டுகள் கழித்து நாங்கள் பிறந்திருந்தோம் என்றால், இந்த அற்புதமான செய்திகள் எல்லாம் எங்கள் செவி வரைக்கும் எட்டாமல்கூடப் போயிருக்கும். சரித்திர ஆசிரியர்கள் புளியமரத்தின் கதையை எல்லாம் எழுதமாட்டார்கள்.

நாங்களும் பாக்கியசாலிகள்தான்.

அந்தக் காலத்தில் புளியமரத்தைச் சுற்றிலும் குளம். அதல பாதாளத்தில் தேங்கிக் கிடக்கும் தண்ணீர். புளிக்குளம் என்றுதான் சொல்வார்கள். குளத்தின் மத்திய பாகத்தில் தீவுபோல் எழும்பியிருந்த திட்டில் நின்றது புளியமரம். அந்த மேட்டுப் பிரதேசத்தின் விஸ்தீரணம் அதிகம் இல்லை. இரண்டு கோஷ்டிகள் நெருக்கமாக நின்று கிளித்தட்டு விளையாடலாம். அவ்வளவுதான்.

புளிக்குளத்தில் வருடம் பூராவும் தண்ணீர் இருக்குமாதலால் காலைக்கடன்களைத் தீர்த்துக்கொள்ள மிக்க வசதி. தண்ணீரின் மேல்பரப்பில் தாமரை இலைகள்போல் பாசி படர்ந்து இருக்கும். இதனால் துர்நாற்றம் அதிகம் வீசாது.

புளிக்குளத்தின் தெற்கே, சற்றுத் தொலைவில், மனத்துள் வரிசைப்படுத்த முடியாதபடி காற்றாடி மரங்கள் யதேஷ்டமாக நின்று காற்றில் பேயாட்டம் ஆடிக்கொண்டிருக்கும். வேலைவெட்டி இல்லாதவர்கள் நித்திரா சுகத்தை அனுபவிக்க அந்த இடத்தைத்தான் தேர்ந்தெடுப்பார்கள்.

காலை வேளை தவிர, மற்ற சமயங்களில் குளத்தின் கரையில் மனித நடமாட்டத்தைக் காண முடியாது. பகல் பூராவும் வாலில் சுழிகள் போட்டபடி பன்றிகள் ஆனந்தமாக மேய்ந்துகொண்டிருக்கும். அந்தக் காலத்தில் மெயின் ரஸ்தா புளியமரத்தடியிலிருந்து இரண்டரை மைல் கிழக்கே விலகிச் சுற்றி வளைந்து சென்றுகொண்டிருந்தது.

மழை பெய்து பச்சை படர ஆரம்பித்துவிட்டால் மேய்ச்சலுக்குக் கால்நடைகள் வரும். மாடுகளைக் குளத்தில் தள்ளி உடம்பு நோகாதபடி மேலும் கீழும் பொத்திப் பொத்தித் தேய்த்துக் கரைநோக்கி விரட்டிவிட்டு அப்படியே புளியமரத்துக்குச் சென்றுவிடுவார்கள் இடைச் சிறுவர்கள். மரத்தடியில் விளையாட்டும் சண்டையும் சச்சரவும் அல்லோலகல்லோலப்படும். அந்தி மயங்கும் வேளையில் அவர்கள் மீண்டும் ஊருக்குள் நுழைந்துவிடுவார்கள்.

நாட்டு வைத்தியர்கள் மூலிகை தேடி அந்த வட்டாரத்தில் சுற்றுவது உண்டு. தாமோதர ஆசானும் அதற்காகப் பலதடவை சென்றிருப்பதால் அவருக்கு மிகவும் பரிச்சயமான இடம்தான் அது.

ஒருநாள் பேசிக்கொண்டிருக்கும்போது 'தப்பித்தவறிக்கூட வயசுப் பொம்பிளைக அந்தப் பக்கம் தலை நீட்டாது. சாணம் பொறுக்கக் கிழவிகள் வரும்; குழந்தைகள் வரும். வயசுப் பொண்ணுக அந்தத் திசையிலே தலைவெச்சுப் படுக்க மாட்டாங்க, அந்தக் காலத்திலே' என்றார் தாமோதர ஆசான்.

'ஏன், மன்மத பாணங்கள் ஏந்திய காளைகள் நிற்பார்களோ?' என்று ஒருவன் தமிழில் கேட்டான்.

'சீச்சீ, முந்தியெல்லாம் சாதாரணமா வருவாங்க, போவாங்க. காளியப்பன் மகள் செல்லத்தாயிக்கு நேர்ந்த கதி தெரிஞ்சிருந்தும் ஒரு பொம்பளை வருவாளாக்கும்! எங்கிருந்தோ வந்தவன் . . . ஊர் தெரியாது, பெயர் தெரியாது, முகத்தைப் பார்த்தவன் கிடையாது. கையைப் பிடிச்சு அப்படியே மரத்தடியிலே போட்டு . . .'

கதை சொல்ல ஆரம்பித்துவிட்டார் ஆசான். இதே கதையை இதற்கு முன்னும் பலதடவைகள் சொல்லித்தான் இருக்கிறார்.

நாங்களும் கேட்டிருக்கிறோம். அலுத்தால்தானே? அவர் மீண்டும் சொல்லத் தயார். கேட்கக் காத்திருந்தோம் நாங்கள்.

நடுகை முடிந்து பாதி வழியில் என்ன காரணத்தாலோ தோழிகளுடன் பிணக்கு மூளவே அவர்களை விட்டுப் பிரிந்து குறுக்குப் பாதையில் குளத்தோரமாக நடந்து வந்துகொண்டிருந்தாள் செல்லத்தாயி. அன்று பௌர்ணமி. எங்கும் சௌந்தரியம் இறைந்து கிடந்தது. முன்தினம் பெய்த அடைமழையில் குளங்கள் பெருகி, நீரில் அலைகள் ஓடோடிவந்து கரையேறிய வண்ணம் இருந்தன.

செல்லத்தாயிக்கு உற்சாகம் கரை புரண்டுவிட்டது. முட்டு அளவு நீரில் இறங்கித் தண்ணீரைக் கைகளால் அளைந்தாள். கையைக் கூட்டி நீரை ஏந்தி முகத்தில் வார்த்துக்கொண்டாள். வாய் கொள்ளும் மட்டும் உறிஞ்சி, தூதூவென்று எட்டித் துப்பினாள். குளிப்போமே என்று திடீரென்று தோன்றிவிட்டது. மடமடவென்று இறங்கிவிட்டாள்.

அக்கம்பக்கம் கண் வட்டத்திற்கு ஈ காக்காய் கிடையாது. கண்ணெதிரே புளியமரத்தின் சல்லிக் கிளை ஒன்று சந்திரனை அப்படியே இரண்டு துண்டாக வெட்டிக் காட்டியது. அதைப் பார்த்து ரசித்தபடி, தாராளமாக சௌகரியங்களை ஏற்படுத்திக் கொண்டு குளித்தாள். ‘இப்படிக் குளித்ததே இல்லையே’ என்று சொல்லிக்கொண்டாள்.

உடம்பு வாழைத் தண்டாகச் சில்லிட்டு வெடவெடக்க ஆரம்பித்ததும்தான் பொழுது போனதை உணர முடிந்தது. ‘இன்னும் ஒரே ஒரு முக்குளி’ என்று முணுமுணுத்தவாறே முங்கி எழுந்தாள். தலையைத் தூக்கிப் பார்த்தபோது எதிரே புளியமரம் நின்றுகொண்டிருந்தது. அது அங்குதான் நின்று கொண்டிருந்தது என்றாலும், அவளும் அதை உணர்ந்தாள் என்றாலும் மிகப்பெரிய யானைகள் இரண்டு படுத்துக் கிடப்பது போன்ற அந்த இடத்தில் ஒற்றைக்கு ஒற்றையாய் ஒரு புளியமரம் நின்றுகொண்டிருப்பது அலாதியாகப்பட்டது அவளுக்கு. அது வரையிலும் போய்விட்டு வந்துவிடுவோமே என்ற சபலமும் கூடவே இழைந்தது. அப்படியே தண்ணீரில் சரிந்து நீச்சலடிக்க ஆரம்பித்துவிட்டாள்.

புளியமரத்தடியில் நின்று நாலா பக்கமும் பார்த்தபோது ஏதோ தூர தேசத்தில் நிற்பதுபோல் இருந்தது. காற்றாடி மரங்கள் பேயாட்டம் ஆடின. தொலை தூரத்தில் அன்று காலையிலிருந்து மாலைவரை அவள் வேலை செய்த வயல், அவசரமாய் நடந்து போனவன் தோளிலிருந்து நழுவி விழுந்த பச்சைத் துப்பட்டி மாதிரி தெரிந்தது. அவள் கண்கள் அங்கும் இங்கும் மாறி

மாறிப் பாய்ந்தன. சந்தோஷத்தில் சிரித்தாள். அடிக்கொரு தரம் கைகளைத் தலைமேல் இழுத்து ஈரத்தை வடித்துவிட்டுக் கொண்டாள்.

அப்போது சற்றும் எதிர்பாராமல் பின்பக்கம் கால் அரவம் கேட்டது. பயந்து தலையைத் திருப்பினாள். அங்கு ஆஜானுபாகுவாக ஒருவன் நின்றுகொண்டிருந்தான். பின்பக்கம் கட்டுக் குடுமி. காதில் கடுக்கன். பட்டுச் சொக்காய். கைகள் கால்முட்டைத் தொட்டன.

அவள் கைகள் பெருக்கல் சின்னமாகக் கூடி மார்பை மறைத்தன. வாய் கட்டிவிட்டது. அப்படியே சில்லிட்டு நின்றாள். ஒரு கணம் அவள் கண்களைப் பார்த்தபடி நின்றான் அவன். பிறகு சாவதானமாக அடியெடுத்து வைத்துப் பச்சைக் குழந்தையைத் தூக்குவதுபோல் அவளைத் தூக்கி மரத்தடியில் போட்டு அவள் மேல் சாய்ந்தான்.

சில நிமிஷங்களுக்குப் பிறகுதான் அவளால் சத்தம் போடவே முடிந்தது. காற்றாடி மரத்தோப்பில் தூங்கிக்கொண்டிருந்தவர்கள் அலறல் கேட்டுக் குளத்தோரம் வந்த பின்புதான் அவன் மெதுவாக எழுந்திருந்து தண்ணீரில் மூழ்கிக் கிழக்கோரம் கரை ஏறினான். 'பிடி, பிடி' என்று கத்திக்கொண்டே எல்லோரும் பின்னால் ஓடினார்கள். அவர்கள் அத்தனை பேரும் தன்னை நெருங்க நெருங்க நடையின் வேகத்தை மட்டும் முடுக்கிக்கொண்டே வந்தான் அவன். கடைசிவரை அவனுடைய நடைக்குத் துரத்தியவர்களின் ஓட்டம் பின்தங்கி போனதுதான் மிகவும் ஆச்சரியமான விஷயம். காற்றாடி மரத்தடியில் யாருடனோ கதை பேசிக்கொண்டிருந்த தாமோதர ஆசானும் துரத்திச் சென்றவர்களில் ஒருவர்.

'நானும் பின்னாலே ஓடினேன். அந்தப்பய மட்டும் என் கையிலே ஆம்புட்டிருந்தாம்னு சொன்னா அந்த எடத்திலேயே மண்ணோடு மண்ணா அரைச்சுத் தேச்சிருக்க மாட்டேன்? ஆனா நடக்கறவனை ஓட்டமா ஓடியும் புடிக்க முடியலியே. சொன்னா யாராவது நம்புவாங்களா? என்ன நடை, என்ன நடை...!' என்று வியந்தார் ஆசான்.

கடைசியில் தாழம்பூக் காட்டை அடைந்ததும் இடுப்பு அளவு எழும்பியிருந்த ஒரு புற்றை ஏதோ அம்மிக் குழவியைத் தாண்டுவது மாதிரி அனாயாசமாகத் தாண்டி மறைந்தே போனானாம் அவன்.

'அவனை மாதிரி லாவகமாகவும் துரிதமாகவும் நடக்கிற பயலெ இந்த ஜென்மத்திலே நான் கண்டது இல்லே. ஆள்

ஒரு புளியமரத்தின் கதை

எப்படி? தங்க விக்கிரகம்! கை அப்படியே கீழே பாத்துப் போய்க்கிட்டே இருக்குது தரையெத் தொடறாப்லே . . .'

பின்னால் செல்லத்தாயிக்கு ஏற்பட்ட மனநிலைதான் விசித்திரமானது. அன்றிலிருந்து அந்தப் பெண் அவனையே நினைத்து ஏங்க ஆரம்பித்துவிட்டாள். சதா அவன் ஸ்மரணை. ராத்திரி எல்லாம் புலப்பம்.

ஒவ்வொரு நாளும் அவள் அந்தி வேளையில் புளிக்குளத்தில் வந்து குளித்தாள். நீச்சலடித்துச் சென்று சொட்டச் சொட்டப் புளிய மரத்தடியில் உட்கார்ந்துகொண்டாள். பின்னால் அகால வேளையில் பாம்புப் புற்றுவரை சென்று தேடிப் பார்க்கவும் முற்பட்டாள். ஊர் கூடித் தடுத்துத்தான் பார்த்தது. காதில் வாங்கிக் கொண்டால்தானே! ஊரார் சொன்ன புத்திமதிகள் எல்லாம் தன் சம்பந்தமான விஷயம் என்றே அவளுக்குப்படவில்லை. அவ்வளவு அலட்சியம்.

பண்ணை ஆட்கள் அவளை வயலில் இறங்கவிடவில்லை. பயிர் பிடிக்காதாம்! அவளும் அதைப்பற்றிக் கவலைப்பட்டதாகத் தெரியவில்லை. வீட்டோடு உட்கார்ந்துவிட்டாள்.

எப்படி இருந்த பெண்! வாட்டசாட்டமான உடம்பு. அழகு என்னும் அழகு; ஆரோக்கியம் என்னும் அழகு; பருவம் என்னும் அழகு; நிஷ்களங்கம், பேதைமை, எல்லா அழகுகளும் கூடி சௌந்தரிய தேவதையாகத் திகழ்ந்துகொண்டிருந்த பெண், இறகு உரித்த கோழி மாதிரி ஆகிவிட்டாள். சோறும் கறியும் வேண்டியிருக்கவில்லை அவளுக்கு. வாயோரம் கை சென்றதுமே குமட்டல் எடுத்துவிடும். அப்படியே பிடியை உதறிவிட்டு இடது கையை ஊன்றி எழுந்துவிடுவாள்.

ஊர்ப்பெண்கள் கூடிப் பூசை போட்டார்கள். மந்திரம் ஜபித்துத் தாயத்துக் கட்டினார்கள். திருஷ்டி கழிப்பும் நடந்தது. உடம்பு என்னவோ கரைந்துகொண்டுதான் இருந்தது.

ஒருநாள் அந்தச் செய்தி ஊரெங்கும் பரவியது. அவன், முந்திய நாள் இரவு நடுநிசியில் அவள் வீட்டுக்கு வந்தானாம். தோழிகளிடத்தில் அவளே இதைத் தெரிவித்தாள்.

அன்றிலிருந்து ஒவ்வொரு பௌர்ணமியும் அவன் வந்து விட்டுப் போவதாக எல்லோரும் பேசிக்கொண்டனர். யாரும் அவனைப் பார்க்கவில்லை. அவள் சொன்னதுதான். இருந்தாலும் எல்லோரும் அதை அப்படியே நம்பினார்கள். அவள் தலைசீவிக் கொண்டை போட்டுக் கட்டுப்பூவும் வாங்கி வைத்துக்

கொண்டால் அன்று பௌர்ணமி என்று எல்லோருக்கும் தீர்மானம்தான். உடல் பூராவும் சந்தனக் குழம்பைத் தேய்த்து மணக்க மணக்க இருப்பாள். மறுநாள் காலை, வேலைக்குச் செல்வதற்குமுன், அவள் வீட்டில் தோழிகள் கூட்டம் கூடிவிடும். அவன் வந்துபோன வரிசையையும், அவனுடைய சல்லாப விசேஷத்தையும் அவன் குறும்பையும் விஷமத்தையும் சொல்லிச் சொல்லிச் செல்லத்தாயி பூரித்துப் போவாள். அவளுடைய பரவச நிலையைப் பார்த்தபடி மனசு குறுகுறுக்க, கண்களில் ஆவல் பொங்க, அவளைச் சுற்றி வளையமாக அமர்ந்து கேட்டுக் கொண்டிருப்பார்கள் தோழிகள்.

தாமோதர ஆசானும் வைத்தியர் என்ற போர்வையை இழுத்துப் போர்த்திக்கொண்டு அவளைப் பார்க்கப் போயிருந்தார். அவரிடமே இந்தக் கதையை எல்லாம் அவள் சொன்னாள் என்று எங்களிடம் பிரஸ்தாபித்தார் ஆசான். கொஞ்சம்பச்சையாகவேசொன்னாளாம்.சொல்லக்கூடாததைச் சொல்கிறோம் என்ற பிரக்ஞையே அவளுக்கு இருக்கவில்லை என்றும், 'அவள் சொல்லிக் கேட்டபோது என் மனசில் இருந்த கல்மிஷமும் ஓடிப் போய்விட்டது' என்றும் ஆசான் காவிப்பல்லைக் காட்டிச் சிரித்தது இன்றும் நினைவிருக்கிறது.

‘கடைசியில் என்னாச்சு? அதைச் சொல்லும் சட்டென்று’ என்று கதையை முடுக்கினோம்.

இப்படியாக ஐந்தாறு மாதங்கள் சென்றதும் அந்தப் பெண் தான் முழுகவில்லை என்ற செய்தியைத் தன் தோழிகளுக்குத் தெரிவித்தாள். தோழிகளும் அதை நம்பினார்கள். யாரும் அதுபற்றிச் சிறிதும் சந்தேகம் கொள்ளவில்லை.

‘அந்தச் சமயம் அந்தக் குட்டி இருந்த சீரைப் பார்க்கணும், அடேயப்பா! அடேயப்பா!’ என்றார் ஆசான்.

‘அழகா?’

‘சும்மா அழகுன்னு சொல்லிட்டாப் போதுமா? அதைத் தான் எங்கெல்லாமோ பார்த்திருக்கோமே. அது என்னமோ ஒண்ணு, எதிலே சேத்தீனு சொல்ல விளங்கலே எனக்கு. படேபடே அழகிக எல்லாம் அவமானம் தாங்க மாட்டாம கழுத்திலே கயித்தைப் போட்டுக்கிடும். அப்படி ஏதோ ஒண்ணு அது.’

அந்தக் குட்டிக்குப் பூரிப்புத் தாங்க முடியவில்லை. பழைய உடம்பையும் மிஞ்சிவிட்டது. ‘இவள் நடக்க முடியுமா, பேச முடியுமா?’ என்று நித்தம் நித்தம் கூடிப் பழகிய தோழிகளுக்கும் தோன்ற ஆரம்பித்துவிட்டது. அவள் முகத்து எதிரே வார்த்தையாட முடியவில்லை ஒருவருக்கும். பார்த்துப் பார்த்து ஆச்சரியப்பட்டுப்போனார்கள். எதை எதையோ நினைத்து அவமானப்பட்டார்கள். சும்மா நிற்கத்தான் முடிந்தது. அதற்கு மேல் ஒன்றும் செய்வதற்கு இல்லை என்ற ஸ்தம்பிதம் ஏற்பட்டது.

அவள் அழகான தொட்டில் ஒன்று செய்து வைத்துக் கொண்டாள். பட்டுச் சொக்காய் தைத்தாள். திருவிழாவுக்குச் சென்றவளிடம் பழுக்காய்ச் செப்பும் மரப்பாச்சியும் வாங்கிவரக் கூசாமல் பணம் கொடுத்தனுப்பினாள். மனதில் அலை அலையாய்ப் புறப்பட்ட சந்தோஷத்தைக் காட்டத் தெரியாமல் தத்தளித்தாள்.

ஒருநாள் விடிவெள்ளி நேரத்தில் அவளுடைய அலறல் ஊரைப் பிளந்தது. ஊர் முழுக்கக் கூடி நின்ற கூட்டத்தின் நடுவில், அவள் மண்ணில் புரண்டு துடித்தாள். கைகள் ஓங்கி ஓங்கித் தலையில் விழுவதைப் பார்த்தால் மண்டை ஓடு சுக்கு நூறாய்ச் சிதறிவிடும் என்று தோன்றும்; ஒரே பிரலாபம்.

அவள் கணவனைத் தாழம்பூக் காட்டில் நாகஸர்ப்பம் தீண்டி விட்டதாம்!

அவளே இதை நேரில் கண்டதாகச் சொன்னாள். தேர் வடத்தை வளைய வளையச் சுற்றியதுபோல் தலைமாட்டிலிருந்து பாதங்கள் வரைச் சுற்றிக்கொண்டிருந்ததாம். வாய், வலது பாதத்தைக் கவ்வியிருக்க, வாலை இடது காதுள் விட்டுக் குடைந்துகொண்டிருந்ததாம்.

தடியையும் வேல் கம்பையும் எடுத்துக்கொண்டு பத்துப் பன்னிரண்டு பேர் தாழம்பூக் காடு பூராவும் சல்லடை போட்டுச் சலித்துப் பார்த்தார்கள். அவர்கள் கண்களுக்கு ஒன்றும் தட்டுப் படவில்லை.

மறுநாள் புளியமரத்தின் உச்சாணிக் கிளை ஒன்றில் அவளுடைய பிரேதம் நிர்வாணமாகத் தொங்கிற்று. உடுத்தியிருந்த சேலையை அவிழ்த்து, சுருக்குப் போட்டுக்கொண்டுவிட்டாள்.

கதை முடிந்தது.

ஆசான் கைத்தடியை ஊன்றியவாறு எழுந்திருந்தார். விடைபெறும் முகமாய் வெளிவரும் சம்பிரதாய வார்த்தை ஒன்றுகூட அவர் வாயிலிருந்து வெளிவரவில்லை.

அவரைப் பொறுத்தவரையில் அன்றையப் பாடு முடிந்து விட்டது. இனிமேல் நிம்மதியாகத் தலை சாய்த்து உறங்கலாம் அவருக்கு.

பழையபடி வீடும் கல்லூரியும் எங்கள் நினைவுகளில் துளிர்த்தன. அதட்டல்களும், கர்ஜனைகளும், நெரியும் புருவங்களும், சிவந்த விழிகளும், கசப்பான எண்ண அலைகளை எழுப்பி எங்கள் வாய்களைக் கட்டிவிடவே, பேசாது நாங்களும் எங்கள் வழிகளில் பிரிந்தோம்.

அன்றிரவு நான் வீட்டுக்கு வந்துகொண்டிருக்கையில் பாதி வழியில் தெருவிளக்கு அணைந்துவிட்டது.

2

ஆசானை எதிர்பார்த்து மறுநாளும் அதற்கு அடுத்த நாளும், பின்னால் அந்த வாரம் பூராவும், ஒவ்வொரு நாளுமே நானும் நண்பர்களும் மாலை வேளைகளில் சோசப்பின் லாண்டரியில் பழியாய்க் காவல் கிடந்தோம்.

அவர் சுவடே அந்தத் திசையில் காணவில்லை.

சாந்தன்புதூரில் தன் வைப்பாட்டி வீட்டுக்கு அவர் போயிருக்கக் கூடுமென்று சோசப்பு ஜோஸ்யம் சொன்னான்.

இருக்கலாம். ஆசான் ஒரு விசித்திரமான மனிதர்தான். அவருடைய நடமாட்டம் அவருடைய நிழலுக்குத்தான் தெரியும். சொல்லாமல் கொள்ளாமல் மறைந்துபோவதும், பல நாட்களுக்குப் பின் திடீரென்று ஒருநாள் காட்சி அளிப்பதும் நடுவில் எதுவும் நிகழ்ந்துவிடவில்லை என்ற பாவனையில் தொடர்ந்து பேசிக்கொண்டிருப்பதும் அவருடைய சுபாவம்.

ஆக அந்நாள் வரையிலும் அவருடைய அந்தரங்க வாழ்க்கை பற்றி நாங்கள் ஏதாவது தெரிந்துகொண்டிருந்தோம் என்றால் அவை யெல்லாம் பராபரியாய்க் காதில் விழுந்த உதிரிச் செய்திகளே தவிர வேறு அல்ல. இத்தனைக் கதைகளை எங்களிடம் நீட்டி முழங்குகிற ஆசானோ எந்தச் சந்தர்ப்பத்திலும், தவறியும் தன் சுயசரிதையின் ஒரு பக்கத்தைக்கூட எங்களிடம் காட்டியது கிடையாது. அவருடைய மனசு, சோசப்பு அடிக்கடி சொல்வதுபோல், திண்டுக்கல் இரும்புப் பெட்டியின் ரகசிய அறை. அதன் சாவி கடைசிவரையிலும் எங்கள் கைக்கு அகப்படாமலே போய்விட்டது.

செல்லத்தாயியின் அற்புதமான கதையை எங்களுக்குச் சொன்ன மறுநாள் மறைந்துபோன ஆசான் மீண்டும் எப்போது வந்து சேர்ந்தார் என்பது இப்போது என் நினைவில் இல்லை. ஆனால் மீண்டும் அவர் வந்து சேர்ந்தபோது உருக் குலைந்துபோயிருந்த அவருடைய தோற்றம் இன்றும் கண் முன்னால் நிற்கிறது. ஏதோ விஷ ஜுரத்தில் விழுந்துவிட்டது போல் கட்டுத் தளர்ந்து, கழுத்து விட்டு, விலா எலும்புகள் துருத்தி நிற்க அவர் நின்ற கோலம் எங்களை வெகுவாக நெகிழ வைத்தது. எங்களுடைய சாதுரியத்துக்கு எட்டியபடி யெல்லாம் நேரடியாகவும் மறைமுகமாகவும் விசாரித்தோம். வழக்கம்போல் ஊர்க்கதையெல்லாம் அளந்தாரே தவிர கடைசிவரையிலும் கேட்ட கேள்விக்குப் பதில் சொல்லாமலே பூசி மெழுகிவிட்டார்.

நெஞ்சைக் குதறித் தின்னும் துயரத்தையும் அரவம் காட்டாமல் கூட்டி விழுங்கிவிடுவதில் வல்லவர் அவர். அவருடைய நம்பிக்கை அபாரமானது. கதை சொல்லக் குரல்வளையில் கொஞ்சம் ஜீவனும், தலையாட்ட முன்னால் நாலு ரசிகர்களும், ஒரு தடை யாழ்ப்பாணப் புகையிலையும் இருப்பது வரையிலும், கொல்லவரும் துன்பங்களும் அவரைக் கும்பிட்டுவிட்டு ஓடி ஒளிந்துகொள்ளும் என்றுதான் எங்களுக்குத் தோன்றும். கதை சொல்லியே காலத்தின் சூன்யம் தன்னை அண்டவிடாமல் காத்துக்கொண்டுவிட்ட தீரமிக்க கலைஞர் அவர். கதை சொல்லும் கலையைக் கடைசிவரையிலும் ஒரு தவமாகப் பயின்றவர் என்றும் சொல்லலாம்.

நம் தேசத்தில் எத்தனை கவிஞர்களை வள்ளல்கள் ஆதரிக்கவில்லை! இவர்களில் சில கவிஞர்களின் தரத்தைக் கவனிக்கிறபோது வள்ளல்களின் ரசனையற்ற உள்ளமும் உதார குணமும் நமக்குப் புலனாகின்றன. இப்பேர்ப்பட்ட தேசத்தில் ஆசானைத் தன்னுடன் அணைத்துக்கொண்டு அவருக்கு ஆசார உபசாரங்கள் செய்து அவர் கூறும் கதைகளை வாழ்நாள் எல்லாம் கேட்டு ரசிக்க விவேகமுள்ள ஒரு வள்ளல் இல்லாமல் போய்விட்டது துரதிருஷ்டம் என்றுதான் சொல்ல வேண்டும்.

இஸ்திரி மேஜைக்குப் பின்னால் ஆசானுடைய கவனத்தைக் கவராமலே கைக்குட்டையில் எங்களுடைய சட்டைப் பைகளைக் கவிழ்த்தோம். குட்டப்பன் டிபன் காரியரை எடுத்துக்கொண்டு கிளம்பினான். 'ரெண்டு காளிமார்க் சுருட்டும் வாங்கிக்கோ' என்று மிடுக்கான குரலில் உத்தரவு போட்டார் ஆசான்.

டிபனும் காபியும் உள்ளே சென்று, ஒரு சுருட்டையும் பற்றவைத்து இரண்டு இழுப்பு இழுத்ததும் ஆசான் முகத்தில் குளிர்ச்சி தட்டியது. வேஷ்டிக்குள் அவர் கால்களின் ஆட்டம் மடி முட்டிக் குடிக்கும் கன்றின் வாலாட்டத்தையே என் நினைவுக்குக் கொண்டுவந்தது.

முக்காலியில் அமர்ந்திருந்த பப்பு, பெஞ்சில் ஆசான் அண்டையில் சென்று அமர்ந்தவாறு அவர் முகத்தைப் பார்த்தான்.

'என்னாலே மக்கா, என்ன?' என்று அவன் தோளில் கை போட்டுச் செல்லம் கொஞ்சினார் ஆசான்.

'என்ன ஆசான் நீங்க, கதெயெ அந்தரத்திலே விட்டுப்போட்டு அந்தாலெ கண்ணுக்குத் தெரியாம மாயமா மறைஞ்சு போயிட்டீரே' என்றான் பப்பு.

'கடுக்கனும் குடுமியுமாட்டு வந்தவனுக்குப் புதிரெ அவிழ்க்காமெ கதெயெச் சொல்லி முடிச்சுட்டேளே, அண்ணைக்கு' என்றான் காளியப்பனும் அவனுடன் சேர்ந்து கொண்டு.

இஸ்திரி போட்டுக்கொண்டிருந்த சோசப்பு பெட்டியைத் தூக்கிப் பிடித்தவாறு,'அதாருடா அது கடுக்கனும் குடுமியுமாட்டு வந்தவன்?' என்று கேட்டான்.

செல்லத்தாயியின் கதையில் பிரஸ்தாப விஷயத்தை மட்டும் நான் சோசப்பிடம் சொன்னேன். நான் சொல்லி முடிப்பது வரையிலும் ஆசான் சோசப்பின் முகத்தையே கூர்ந்து கவனித்துக் கொண்டிருந்தார்.

சோசப்பின் கரிய உதடுகளில் ஒரு இளமுறுவல் நெளிந்தது.

ஆசான் முகத்தைத் திருப்பி வடக்குமலையில் திலகம்போல் காட்சி தந்துகொண்டிருந்த உலக்கை அருவியில் பார்வையைப் பதித்தார்.

அப்போது சோசப்பு அவசரமாய்க் கையை உயர்த்தி விரல்களை மடக்கிக் கட்டை விரலில் தேய்த்து 'அவ்வளவும் பொய்' என்ற அர்த்தத்தில் எங்களிடம் சமிக்ஞை காட்டினான். அதே நிமிஷத்தில் முகத்தைப் பட்டென்று திருப்பிய ஆசான், 'என்ன டேய் முதுகுக்குப் பின்னாலே குழி தோண்டுதே' என்று கூறிக்கொண்டே கைத்தடியை உயரத் தூக்கியவாறு, 'ஆம்புளெப் பிள்ளைன்னா கண்ணுக்கு முன்னாலெ வந்து தொடையைத் தட்டுடா' என்றார்.

சோசப்பு சிரித்தவாறு பேச வாய் திறந்தான் என்றாலும் ஆசான் அதற்கு இடங்கொடாமல், 'இந்தா, இந்தா' என்று குரல் கொடுத்தவாறு கம்பைப் படிகளில் ஊன்றிக் கடைக்குள் நுழைந்து, 'என்னடேய் அர்த்தமில்லாம உளறுதே. அண்ணைக்கு மரத்தை அந்தச் சண்டாளன் கையிலிருந்து நான்தானேடேய் யுக்தியாட்டுக் காப்பாத்தினேன். இல்லேன்னு சொன்னா புளியமரம் இண்ணைக்குத் தேதியிலே அங்கே நின்னுகிட்டு இருக்குமா கேக்கேன். இண்ணைக்கு ஆணும் பொண்ணும் குஞ்சும் குளுவானும் சொகம்மா நிழல்லே நின்னுகிட்டு இருக்குதே அது யாரு செய்த காரியம்னு கேக்கேன்! அந்த நிழலெ நம்பிக் கடை கடையா மொளச்சு யாவாரமும் அடிச்சு வாருதே, யாரு செய்த காரியம்னு சொல்லு, நெஞ்சிலெ கை வெச்சு' – இஸ்திரி மேஜையில் ஓங்கி ஒரு அறை அறைந்தார் ஆசான்.

'அது சரி; இப்ப சொன்னது வாஸ்தவம்.'

'என்னது வாஸ்தவம்?'

'அண்ணைக்கு மரம் வெட்டுப்பட்டு சாஞ்சியிருக்கும், உம்ம ஐடியா வேலைசெய்யாட்டி.'

'ஒத்துக்கிட்டியா?'

'ஒத்துக்கிட்டேன்.'

'பின்னெ வாயெ மூடிக்கிட்டுச் சும்மா இரு' என்று சொல்லி விட்டு ஆசான் பெருமிதத்தோடு கீழே இறங்கினார்.

'நான் அதெச் சொல்லலே ...' என்று மீண்டும் ஆரம்பித்தான் சோசப்பு. ஆசான் பழையபடி குறுக்கிட்டு, 'ஒத்துக்கிட்டே இல்லே? அந்த இடத்திலே பேச்செ நிறுத்துடேய். விஷயத்தெ மளுப்பப் பாக்கிறியே' என்றார்.

நாங்கள் ஹோவெனச் சிரித்து ஆர்ப்பரித்தோம்.

ஆசானும் எங்களுடன் சேர்ந்து அட்டகாசமாய்ச் சிரித்து பெரும் சத்தத்தை எழுப்பினார்.

அமைதி நிலவியதும், 'போனது போகட்டும். இப்பம் சொன்ன விஷயம் என்னது? அதெச் சொல்லும் முதல்லே' என்றான் பப்பு.

'எளவு அவசரப்படுதியே, வெத்தலெ போடுதுக்கு முன்னுக்கு' என்று பெருமிதத்துடன் அலுத்துக் கொண்டார் ஆசான்.

ஆசான் மடியிலிருந்து வெற்றிலைப் பொட்டலத்தை வெளியே எடுத்தார்.

நாங்கள் செளகரியமான இடங்களில் அமர்ந்து கொண்டோம்.

'ஏதோ விளையாட்டுப் போக்குலெ பேசுதேன்னு நெனக்கிய. பொய்யில்லே, கண்ணாணெ சொல்லுதேன். அண்ணைக்கே புளிய மரம் வெட்டுப்பட்டுத் தரையோடு தரையா விழுந்திருக்கும், நான் போய்க் குறுக்கே விழாட்டி. பாவி கோடாலியாலே அடி மரத்திலே ஓங்கிப் போடுதான். கணக்கா நம்மெக் கொண்டு விட்டுப் போட்டுது. பின்னாலே நின்னு பொசுக்குன்னு கையெ அள்ளிப் புடிக்கேன். யாரு? நான். டயம்? ரெண்டு மணி. பகலில்லே, ராவு. வெட்டுறவன் யாரு? கொப்ளான். மடையடி மாடன் கோவில் பூசாரி. கண்ணுரெண்டும் செவசெவன்னு செம்மறியாட்டுக்குத் தொடையெ அறுத்து வெச்சாலே இருக்கு. ஃபுள்ளா சாராயம் வேறே போட்டிருக்கான். வலது கையிலே கோடாலி. "பொறுலெ கொப்ளான், பொறு" அப்டீனு கையெ ஏறிப் புடிக்கேன், அலக்ஷியமாட்டு. என்னைக் கண்டதும் ஓங்கின கோடாலி அந்தரத்திலெ நிக்குது. எனக்குச் சிரிப்பாணி பொத்திக்கிட்டு வருது . . .'

ஆசான் ஹி ஹு ஹு என்று சிரிக்க ஆரம்பித்துவிட்டார். நாங்கள் கண்களால் ஜாடை காட்டிக்கொண்டோம்.

விழிகள் சுருங்க, முதுகும் தோளும் அதிர்ந்து குலுங்கத் தலையை மேலே தூக்கியவாறு குழைந்து குழைந்து சிரித்தார் ஆசான்.

'எசக்கேடான வேலை பாத்துக்கிடுங்க. காரியம் பலிச்சாலும் பலிக்கும்; தலெ அறுந்து தொங்கினாலும் தொங்கும். சவம் இன்ன சமயம்னு இல்லாம பொசுக்குனு போற உசுரு தாலா? வந்ததுபோல் வரட்டும்னு ஏறி விளுந்தேன். அண்ணைக்கு மட்டும் இந்த உசுரே மயிருக்குச் சமானமா நெனச்சுக் குறுக்கே விளுந்து யுக்தியாட்டுக் காரியத்தே முடிக்கலேன்னு உண்டும்னா, சண்டாளன் அந்த நல்லோரு மரத்தே அடியோடு வெட்டிச் சாய்ச்சிருப்பானே!' என்றார் ஆசான்.

இதற்கு மேலும் எங்களால் பொறுத்துக்கொண்டிருக்க முடியவில்லை.

'யாரவன் வெட்டுதுக்கு வந்தவன்?' என்று கேட்டான் செல்லசாமி.

‘சொன்னேம்லா, கொப்ளான்னு?’

‘அவன் ஏன் வெட்டுதுக்கு வாறான்?’

‘நீங்க எப்படி அந்த எடத்திலே போய்ச் சேர்ந்தீங்க, கணக்கா? அதெச் சொல்லுங்க முதல்லே’ என்றான் பப்பு.

‘என்ன ஆசான் நீங்க, முடிச்சுப் போட்டு முடிச்சுப் போட்டுக் கண்ணெக் கெட்டிக் காட்டிலே விடுதேளே’ என்று செல்லமாகக் கொஞ்சினான் திருவாழி.

எங்களைத் தட்டாமாலை சுற்றிவிட்டுவிட்ட சந்தோஷம் தாங்காமல் மீண்டும் கடகடவென்று சிரித்தார் ஆசான்.

‘செல்லத்தாயி நாந்துக்கிட்டுச் செத்தான்னு சொன்னேம்லா அண்ணைக்கு?’ என்று அடியைப் பிடித்தார் அவர்.

‘ஆமா, ஆமா’ என்று முதல் வகுப்புக் குழந்தைகள் மாதிரி கத்தினோம்.

வலது கையை பெஞ்சில் ஊன்றித் தலையைப் பக்கவாட்டில் குனிந்து இடது கை விரல்களை உதட்டில் அழுத்தி வெற்றிலைச் சாற்றை நீட்டித் துப்பிவிட்டு ஆசான் தொண்டையைக் கனைத்துக் கொண்டார்.

‘செல்லத்தாயி நாந்துகிட்ட விஷயம் இருட்டினப் பெறவு மாடு மேய்ச்சிப் பயலுவ சொல்லித்தான் அவங்களுக்கே தெரிஞ்சுது போலிருக்குது. பாவம் சொர்ணம். அந்தாலெ அரைச்சீலையை அள்ளிப் பிடிச்சுக்கிட்டு அந்த மூணு மைலும் விளுந்தடிச்சு ஓடியிருக்கா. காளியப்பனும் அவளும் முன்னும் பின்னுமாட்டு ஓடுதெக் கண்டுகிட்டுத்தான் என்ன விஷயம்னு விசாரிச்சுக்கிட்டு நானும் பொறத்தாலெ விறுவிறுனு நடந்தேன். எனக்கு வேறே சோலி?

மையிருட்டு பாத்துக்கிடுங்க. அந்த வேளையிலே புளிக் குளத்துக்கு வவ்வாலு ஒண்ணுதான் போகும்; இல்லே நரி இறங்கிவரும், வடக்கு மலைலெ இருந்து; இல்லெ பூச்சி பொட்டே ஊரும். மனிசனுக்குப் பொறந்தவன் போறான்னு சொன்னா அவன் உயிரெ வெறுத்துப் போட்டுப் போறான்னு அருத்தம். எனக்கு என்ன போகுதுக்கு? அண்ணைக்கு இப்பம்போலேவெவஸ்தெகெட்டுப்போயுடலே.“ஆசான்டா”னு சொன்னா நல்ல பாம்பும் பத்தியெக் கீளெபோடுகிற காலம் அது ...

நாங்கள் ஒருவர் முகத்தை மற்றொருவர் பார்த்துக் கொண்டோம்.

ஹூம் ஹூம் என்று இரண்டு தடவை தொண்டையைக் கனைத்துக்கொண்டார் ஆசான்.

'காளியப்பனும் சொர்ணமும் புளியமரத்தடியிலெ பிலாக்கணம் தொடுத்து அளறாங்க. நான் காத்தாடி மரத்திலெ அப்படியே சாஞ்சிட்டேன். அண்ணைக்கு சொர்ணம் அளுத அளுகெ, புலம்பின புலப்பம், அம்மாடி! ஒவ்வொரு சொல்லும் நெஞ்சைப் பிழிஞ்சு சாறு எடுத்தாலெ, கடவுளுக்கு முந்தியெப் புடிச்சுக்கிட்டு, ரெண்டு சேப்பேலையும் மாறி மாறி அறையுதாலெ வருது. அப்பம் நானும், கண்ணாணெ சொல்லுதேன் — நீங்க நம்பினா நம்புங்க நம்பாட்டிப் போங்க — கண்ணீர்விட்டு அழுதேன்.

குளக்கரைக்கு வந்து, புளியமரத்தைப் பாக்கேன். தெக்குக் கொம்புலே கொத்தன் திருஷ்டிப் பரிகாரத்துக்கு வைக்கிற பொம்மைக் கணக்க ஒண்ணு காத்திலெ அசையுது நிழலாட்டுத் தெரிஞ்சது. அந்தமேனிக்கு உடம்பெல்லாம் வேர்த்துக் கொட்டிற்று. எனக்கு ஒரு தீக்குச்சி வெளிச்சத்தெக் கண்டாக் கொள்ளாம்னு ஆயிப் போச்சு. திடீர்னு பின்னாலேந்து அரவம் கேட்டுது. கீழச்சேரிக் கும்பல் ஒண்ணு விறுவிறுனு வருது. ஒருத்தனுக்குத் தலையிலே ஒரு நெட்டை ஏணி. முன்னாலெ வாறவனும் பின்னாலே வாறவனும் தலைக்கு ஒரு வாழை மரத்தெத் தூக்கிக்கிட்டு வாறானுவ. எல்லாத்துக்கும் முன்னாலே ஒரு பொடிப்பய ஒரு ராந்தலு விளக்கெத் தூக்கிக்கிட்டு நடையும் ஓட்டமுமாட்டுக் கிந்திக் கிந்திப் போனான். எதுத்தாலெ என்னைக் கண்டதும் "யாருடா அது?"னு ஒரு அலறல் கேட்டது. நான் நின்ன இடத்திலே ரெண்டு தவா வட்டக்க வந்து கையைத் தூக்கிக் கோலாட்டம் அடிக்காலெ தட்டி 'ரிரீ ரோரோ'னு கத்திக்கிட்டே ஒரே ஓட்டமா நெளிஞ்சு நெளிஞ்சு ஓடினேன். சிரிச்சுக்கிட்டே போயிட்டானுவ.

அங்கிருந்து நேரே மணிமேடைக்கு வந்து எறச்சகுளம் ஊராளி பேச்சிக்கு மவன் நட்டுவக்காலி சம்முகம் கடையிலே ஒரு டீயும் குடிச்சுப்போட்டு ஒரு சுருட்டும் பத்த வெச்சுக்கிட்டு வாற பாதையிலேதான் எனக்கு முன்னுக்குக் கொப்ளான் விறுவிறுனு போகுதெக் கண்டேன். தலைமயிரு புசுபுசுனு ஒரு முளம் நெத்திக்கு மேலே ஏறி நிக்கு. பட்டை பட்டையா விபூதி. நெத்தியிலெ கை அகலம் குங்குமப் பொட்டு. இடுப்பிலே அடிக்க வாறாலெ செவப்புப் பட்டு. தோளிலே கோடாலி. அவன் நடக்கிற நடையும் முழிக்கிற முழியும் பார்த்தாலேயே ஏதோ திரியாவரத்துக்குல்லா போறான்னு ஒரு டவுட் உண்டாயிற்று எனக்கு. கவர் பண்ணிக்கிட்டுப் பொறத்தாலெ போனேன்.

ராத்திரி மனுசனெ நிம்மதியாட்டு உறங்கவிடாதபடிக்கு என்ன என்ன தொரட்டெல்லாம் வந்து சேருதுன்னு பாருங்க. சண்டாளன் நம்ம தலையிலே இப்படியில்லா எழுதிப் போட்டான்! ஒண்ணாந் தேதி சம்பளம் வாங்குற காக்கிப் பயக்க, வூட்லெ சப்ரமஞ்சக் கட்டிலிலே பெஞ்சாதிக்கு மேலே கையெப் போட்டுக்கிட்டு உறங்குவானாம். நான் தலைப் பொறுப்பாட்டு ராத்தூங்காம ரோந்து சுத்தணுமாம்; கள்ளெனெப் புடிக்கணுமாம்; கடத்தலு புடிக்கணுமாம்; ஓடு காலியெ வழி மறிச்சுச் செறுக்கணுமாம்; தேங்காக் கள்ளனெ இழுத்துக் கீழே தள்ளணுமாம்; முக்காடு போட்டுக்கிட்டு சந்துலெ நுழையற பெரிய மனுசனெ உளவு பாக்கணுமாம். என்ன எழவெல்லாம் வந்து சேருதுன்னு பாருங்களேன். சரி நம்ம ஜாதகம் அதுதான்னு சுருக்கமாட்டு முடிக்குதுக்குத்தான் உண்டும்.

பூசாரி பட்ன காத்தாடி மரத்துக்குப் பின்னாலெ பம்மிட்டான். புளிக்குளத்தெப் பாத்தேன். அப்பம் நான் கண்ட

காச்சி இண்ணைக்கும் படம் எளுதினாலெ நெஞ்சிலேயே நிக்குது பாத்துக்கிடுங்க. ஏணி தண்ணியிலெ மிதந்து வருது, சுசீந்தரம் திருவிழாலே தெப்பம் வந்தாலெ. செல்லத்தாயி நீட்டி நிமுந்து கெடக்கா. தலைமாட்டிலே ராந்தலு ஏத்தி வெச்சிருக்கு. நொண்டிப்பய அவ தலைமாட்டிலே அரண்டு போய் பேந்தப் பேந்த முளிச்சிக்கிட்டு இருக்கான். ஓங்களாணெ, ரொம்ப கண்டராவி பாத்துக்கிடுங்க.

ராசாத்தி அப்பமும் என்ன அளகாட்டு இருந்தா! மொகம் மட்டும்தான் தெரிஞ்சுது. மொகமும், மொரட்டுக் கொய்யாப்பழம் ரெண்டைத் தூக்கி வெச்சாலெ முலையும்... தலைமயிரு ஒரு காத்திலெ மொகத்திலெ விளுந்து மறு காத்திலே தன்னப்போல ஒதுங்கிக்கிடுது. மொகத்திலெ விழுற மயிரெ ஒதுக்க பாவி கைக்குச் சீவனில்லே. மார்பெ மறைச்சுக்கிட வெட்கம் அத்துப்போச்சு சண்டாளிக்கு. என்னண்ணு இருந்த குட்டி! நின்ன இடத்தில் டால் அடிச்சுதே! கோயில் மயில் கணக்க அப்படி இப்படி அசைஞ்சு, ராசாத்தி சாயல் காட்டினான்னு உண்டும்னா இந்த மண்ணிலே மனுசன்னு பொறந்தவன் அப்படியே சுருண்டு போவானே சுருண்டு. சாக்காட்டுக் கிளவன் ஒரு மட்டம் ஏறிட்டுப் பாத்தான்னு உண்டும்னா ஐயோ நம்ம காலமெல்லாம் போச்சேன்னு நெனக்கிற நெனப்பிலே கண்ணிலெ நீரு முட்டுமே. போற பாதையிலே, வாற பாதையிலே பாத்தவனுவ கண்ணாலெ கவ்விக் கவ்வித் தின்னானுவளே. தேவடியா ஒரு நொடியிலே பிணமாத் தொங்கிட்டாளே! இப்பம் எந்த நாயி அவளெத் தீண்டும்?

ஏணியெத் தூக்கிட்டுப் போறதெ சித்த நாளி பாத்துப் போட்டுக் காத்தாடி மரத்தெப் பாக்கேன். பூசாரியக் காங்கலெ! அடப்பாவி, அதுக்குள்ளார பம்மிட்டியான்னு நெனச்சுக்கிட்டுத் தெக்குக்கரை வழியாட்டு வாறேன். ஒரு உருவம் தண்ணியிலே குதிச்சு புளியமரத்தெப் பாத்து நீஞ்சுது. இந்தப் பயலுக்கு இந்த அர்த்தராத்திரி வேளையிலே புளியமரத்திலே என்ன சோலினு ரோசிச்சு ரோசிச்சுப் பாத்தும் மட்டுப்படலெ எனக்கு. அடப்பாவிப் பயலே நீயும் நாந்துக்கிட்டுச் சாகப் போறியா அப்டீனு நெனச்சுக்கிட்டு நிக்கேன். மரத்திலே கோடாலி விளுற சத்தம் கேக்கு. பாவி மரத்தில்லே வெட்டுதான்! என்னா திமிரு! ஆசான் மண்டையெப் போட்டாச்சுன்னு நெனச்சுக்கிட்டு இருக்கானோவ், இந்தப் பய. லேய், மரத்தையா வெட்ட வந்திருக்கே நீ? லேய், மடையடி மாடன் வச்ச மரமோ? இல்லே உங்கம்மையெக் கட்டிக்கிட்டவன் நட்டு வெச்சுத் தண்ணி ஊத்தினானோ? எனக்குன்னு சொன்னா வெப்ராளம் தாங்க முடியலே. பட்ன தண்ணியிலே குதிச்சேன்...'

ஆசான் மடியை அவிழ்த்துச் சுருட்டையெடுத்துப் பற்ற வைத்துக் கொண்டார். உதட்டை வக்ரமாக்கிப் புகையை இடை விட்டு இடை விட்டு மேகத் துணுக்குகளாக வெளியே தள்ளினார். பிரயத்தனப்பட்டு ஒரு போலி இருமலை வரவழைத்து அடிவயிற்றை எக்கிச் செருமிக் காறித் துப்பி விட்டு எங்கள் பக்கம் திரும்பினார்.

'பொசுக்குனு கையை ஏறிப் புடிச்சேன்.

திரும்பி நின்னு ஒரு முழி முழிச்சான்.

நானும் கண் கொட்டாம அவன் முகத்தையே பாத்துக்கிட்டு நின்னேன்.

"ஆசானா?" அப்படீனு கேட்டான்.

"ஆமாம் தாமோதர ஆசான்தான்" அப்படீன்னேன்.

"ஆசான். பொல்லாப்பு வந்துடும். என்ன செய்வேனு சொல்லிக்கிட முடியாது. எட்டிப்போயிரும்" அப்படீன்னான்.

குரலத் தூக்கி, "என்ன லேய் செய்திருவே நீ?" அப்படீன்னு ஒரு அதட்டல் போட்டேன்.

"மரத்தெ வெட்டணும்னு வந்திருக்கேன். செறுத்தேருனு உண்டும்னா மொத ஓம்மச் சாய்ச்சுப் போட்டு வந்த சோலியெப் பாத்துக்கிடுதேன்" அப்படீன்னு சொல்லிப்போட்டுக் கோடாலியைத் தலைக்கு மேலே தூக்கிட்டான்.'

இந்த இடத்தில் ஆசான் பேச்சை நிறுத்தினார். அமைதியின் கனம் எங்கள் மனசை அழுத்திக்கொண்டிருந்தது.

மிகவும் தணிந்த குரலில் தொடர்ந்தார் ஆசான்.

"லேய், எனக்குப் போட்டியாட்டு வரணும்னு எத்தனெ நாளாட்டுக் காத்துக்கிட்டு இருந்தே?" அப்டீன்னு கேட்டேன்.

"ஒங்களுக்குப் போட்டியாட்டு நா ஏன் வாறேன்? கிறுக்கோவ்!"

"கிறுக்கில்லே, கொளுப்பு! லேய் ஆசானெ எதுத்து நிமுந்தவன் கெடயாதுங்குது தெரியுமாலே உனக்கு?"

"நீருல்லே வேய் இப்பம் செறுக்குதுக்கு வந்து நிக்கேரு?"

"நான் ஏம்லே செறுக்க வாறேன்? இந்த தோஷம் புடிச்ச மரத்தெ வெட்டிப் போடணும்னு இருக்கநாளு பூரா நான் ப்ளான் பண்ணி நாளும் பொளுதும் குறிச்சுக்கிட்டு வாற

வேளையிலேதான் உனக்கும் முகூர்த்தம் கெடச்சுதோ வெட்டுதுக்கு?" அப்டீன்னேன்.

நானும் வெட்டத்தான் வந்திருக்கேன்னு சொன்னதும் பயலுக்கு முகத்திலே ஆனந்தம் பொங்கி வழிய ஆரம்பிச்சுட்டு.

"என்ன சொல்லுதீரு, என்ன சொல்லுதீரு" அப்டீனு மாறி மாறிக் கேட்டான்.

"திரும்ப ஒரு மட்டம் சொல்லணுமோவ்? காது பொத்துப் போச்சோ லேய்" அப்டீன்னு கத்தினேன்.

"உள்ளபடிக்கு நீரும் மரத்தை வெட்டுதுக்குத்தான் வந்திருக்கேரோ? கண்ணாணெ?"

"இல்லெ, உனக்குச் செரைக்குதுக்கு வந்திருக்கேன்" அப்டீன்னேன்.

"ஆசான்" அப்டீன்னு கத்திக்கிட்டுப் பய காலிலே விளுந்துட்டான்.'

குரலில் ஏற்ற இறக்கம் கொடுத்தபடி பேசினார் ஆசான்.

"'லேய், நீ கீழச்சேரி ஈனமுத்துவுக்கு மகன்தானேலே?"

"ஆமா, ஆமா."

"லேய் உங்கப்பனுக்கு ஈசானிமங்கலம் வயல் எம்டன் அய்யரு கிட்டேருந்து பாட்டத்துக்கு எடுத்துக் கொடுத்தது யாருன்னு தெரியுமாலே, உனக்கு?"

"அய்யா சொல்லியிருக்கு."

"என்னலேய் சொல்லியிருக்கு?"

"நீருதான் எடுத்துத் தந்தீருன்னு."

"லேய் உங்கப்பன் கால் களஞ்சுலே செவந்த கடுக்கன் போட்டுக்கிட்டது அதுக்குப் பெறவுதான்னு தெரியுமாலே உனக்கு?"

"ம்."

"அதுக்குப் பெறவுதாம்லே உங்கப்பன் தொட்டுக்கறி வெச்சுக் கஞ்சி குடிச்சான்."

"ஆசான் . . ."

"லேய் அதுக்குப் பெறவுதாம்லே உங்கப்பன் பொத்தக் கூரையைப் பிடுங்கிப் போட்டுப்புட்டு நாலு ஓட்டுத் துண்டை மேலே தூக்கி வெச்சான்."

“சொல்லிக்காட்டாதீங்க ஆசான், சொல்லிக்காட்டாதீங்க.”

“லேய் நாறப் பயலே! அணைக்கிற கையெக் கடிக்கப் புறப்பட்டிருக்கியா நீ? காடுகோத்தான் பிச்சுவா குடும்பத்தெக் கொள்ளி வெக்குதுக்கா லேய் தலையெடுத்திருக்கே நீ?”

“மாப்புத்தாங்க ஆசான், மாப்புத்தாங்க” அப்டீன்னு கத்திக்கிட்டுப் பய காலிலெ விளுந்துட்டான்.’

ஆசான் தனக்குத்தானே சந்தோஷமாகச் சிரித்துக் கொண்டார்.

‘பய லேசுலே காலெ உடமாட்டேங்கான். “எந்திலே”னு சொன்னா எந்திக்கமாட்டான். “மாப்புன்னு சொல்லுங்க. அப்பம்தான் நான் எந்திப்பேன்”னு ஒரே புடியா புடிச்சுட்டான்.

பயலுக்குத் தோளிலே கையெப் போட்டு எதமா அணைச்சுக்கிட்டு மரத்தடியிலேருந்து விலகிப்போய் உட்கார்ந்தேன்.

“ஆசான், நீங்க ஏன் இதெ வெட்டுதுக்கு வந்தியா?” அப்டீன்னு கேட்டான் கொப்ளான்.

“லேய் இந்த மரத்தெ ஏறிட்டுப் பாரு, இது என்னதுான்னு தெரியுமா உனக்கு?”

“புளியமரம்.”

“லேய் இது வெறும் புளியமரம்னா நெனச்சுக்கிட்டு இருக்கே? அட மாந்தயா! ஆலகால விஷமில்லா!”

“கணக்காச் சொன்னிய ஆசான்; கணக்காச் சொன்னிய.”

“அதே ஐடியாதானே உனக்கும்.”

“ஆமாம்.”

“தோஷம் தீக்குதுக்குத்தானே?”

“ஆமா.”

“சாமி சொல்லிச்சா? ஆட்டம் கண்டா?”

“ஆட்டம் கண்டு.”

“கொடை நடந்தோவ்?”

“நடந்து.”

“எப்ப?”

“போன கௌம.”

"சங்கிலிதானே?"

"ஆமா."

"என்ன சொல்லிச்சு?"

"வெட்டிப் போடணும்னு."

"உனக்கு மட்டும்தான்?"

"இல்லே, கட்டைச் சுப்பையாவுக்கும் உண்டு."

"இதே உத்தரவா?"

"ஆமா."

"அவன் எங்கே காங்கலெ?"

"பயறுதான்."

"பயறுதானா!"

"ஆமா."

"ஏன்?"

"பயறுதான்."

"கொப்ளான்!"

"ஆசான்!"

"நீ லேசுப்பட்டவன் இல்லே. நான் ஒன்னெ ஒரு மாதிரி நெனச்சுப்போட்டேன். சாமி ஒனக்குப் பிரத்தியக்ஷமாட்டுல்லா நிக்கு."

"ஊரிலே அப்படித்தான் பேச்சு."

"நல்ல பேருனு சொல்லு."

"ஊர்விட்டு ஊரு தெரியும். நெடுகப் பரவிட்டு இப்பம்."

"காடுகோத்தான் பிச்சுவாவுக்குப் பேரன்தாண்டேய் நீ! பொன் கூரை மேயுதுக்கு வந்த புள்ளெதாண்டேய் நீ! நல்ல செல்வாக்காட்டு இருக்கியே. சந்தோஷம் தாண்டேய் எனக்கு. பிச்சுவாவும் நானும் ஒண்ணாப்பொறந்தாலெ. தெரியுமா உனக்கு?"

"கேள்வி உண்டு."

"அவனுக்கு நெனப்புத்தான் இப்பம் என்னை இங்கே கொணாந்து சேத்திருக்கு பாத்துக்கோ. பேரன் வசக்கேடா மாட்டிக்கிட்டு இருக்கான், போயிக் காப்பாத்துன்னு கூப்பிட்டுச் சொன்னாலேல்லவா வந்து சேர்ந்துருக்கேன்."

"ஏன் ஆசான் அப்படிச் சொல்லுதிய?"

"கொப்ளான்!"

"ஆசான்!"

"கொப்ளான், உன் முகத்தெக் கண்டா எனக்கு பாவமா இருக்கு டேய். நீ கொளந்தே டேய். கறந்து வச்ச பாலுடேய். உத்தரவு ஆயிட்டுன்னு நேராக் கோடாலியெத் தூக்கிக்கிட்டு வந்துட்டேல்ல. வெட்டிப்போட்டுக் கரையேறிடலாம்னு நெனச்சுத் தானே வந்திருக்கே?"

ஒரு புளியமரத்தின் கதை

“ஆமா, ஏன்?”

“சரி தாண்டேய், நீ அப்படித்தான் நெனப்பே, அப்படி நெனக்குதுக்குத்தான் உண்டும். பதறாதே, சொல்லுதேன். அதுக்குத்தானே என்னெக் கொண்ணாந்து விட்டிருக்கு. கொப்ளான், மரத்தெ மட்டும் வெட்டிச் சாச்சிருந்தே அந்த இடத்திலே ரத்தம் ரத்தமா வாந்தியெடுத்துச் செத்து விளுந்திருப்பே.”

“ஆசான்! என்ன சொல்லுதியே?”

“கொப்ளான், இன்னா பாரு, இந்தப் புளியமரம் இருக்கே, இது தோஷிதான். அதிலெ சந்தேகம் இல்லே. கண்ணும் காலியும் மேயுற இடம். ஆட்டெ அடிக்கும்; மாட்டெக் கடிக்கும். இதுககூடெ நான் கொஞ்சமா கொண்டாடி இருக்கேன்.”

“நல்லாருக்கே கதெ. உங்களுக்கு வளங்காததும் ஒண்ணு உண்டுமா?”

“ஆனா இதிலே உக்ரமூர்த்தி ஒண்ணு குடியிருக்கு. அதுக்குச் சீரையும் சொல்லித் தாறேன். அது நன்மைக்கு நன்மையாட்டு நிக்கும்; தீமைக்குத் தீமையாட்டு நிக்கும். வாலே ஆட்டுதான்னு கண்டுகிட்டா சன்னம் சன்னமாக் கிளிச்சு எறிஞ்சு போடும். இந்த மரம் கீழச்சேரியெ ஒட்டத் தொடைச்சுச் சாணம் போட்டு மொளுகுதுக்கு வந்த தோஷி, பாத்துக்க. செல்லத்தாயியெக் காவு கொடுத்து உக்ரமூர்த்தி செறுத்துற்று. கோபமுள்ள இடத்திலெதான் குணமும் இருக்கும். கண்டதுண்டமாக் கிளிக்கப் பாத்து உன்னே. உசிரு தப்பிச்சு.”

“ஆசான், எனக்கு என்னண்ணோ வருதே!” அப்டீனு பரிதாபமாக் கத்தினான் கொப்ளான்.

“லேய் மக்கா பயப்படாதே. நான்கூட இருக்கேலெ நீ பயந்தா எனக்குக் கொறச்சிலு இல்லா அது? எதுக்கும் ஒரு வழி உண்டும் பாத்துக்க. நான் சொல்லித் தாறேம்லெ உனக்கு வழி.”

“சொல்லுங்க ஆசான், சொல்லுங்க.”

“இப்பம் நாம தர்மசங்கடமான நெலமேல மாட்டிக் கிட்டோம், பாத்துக்க. இந்த மரத்திலெ நன்மையும் இருக்கு; தீமையும் இருக்கு. பாம்பும் பாம்பும் புணைஞ்சாலெ புணைஞ்சுக்கிட்டுக் கெடக்கு ரெண்டும். ஒண்ணிலேருந்து ஒண்ணெ எதமாப் பிரிச்சுப்போடணும், அமிசப்பச்சி பாலையும் தண்ணியையும் பிரிக்கறாப்புலெ. ஆனா ஒண்ணு மட்டும் சொல்லுதேன். இந்த மரத்தெப் பயந்து இப்படியே விட்டுப் போட்டு போனோமோ தொலைஞ்சோம். குறைப்படுத்திப்

42 சுந்தர ராமசாமி

போடணும் இதெ. சமஞ்சு கல்யாணத்துக்கு ரெடியாட்டு நிக்கிற குட்டிக்கு மூக்கே ஒட்ட நறுக்கறாப்பலே, குறைப்படுத்திப் போடணும் இதெ."

"நீரு சொல்லுதுபோலெ செய்யுதேன்."

"கொப்ளான், ஒண்ணு செய். அந்தப் பாவி நாந்துக்கிட்டுச் செத்தாள்ளா அந்தக் கொப்பே வெட்டி எறிஞ்சு போடு. சவத்தைக் குறைப்படுத்திப் போடு. ஒழியட்டும் மூதி" அப்டீன்னேன்.

கால் மணி நேரம் கழியலெ. கிளை ஒண்ணு முறிஞ்சு கீழே விழுந்தது. ரெண்டு பேருமாட்டு அதெத் தூக்கித் தண்ணியிலெ போட்டோம்.

"கிழக்கு வெளுக்கு. இதுக்கு மேலே இங்னெ நின்னா பொல்லாப்பு" அப்டீனு சொல்லிக்கிட்டுத் தண்ணியிலே குதிச்சேன். பொறத்தாலே குதிச்சான் அவனும். கரை ஏறினதும் அவன் தெக்கே நடந்தான்; நான் வடக்கே நடந்தேன்.

அண்ணைக்கு மட்டும் நான் கனயுக்தியாட்டுக் காரியத்தெ முடிக்கலேனு உண்டும்னா புளியமரம் அடியோடெ சாஞ்சிருக்கும்' என்று கதையை முடித்தார் ஆசான்.

கதையை முடித்த நிமிஷத்திலேயே ஆசானுடைய முகம் பழையபடி கல்லாகிவிட்ட மாதிரியும், அந்த நிமிஷத்திலேயே அவருக்கும் எங்களுக்குமுள்ள பந்தம் அறுபட்டுப் போன மாதிரியும் எனக்குத் தோன்றிற்று.

'இந்தப் பய இவ்வளவு ஆத்திரப்பட்டுக்கிட்டு ஏன் வந்தான், மரத்தே வெட்டுதுக்கு?' என்று கேட்டான் பப்பு.

என் மனசிலும் குறுகுறுத்துக்கொண்டிருந்த கேள்வி அது.

'பப்பு, நீ ஒரு குட்டியெக் கட்டிக்கிடலாம்னு உள்ளநாப் பூரா சப்புக் கொட்டிக்கிட்டே இருக்கேனு வய்யி. மூணாமவன் திடீர்னு ஒரு நா மொளச்சுக் கொத்திக்கிட்டுப் போயுட்டான்னு உண்டும்னா சில்லறெ ஆத்திரமாட்டா வரும் உனக்கு?'

'இவன் செல்லத்தாயியே . . .'

'ஆமா, ஆமா, அவளுக்கு மாமன் மகன்தானே இவன். ஆக்கம் கெட்ட பயலுக்குக் கொடுத்து வைக்கிலே. லேசான சொத்தா? அதெ அணைச்சு ஆளுதுக்கும் ஒரு சுளி வேண்டாம்? பய ஆத்திரப்படுதான். மனுசனுக்குக் கோபத்தையும் பொறாமையையும் ஏமாத்தத்தையும் காட்டிக்கிட ஒரு போக்கிடம் வேணுமில்லா? மனுசென அடிச்சா கேஸு உண்டும்.

மாட்டை அடிச்சா உடையக்காரன் கேப்பான். வாய் பேசாம அனாதையா நிக்கே ஒரு மரம் அதெத் தீத்துக் கட்டுவோம்னு கோடாலியைத் தீட்டிக்கிட்டுப் புறப்பட்டுட்டான்.'

'இந்த விஷயத்தை மொதல்லே சொல்லிப் போட்டா என்னவாம்?' என்று கேட்டான் திருவாழி.

'சரிதாம் லேய். எப்பம் சொன்னா என்ன?' என்று கேட்டுக் கொண்டே துண்டைச் சுருட்டித் தலைமாட்டில் வைத்துவிட்டுப்படுத்தார் ஆசான்.

'ஆனா ஒண்ணு மட்டும் சொல்லித்தான் ஆகணும். அண்ணைக்கு ஆசானுக்கு ஐடியா இல்லாட்டி மரம் வேரோட சாஞ்சிருக்கும்' என்று சோசப்பு மனப்பூர்வமாகச் சொன்னான்.

இந்தப் பாராட்டைப் பெற்றுக்கொண்ட பாவனையே ஆசான் முகத்தில் மிளிரவில்லை.

அவர் கண்களை மூடிவிட்டார்.

நாங்களும் சோசப்பிடம் விடை பெற்றுக்கொண்டு புறப்பட்டோம்.

ஆசான் சொன்ன கதையைப் பற்றிச் சிந்தித்தபடியே அன்று நான் வீடு திரும்பினேன்.

ஒரு கிளையை இழந்து தன்னைக் காப்பாற்றிக்கொண்டது புளியமரம். மிகவும் நல்ல விஷயம் அது.

எதையேனும் ஒன்றை இழந்து தன்னைக் காப்பாற்றிக் கொண்டு விடுவது என்பது எப்போதுமே புத்திசாலித்தனமான காரியம்தானே?

பைத்தியம் என்பதும் ஒருவன் தன் அறிவை இழந்து தன்னைக் காப்பாற்றிக்கொண்டதன் விளைவுதானே?

இழப்பதற்குப் பல்லிக்கு வாலும், பெண்ணுக்குக் கற்பும், மனிதனுக்குக் கொள்கையும், கடவுளுக்கு முகமூடியும் உண்டு.

இழந்தும் பெற்றும்தான் வாழ முடியும் போலிருக்கிறது.

நெருக்கடியில், சோதனை காலத்தில், தன்னில் சிறிது இழந்து, மற்றொன்றில் சிறிது பெற்று, பெற்றதையும் தன்னில் சீரணம் செய்து கொண்டு அழிந்து போகாமல் நிலைத்துவிடும் காரியம், மதங்களுடைய காரியமாகவும் நாகரிகங்களுடைய காரியமாகவும் பாஷைகளுடைய காரியமாகவும் இருந்து வந்திருக்கிறது அல்லவா?

அதுதான் இயற்கையின் நியதி போலும்!

ஒரு கிளையை இழந்து நின்றது புளியமரம். அந்தக் கிளையின் நிழலும் கிளையுடன் மறைந்தது. வெட்டுப்பட்ட இடத்தில் ஏற்பட்ட புண்ணும் நாளாவட்டத்தில் ஆறித் தழும்பாகிவிட்டது.

அதன்பின்னும் காலப்போக்கில் எத்தனையோ கைகளை விரித்தது புளியமரம்.

கிளைகள் விரிந்து, நிழல் படர்ந்து, நிழலுக்கு ஒதுங்கும் கூட்டமும் பெருகிவிட்டது.

எவ்வளவோ பேருக்கு அருமையான நிழலைத் தந்தபடி அலட்சியமாக நின்றது புளியமரம்.

இருந்தாலும் அன்று வெட்டுப்பட்ட இடம் வெட்டுப்பட்ட இடமாகத்தான் இருந்தது. அந்தக் கிளையில் ஒரு தளிரோ, ஒரு இலையோ, ஒரு பூவோ, பிஞ்சோ, காயோ தோன்றவில்லை.

புளியமரத்தைக் காப்பாற்றியதன் மூலம் மனித குலத்துக்கு ஒரு நன்மையைத் தேடித் தந்துவிட்ட பெருமையுடன் அன்று பேசினார் ஆசான்.

அவர் வரைக்கும் அது உண்மைதான்.

ஆனால் புளியமரம் நின்றதில் லாபமா நஷ்டமா என்பதை இப்போதும் என்னால் அறுதியிட்டுக் கூற முடியவில்லை. பின்னால் விளைந்த விபரீதம் எல்லாம் எனக்குத் தெரியுமே தவிர ஆசானுக்குத் தெரியாது. தான் வாழ்ந்த காலத்தை அளவுகோலாக வைத்து லாபக் கணக்குப் பார்த்துவிட்டார் ஆசான்.

பின்னால் நடந்த பல சம்பவங்கள் பற்றியும் எண்ணிப் பார்க்கிறபோது புளியமரம் அன்றே அழிந்து போயிருந்தால் பலவிதத்தில் லாபமாகக்கூட இருந்திருக்கலாம் என்று தோன்றுகிறது.

பின்னால் ஏற்பட்ட சண்டைக்கும் சச்சரவுக்கும், பூசலுக்கும் புகைச்சலுக்கும் அதுதானே காரணம்?

அப்படியும் நிச்சயமாகச் சொல்ல முடியவில்லை.

அழிவைத் தேடிக்கொண்டு போகிறவன், எதைத்தான் வியாஜ்யமாக வைத்துக்கொள்ள மாட்டான்.

3

எங்கள் குடும்பம் எனது தந்தையின் பூர்வீகக் கிராமத்தைவிட்டுக் குடிபெயர்ந்து எனது தாயாரின் பிறப்பிடமாகிய இவ்வூருக்குச் சட்டியும் பெட்டியுமாக வந்து சேர்ந்தபோது – எனக்கு இன்னும் நன்றாகவே ஞாபகம் இருக்கிறது – நாங்கள் எல்லோரும் புளியமரம ஜங்ஷனில்தான் வந்து இறங்கினோம்.

அன்று அந்த இடம் இந்த நகரத்தின் இதயமாகவும் கடைத்தெருவின் திலகமாகவும் அல்லவா திகழ்ந்துகொண்டிருந்தது! கண்துயிலாத இடம். இரவும் பகலும் ஜேஜே என்று இருக்கும். வீதியில் சதாசமயமும் மனித வெள்ளம் பெருக்கெடுத்தோடும். ஏககாலத்தில் லட்சக்கணக்கான தேன் கூடுகளைக் கலைத்தாற்போல் வாயு மண்டலத்தில் ஒரு ஹுங்கார ஓசை தங்கி நின்று இதயத்துடிப்பை முடுக்கும். இந்த இடத்தில் சிறு குழந்தை பெரியோர் கைகளை இறுகப் பற்றுவது இயற்கை. பெரியோர்களுக்கும் இதில் ஒரு ஆசுவாசம் பிறக்கும்.

கடை முகப்புகளிலும் கூரைகளிலும் முன்னும் பின்னுமாக, குறுக்கும் மறுக்குமாகக் காட்சி தரும் ஒளி வரிசை மின்னலை அறுத்து அந்தரத்தில் விசிறி எறிந்தாற்போலிருக்கும்.

ஒரு குக்கிராமத்தைவிட்டு, சடுகுடு மோட்டார் வந்தால் ஊரே திரளுகிற இடத்தைவிட்டு, இந்த டவுனுக்கு வந்துவிட்டோமா என்று எண்ணியதும் என் கண்கள் நிறைந்தன.

பின்னால் அதே இடத்தைக் குத்திருட்டுக் குடிகொண்டிருக்கும் மயானமாகப் பார்க்கப் போகிறேன் என்பது அப்போது எனக்குத் தெரியாது.

புளியமரத்தைப் பற்றிய பழைய கதைகளை எல்லாம் தாமோதர ஆசான் சொல்லிக்கொண்டு

வந்தபோது புளியமர ஜங்ஷனை நான் முதன்முதலில் கண்டு திகைத்த காட்சி என் மனதில் ஊடாடிக்கொண்டிருந்தது.

அப்போது, ஒரு காலத்தில் புளிக்குளமாக, சீண்டுவார் அற்றுக் கிடந்த பிரதேசம் நாள்பட எப்படிப் புளியமர ஜங்ஷனாக உருமாறிப் பேரும் பெருமையும் பெற்றது என்பதையும் தெரிந்துகொள்ள வேண்டும் என்ற ஆசை என் மனசில் அரும்பிற்று. ஆசான் வாழ்ந்த காலத்தில் ஏற்பட்ட வளர்ச்சிதானே அது? எனவே அவர் மூலமாகவே அக்கதையைப் பூராவும் தெரிந்துகொள்ள ஆசைப்பட்டேன்.

ஆனால் நாம் ஆசானிடத்தில் எதிர்பார்க்கும் விஷயத்தை வரவழைப்பது பகீரதப்பிரயத்தனம்தான். சித்தம் போக்கு சிவன் போக்கு அவருடையது. காட்டாறு மாதிரி அணைத்த கைக்கு அகப்படாதவர் அவர்.

அதோடு ஒரு புதிய சங்கடமும் முளைத்தது. புளியமர விஷயமாகவே ஆசானுக்கு ஒரு சலிப்பும் அசிரத்தையும் பிறந்து விட்டிருப்பதையும் என்னால் உணர முடிந்தது. இதுவும் அவருடைய விசேஷமான குணாம்சங்களில் ஒன்று என எண்ணிக் கொண்டேன். அவர் மிகவும் ஆசையாகப் பேசிக்கொண்டு வருகிற விஷயமே திடீரென்று அவருக்குப் புளித்துப்போய் விடுகிறது. அப்படியே அந்த விஷயத்தை உதறிவிட்டு அடுத்த விஷயத்துக்குத் தாவி விடுகிறார். இந்த மனச்சேஷ்டைக்கு என்ன காரணம் என்பதும் எனக்கு மட்டுப்படவில்லை. ஒரு சமயம், புளியமர விஷயமாக நான் காட்டிய விசேஷ அக்கறை ஒன்றே ஆசானுக்கு அந்த விஷயத்தில் சலிப்புத் தட்டக் காரணமாக அமைந்திருக்குமோ, யாருக்குத் தெரியும்? மனிதர்களிடம் எத்தனையோ விசித்திரமான குணங்கள். விசித்திர இயல்புகளின் சம்மேளனமாக அவதரித்தவர் ஆசான்.

அதோடு எனக்கு வெளியூர் செல்லவேண்டிய நிர்ப்பந்தம் ஏற்பட்டதாலும் ஆசானுக்கும் எனக்குமுள்ள தொடர்பு தற்காலிகமாக அறுந்துபோயிற்று.

வெளியூர் வேலைக்குச் சென்ற நான் இன்று நினைத்தாலும் மனம் கூசுகிற ஒரு காதல் விவகாரத்தில் சிக்கி (காதலா அது!) சந்தி சிரிக்க முகத்தைத் தொங்கப்போட்டுக்கொண்டு வேலை இழந்தவனாய் வீடு வந்து சேர்ந்தேன்.

அந்த நாட்களில் நான் வீட்டுக்குள்ளேயே அடைபட்டுக் கிடந்தேன். தலையை எந்தப் பக்கம் நீட்டினாலும் எக்காளச் சிரிப்புத்தான் எதிர்ப்பட்டது. தோள் துண்டைத் தலையில் போட்டுக்கொண்டு சந்துபொந்துகளில் திரிகிறவர்கள்கூட

என்னைப் பார்த்துச் சிரித்தனர். சிரிக்கட்டும், சிரிப்பது எப்படியும் உடம்புக்கு நல்லதுதானே என்று சும்மா இருந்துவிட்டேன்.

எதையோ சொல்ல வந்தவன் வேறு எதையோ அளந்து கொண்டிருக்கிறேன். சொந்த விஷயம் பேசுவது என்றால் வெல்லம்தான் எல்லோருக்கும்.

அந்த நாட்களில் இரவு ஏழு ஏழரை மட்டும் வீட்டுக் குள்ளேயே அடைந்து கிடப்பேன். எனது பழைய நண்பர்கள் எல்லோரும் விடல் தேங்காய் மாதிரி ஊர் ஊராகச் சிதறிப் போய்விட்டனர். எட்டுத் திசைகளிலிருந்தும் பிழைப்பின் கொடிய கரங்கள் அவர்களை வலுக்கட்டாயமாக இழுத்து அமுக்கிக் கொண்டுவிட்டன. எவ்வளவு நேரந்தான் வீட்டுக்குள் அடைபட்டுக் கிடக்க முடியும்? முகம் மறைய இருட்டியதும் ஒரு மப்ளரைக் கழுத்தில் சுற்றியபடி காற்று முகத்தை ஜில்லிட்டு இதம்தர மேற்கே பார்த்து நடப்பேன். ஆசாரிப்பள்ளம் ரோட்டில் ஒரு மைல் ஒரு பர்லாங் நடந்தால் சோசப்பின் லாண்டரி வந்துவிடும். அங்கு சென்று உட்காருவேன்.

தாமோதர ஆசானை நாங்கள் கடைசியாகச் சந்தித்த நாட்கள் அவை. அந்நாட்களில் நாங்கள் அவரிடம் கேட்ட கதைகள் மிக மிக அற்புதமானவை. கதை சொல்லும் ஆற்றல் கொழுந்துவிட்டுப் பிரகாசித்துக்கொண்டிருந்த காலம் அது. இப்போது எண்ணிப் பார்க்கிறபோது பல கதைகள் என்னுடைய அரணைபுத்தியில் தங்காமல் போய்விட்டதை உணர்கிறேன். பின்னால் பிழைப்பு எனும் கொடிய பேய் மூளைக்குள் அள்ளித் திணித்த குப்பையும் செத்தையும் ஆசானுடைய கதைப் பொக்கிஷத்துக்கு இம்மியும் இடம் வைக்காமல் அடித்துவிட்டது போலிருக்கிறது.

ஆசான் சொன்ன பல கதைகள் எனக்கு மறந்து போய் விட்டாலும்கூட அவர் கடைசியாகச் சொன்ன கதை மட்டும் இன்றும் என் நினைவில் பசுமையாக இருக்கிறது. அந்தக் கதையைப் பற்றி அவ்வளவு உயர்வாகச் சொல்வதற்கு இல்லையென்றாலும் அக்கதை புளிக்குளம் புளியமர ஜங்ஷனாக உருமாறிய வரலாற்றைத் தொட்டுக் காட்டுவதால் என் நினைவில் தங்கி நிற்கிறது என்று எண்ணுகிறேன்.

எனக்கு நன்றாகவே ஞாபகம் இருக்கிறது. அன்று லாண்டரி வாசலில் போட்டிருந்த பெஞ்சில் காலைத் தூக்கி வைத்துச் சம்மணங்கூட்டி உட்கார்ந்துகொண்டிருந்தார் ஆசான். அன்று அவர் முகம் சற்று 'சீரியஸாக' இருந்தது. அவருடைய கைத்தடி கடை முன்னால் இறைந்து கிடந்த கரித்துண்டுகளை அங்கும் இங்கும் தள்ளிக்கொண்டிருந்தது. கடை நிலைப்படியை ஒட்டி

உள்ளங்கை அகலம் ஒரு முக்காலி. அதில் வினயத்துடன் உட்கார்ந்துகொண்டிருந்தால் விபத்தில்லை. அதில் நான் ஒட்டிக் கொண்டிருந்தேன்.

நீள மேஜையில் துணிமணிகளுக்குப் பெட்டி போட்டுக் கொண்டிருந்தான் சோசப்பு. அழகான கறுப்பு முகம். அழகான வெண் பற்கள். நீல உதடு. நலுங்கல் இல்லாத சட்டை. சட்டையில் தூசு துரும்பு படிந்துவிட்டாலும் பொறுக்காது சோசப்புக்கு. முகத்தைத் திருப்பித் திருப்பித் தோள்பட்டையில் படியும் தூசியைத் தட்டிவிட்டுக்கொள்வதில் பாதிப்பொழுது கழிந்து விடும். அந்தக் காலத்தில் சோசப்பு தீவிர சோஷலிஸ்டாக இருந்தான். அவன் கடையில் அவன் தலைக்குமேல் அச்சுத் பட்டவர்த்தனின் படம் தொங்கும்.

சோசப்பு எதை எதையோ பேசிக்கொண்டிருந்தான். வெள்ளைக்கார ஆட்சிக்குப் பன்னிரண்டு மணிநேரம் வாய்தா கொடுத்துக் கப்பல் ஏற்றுவதற்கான அவனுடைய புரட்சித் திட்டத்தை விளக்கிக் கொண்டிருந்தான். வெள்ளைக்காரர்கள் தான் ஆளத் தெரிந்தவர்கள் என்பதும் அவர்கள்தான் ஆள வேண்டும் என்பதும் ஆசானின் திடமான தீர்மானம். ஆசான் முகம் சிவக்க மௌனமாக இருந்தார்.

தான் பிரசன்னமாயிருக்கும் சபையில் ஒரு சின்னப்பயல் பேசுவதும் பேசிக்கொண்டே இருப்பதும் சங்கடமாக இருந் திருக்கும் ஆசானுக்கு. ஏதோ ஒரு சந்தர்ப்பத்தில் லாவகமாகப் பேச்சைப் பிடுங்கிக்கொண்டு சொந்த ஹோதாவில் ஜயக் கொடி நாட்ட ஆரம்பித்துவிட்டார்.

ஆசானுடைய பேச்சு அந்தக் காலத்து ராஜாக்களைப் பற்றிய கதைகளில் சுற்றி நின்றது. பழைய காலத்து அரசர் களின் பிரதாபங்களை எல்லாம் வின்னியாசமாக அளந்து கொண்டிருந்தார். பூரம் திருநாள் மகாராஜாவைப் பற்றிச் சொல்லிக்கொண்டு வந்தபோது, அவரது சகலகலா வல்லமையை யும் அஞ்சா நெஞ்சம் படைத்த உள்ளத்தையும் அவர் மக்களைத் தொட்டில் குழந்தைகள்போல் பாவித்த சிறப்பையும் சொல்லிச் சொல்லி உச்சிமேல் வைத்துக் கூத்தாடினார். சோசப்புக்குத் தாங்கவில்லை. அவர் பேசிக்கொண்டு வருகிறபோது நடுவில், ‘இந்தாப் பாரும் ஆசான். நீரு சொல்லுதேரே அவங்க வம்சம் இன்னும் கொஞ்ச நாளைக்குள்ளே ஷாட்டுஹாண்டும் டைப்பும் படிக்கவேண்டி வந்துடும், கும்பிகளுவ’ என்று ஒரே போடாய்ப் போட்டான்.

அவ்வளவுதான், ஆசானுக்குப் பற்றிக்கொண்டு வந்து விட்டது.

‘டேய் சோசப்பு, விஷயம் தெரியாமெப் புலம்புதியே! உனக்கென்னடா தெரியும் அவங்க வம்சத்தைப் பத்தி? நேத்துப் பிறந்த பய நீ. எல்லாம் கண்டாலே நாக்கே நீட்டுதியே நாலு முழத்துக்கு’ என்று கத்தினார் ஆசான்.

சோசப்பும் பதிலுக்கு இரைந்தான். அத்தனை சுலபமாக அடங்கக் கூடியவரா ஆசான்?

‘டேய் இந்த ஊரு பிணம்தின்னிக் காடா கிடந்துதுடா! தினம் நாலு பேரைக் களுவேத்தற இடம் இது. அண்ணைக்கு இந்த ஊருலே என்ன மண்ணாங்கட்டி இருந்துதுன்னு கேக்கறேன்? மனுசன் ஊருக்குள்ளே அடியெடுத்து வெக்க முடியாம புளிக்குளம் நாத்தம் பிடிச்சி நாறிக்கிட்டுக் கிடந்தது. எங்னெ பார்த்தாலும் ஆள் உயரம் புல்லும் பூண்டும் வளர்ந்து மண்டிக் கிடக்கும். பகலிலே நரி ஊளையிடற ஊரு இது. ஒத்தையா சத்தையா வந்தவன் கழுத்தெத் திருகிப் போட்டா ஏன்னு கேக்குதுக்கு நாதி கிடையாது. இன்னா, இண்ணைக்கு நீ கடை வெச்சிருக்கியே இந்த இடத்துக்கு அண்ணைக்கு ஒருத்தன் வந்துபோட்டு, பாம்பு புடுங்காம போயிர முடியும்னு நெனக்கியா? அந்த மாராசன் புண்யமூர்த்தி பூரம் திருநாள் ராசா மூச்சு இந்த வெளியிலே பட்டது. ஒரு நொடியிலே இந்தச் சுடுகாடு இந்திரலோகமா மாறிப் போச்சு’ என்று சொடக்கு விட்டுக் கொண்டே இருகரங்களைத் தூக்கிப் பிரசங்கமாகப் பொழிந்தார் ஆசான்.

இந்தச் சந்தர்ப்பத்தில் நான் மிகவும் சாதுரியமாக சோசப்பின் வாயை அடக்கினேன். புளிக்குளம் சம்பந்தமாக ஏதோ கதை வருகிறதே அதைக் கேட்போம் என்பதே என்னுடைய ஆதங்கம். ஆனால் ஆசான் மிகவும் ‘கெத்’துடன் எங்கள் இருவர் முகத்தையும் பார்க்காமல் போலிக் கோபம் முகத்தில் வழிய மறுபக்கம் பார்த்துக்கொண்டிருந்தார். ஒரு கப் டீயும் ஒரு கட்டு வெற்றிலை பாக்குப் புகையிலையும் வந்து சேர்ந்ததும் ஆசானுடைய உஷ்ணம் சற்றுக் குறைந்தது.

நானும் சோசப்பும் தலைக்கு இரண்டு தடவை மீண்டும் கேட்டுக்கொண்ட பின்னர்தான், தொண்டையைக் கனைத்து இதப்படுத்திக்கொண்டார் ஆசான்.

பூரம் திருநாள் மகாராஜாவின் காலம் சரித்திரத்திலேயே மிகவும் பிரசித்தி பெற்ற காலம் என்று சொல்லிக்கொண்டு தான் கதையை ஆரம்பித்தார் ஆசான். ஸமஸ்கிருத ஏடுகளில் அவர் பார்க்காத ஏடு இல்லை. தத்துவம், சாஸ்திரம், ஜோஸ்யம், வைத்தியம், மீமாம்சை எல்லாம் தளபாடம்தான். பிரஜைகளிடத்தில் அபார வாஞ்சை கொண்டவர். பரம சாது.

'ராஜா பரம சாதுன்னு சொன்னா, பரம சாது. குழந்தை மனசு அவருக்கு' என்று சொல்லிக்கொண்டு வரும்போதே கடகடவென்று சிரித்தார் ஆசான். உடனே, உதட்டைப் பூட்டிச் சிரிப்பை அடக்கியபடி தட்டுப் பந்தலைப் பார்த்துக் கொண்டிருக்கும்போதே மீண்டும் அவருக்குச் சிரிப்புப் பொத்துக்கொண்டு பீறிட்டது. மீண்டும் உடல் குலுங்கச் சிரித்தார்.

'என்ன சிரிப்பாணி அப்படியே நுரை போட்டுப் பொங்குது அடக்க முடியாமெ. நெனச்சு நெனச்சுல்லா சிரிக்காரு' என்றான் சோசப்பு.

'அந்தக் காலத்திலே அவரைப்பத்தி இன்னொரு கதை சொல்லுது உண்டும். நெசமோ பொய்யோ எனக்குத் தெரியாது' என்று சொல்லிக் கொண்டே மீண்டும் சிரித்தார் ஆசான்.

'அந்தக் கதெ தெரிஞ்சா நாங்களும் சேர்ந்து சிரிப்போமே' என்று சொன்னேன் நான்.

வெள்ளை மனசு ராஜாவுக்கு என்று யார் சொன்னாலும் கூடவே அவர்கள் இந்தக் கதையையும் சொல்வார்கள் என்று ஆசான் சொன்னார்.

ஒரு நாள் பூரம் திருநாள் மகாராஜா ஒரு கால்பந்தாட்டப் போட்டியைப் பார்க்கச் சென்றாராம். சமஸ்தானத்தில் அப்போதுதான் கால்பந்து விளையாட்டு புகுந்திருந்தது. போட்டி ஆரம்பமாகிப் பத்து நிமிஷம்கூட ஆகியிருக்க வில்லை. மகாராஜா கண்களிலிருந்து கண்ணீர் பொலபொல வென்று வழிந்தோட ஆரம்பித்துவிட்டது. பக்கத்தில் சூழ்ந்து நின்ற உத்தியோகஸ்தர்களும் சிப்பந்திகளும் 'என்ன அபசாரமோ' என்று அலக்கழிந்து போனார்கள். ஒருவருக்காவது பக்கத்தில் சென்று விசாரிக்கவும் தைரியமில்லை. கடைசியில் மகாராஜாவின் அந்தரங்கக் காரியதரிசி ஸ்தாணுநாத அய்யர் மன்னர் அருகே சென்று கைகட்டி நின்றாராம்.

'ஸ்தாணு, நமது ராஜ்ஜியத்தில் இவ்வளவு க்ஷாமம் வந்து விட்டதா? என்ன இது? கேவலம் ஒரு பந்துக்குப் பத்துப் பன்னிரண்டு பெரியவர்கள் அடித்துக்கொள்கிறார்களே! ஆளுக்கு ஒரு பந்தைக் கொடுத்துப் போகச் சொல்லக் கூடாது?' என்று கேட்டுக்கொண்டே மேலும் கண்ணீர் வடித்தாராம் ராஜா.

போட்டி தொடர்ந்து நடைபெற்றதா, மகாராஜா சமாதானம் அடைந்தாரா என்கிற விபரம் ஆசான் சொல்லவில்லை. அன்று விளையாடியவர்கள் எல்லோருக்கும் ஆளுக்கு ஒரு பந்து கிடைத்திருக்கக்கூடும் என்று நான் எண்ணிக்கொண்டேன்.

ஆசான் ஆரம்பித்த கதையைத் தொடர்ந்து சொன்னார்.

அந்தக் காலத்தில் வருடம் இருமுறை ராஜா கன்னியாகுமரி வந்து சமுத்திர ஸ்நானம் செய்வது வழக்கம். ராஜ விசுவாசம் மக்களைப் பெரிதும் ஆட்கொண்டிருந்த காலம் அது. அரசன் தெய்வ அவதாரமா, அல்லது தெய்வம் அரசனின் அவதாரமா என்பதில்கூட உறுதியான தீர்மானம் இல்லாத காலம். திருவுளம் விஜயம் செய்கிறார் என்றால் எல்லோர் வாயிலும் அதுதான் பேச்சு. வேறு பேச்சு இல்லை.

ஒருமுறை அவர் வந்துபோவதற்கான ஏற்பாடுகள் ஆறு மாதம் நடைபெறும். மன்னர் வந்துபோனதும் மறுமுறை விஜயத்திற்கான ஏற்பாடுகள் துவங்கிவிடும். இந்த நிலைமையை, எல்லா வருஷமும் வருஷம் பூராவும் மகாராஜாவின் திக்விஜயத்துக்கான ஏற்பாடுகள் நடந்துகொண்டேதான் இருக்கும் என்று வெகு அழகாகத் தமக்கே உரிய பாணியில் குறிப்பிட்டார் ஆசான்.

வீதியெல்லாம் செப்பனிடுவார்கள். அரசர் தண்ணீரில் மூழ்கித்தான் குளிப்பார். ஆக அவர் தங்கும் இடங்களில் புதுக் குளமே தோண்டிவிடுவார்கள். எல்லாக் குளங்களுக்கும் புதுத் தண்ணீர் பாய்ச்சுவார்கள். மகாராஜா வருகை தரும் தினத்தில் பள்ளிக்கூடத்தில் எல்லாக் குழந்தைகளுக்கும் தின்பண்டமும், ஏழைக்குழந்தைகளுக்குப் புத்தாடையும் வழங்கப்படும்.

ஆறு குதிரைகள் பூட்டிய தங்க ரதத்தில் மகாராஜா வருவது கண்கொள்ளாக் காட்சியாகும். அரசர் வர, அவர் பின்னால் திவான்ஜியும் வருவார். ஆனால் திவானுக்கு நாலு குதிரை பூட்டிய ரதம்தான். ரதமும் வெள்ளி ரதம். கூடியிருக்கிற ஜனங்கள் எல்லோரும் மகாராஜாவைத்தான் பார்ப்பார்கள். திவான், கூடியிருக்கும் ஜனங்கள் எல்லோரையும் பார்த்துக் கொள்ளலாம்.

மகாராஜா கைகளைக் குவித்துக்கொண்டு மிகவும் பவ்வியமாக இரு பக்கமும் பார்த்துத் தலையை ஆட்டியபடி செல்வார். கடைசிவரையிலும் குவிந்த கை குவிந்தபடியும், ஆடும் தலை ஆடிக்கொண்டும் தான் இருக்கும். ராஜா போன பின்னர் கூட்டத்திலிருந்த பலரும் என்னைத்தான் ராஜா பார்த்தார், இல்லை என்னைத்தான் பார்த்தார் என்று சண்டை போட்டுக் கொள்வார்களாம்.

அன்று நகரத்துக்குக் கிழக்கு முகமாய்க் கீழ ஊர் மட்டும் தான் இருந்தது. மெயின் ரஸ்தாகூட புளிக்குளத்திலிருந்து இரண்டு இரண்டரை மைல்கள் சுற்றிக் கிழக்கோரமாகச் சென்றுகொண்டிருந்ததாம்.

ஆடி மாதம். இரண்டு மூன்று நாட்களாகவே மேல்காற்று புறப்பட்டிருந்தது. மேல்காற்று சற்று ரோஷமாகத்தான் வீசும். புழுதியை ஆள் உயரத்துக்கு எழுப்பி ஒரு சுழற்றுச் சுழற்றி விசிறும். தரையில் கிடக்கும் குப்பையும் கூளமும் மேலே கிளம்பி அரண்மனைத் தூண்களின் வடிவமாய் அந்தரத்தில் சில வினாடிகள் நின்று உருத்தெரியாமல் சிதறிப்போகும்.

மேல்காற்று தன் சுயரூபத்தை அன்றுதான் முழுமூச்சோடு காட்ட ஆரம்பித்திருந்தது.

பூரம் திருநாள் மகாராஜா அதற்கு முந்தின நாள் இரவு வடசேரி பெரிய அரண்மனையில் வந்து தங்கியிருந்தார்.

மாலை நாலு மணிக்கு அதிர்வேட்டு கிளம்பியது. வடசேரியில் இருந்து ஈத்தாமொழி விலக்குவரை ஜனப்பிரளயம். குழந்தைகள், இளைஞர்கள், கிழவிகள், கிழவர்கள்... தெருவெல்லாம் பட்டும் பொன்னும் இறைத்தாற் போலிருந்தது. இத்தனை பெண்களும், ஆடைகளில் இவ்வளவு தினுசுகளும், இவ்வளவு தங்க நகைகளும் இந்த ஊருக்குள் இருக்கிறது என்று வேறு எந்தச் சந்தர்ப்பத்தில் யார் புள்ளிவிபரம் கொடுத்திருந்தாலும் ஒரு நபரைக்கூட நம்பவைக்க முடியாது. அப்போதும் வெளியூர்களிலிருந்து கூட்டம் சாரிசாரியாக வந்து கொண்டுதான் இருந்தது. எத்தனை முகங்கள், எத்தனை அலங்காரங்கள், எத்தனை சிரிப்பு, எத்தனை ஜாலம், எத்தனை சாகஸம்! வீதியோரங்களில் நின்று பார்த்துக்கொண்டிருக்கும் கண்களில்தான் என்ன ஆவல்! விழிகள் பெயர்ந்து கீழே உதிர்ந்து விடும் போலிருந்தது.

ஊர்வலம் மீனாட்சிபுரத்தை அணுகிக்கொண்டிருந்தது. அவரவர் சுவாசம் அவரவருக்கே கேட்கும் அமைதி.

மகாராஜா வடிவம்மன் கோவில் முன்னால் வந்துவிட்டார். கோயில் மணி அடித்தது. ரதத்தில் எழுந்து நின்ற அரசரின் கரங்கள் குவிந்தபோது கண் இமைகளில் பக்தி மயக்கம் தெரிந்தது.

சட்டென்று காற்று அசுர வேகத்தோடு பிய்த்துக்கொண்டு கிளம்பியது. அதோடு காற்றில் ஏதோ துர்நாற்றம் கலந்து வருவது போலவும் இருந்தது. முதலில் எல்லோராலும் இதைச் சந்தேகமாகத்தான் உணர முடிந்தது. சற்று நேரத்திற்கெல்லாம் ஒருவரை ஒருவர் பார்த்து முகஞ்சுளித்தனர்.

காற்று மேலும் உக்கிரமாக அடிக்கவே பெண்களுடைய சேலை முந்தானைகள் அவர்கள் தலைக்குமேல் பாய்மரம் பிடித்தன. கடை வாசல்களில் தொங்கிய தோரணங்கள் இறைப்பில் மல்லாந்து விழுந்தன.

காற்றில் கலந்து வந்த துர்வாசனையை இப்போது யாராலும் அலட்சியப்படுத்த முடியவில்லை. கடலிலுள்ள மீன்கள் எல்லாம் கரையில் ஒதுங்கி அழுகியது போலிருந்தது.

உத்தியோகஸ்தர் பட்டாளம் அதற்குத் தெரிந்த வழிகள் அத்தனையையும் கையாண்டு பார்த்தது. ஊதுவத்திகள் சொக்கப் பனைகளாக எரிந்தன. ஹோமம் வளர்த்தி சாம்பிராணிக் கட்டிகளை வெட்டிப் போட்டார்கள். இவ்வளவு செய்தும் லட்சக்கணக்கான நாசிகளுக்குத் துர்நாற்றம் தவிர எதையும் நுகர முடியவில்லை.

ஸ்தாணுநாத அய்யர் அவருடைய பித்தளை ரதத்திலிருந்து கீழே இறங்கிக் குழுமியிருந்த அரசாங்க ஊழியர்கள் அத்தனை பேரையும் வாயில் வந்தபடி திட்டினார். காற்றை யாரால் கைகாட்டி அமர்த்த முடியும்!

கடைசி வரையிலும் நாசூக்காக இருந்துவிட வேண்டும் என்பதற்குக் கனபிரயத்தனம் செய்தார் மகாராஜா. எதுவும் நிகழ்ந்துவிடவில்லை என்ற பாவத்தில் புன்னகை புரிந்து கொண்டிருக்கவே விரும்பினார். எல்லோரையும் பார்த்துச் சிரிக்க முயன்றார். ஆனால் சோதனையின் உக்கிரத்தை அவராலும் அதிக நேரம் தாங்கிக்கொண்டிருக்க முடியவில்லை. மேலும் அவருடைய நாசி மென்மையானது. துர்நாற்றத்தை அவ்வளவாக அனுபவித்து அறியாதது. துர்கந்தத்தை நுகரும் நித்திய அனுபவம் வாய்க்கப்பெற்ற சாதாரண மக்களாலேயே இதைப் பொறுத்துக்கொள்ள முடியாதபோது மன்னர்பிரானால் எவ்வாறு அது முடியும்?

சில வினாடிகளில் அவர் முகத்தில் புன்னகை மறைந்து முகமும் கறுத்தது. வதனம் அஷ்ட கோணலாகிவிட்டது. அந்தத் திசையில் பரவும் துர்நாற்றம் பூராவும் அவருடைய முகத்திலிருந்து புறப்படுகிறதோ என்று எண்ணும்படியாகவும் அவர் முகம் ஆகிவிட்டது பெரும் துரதிருஷ்டம்தான். இத்தனைக்கும் புறப்படும்போது வழக்கம்போல் இரண்டு பிராமணர்களை எதிரே வரச் செய்து நல்ல சகுனத்தில்தான் அவர் கிளம்பவும் செய்தார். மகாராஜாவின் சகுனத்தில் புறப்பட்ட பிராமணர்களோ சகுனம் வந்ததற்கான தட்சணையும் பெற்று ஊட்டுப்புரையில் கடைசிப் பந்தியில் அமர்ந்து சுடச்சுடச் சாப்பிட்டுக் கொண்டிருக்கும்போது மகாராஜா மட்டும் பாதி வழியில் அவஸ்தைப்பட நேர்ந்துவிட்டதை விதியின் விளையாட்டு என்றுதான் கூறவேண்டியிருக்கிறது.

'ரதத்தை விரட்டு' என்று கத்தினார் மகாராஜா. வாயு வேகத்தில் பறந்தன குதிரைகள். இரவு ஒன்பது மணிக்கு

சுசீந்திரம் அரண்மனையை அடைய வேண்டிய மகாராஜாவும் அவருடைய பரிவாரங்களும் மாலை ஐந்து மணிக்கே அங்கு சென்று சேர்ந்துவிட்டனர்.

அன்று நடுநிசி பன்னிரண்டு மணிக்கு தாசில்தார் முத்தம்பெருமாள் சுசீந்திரம் அரண்மனை முன்வாசலில் கண் விழித்துத் தலையைக் கையில் ஏந்தியபடி அமர்ந்திருந்தார். அவருடைய எதிர்காலம் மிகவும் இருண்டுவிடும் என்றுதான் எல்லோரும் பேசிக்கொண்டனர்.

மகாராஜா இரவு உணவை முடித்துக்கொண்டு கண்ணுறங்கச் செல்வதற்கு முன்னாலேயே அவரைச் சந்தித்துக் காலைக் கெட்டியாகப் பிடித்துக்கொள்ள வேண்டும் என்ற எண்ணத்தில்தான் அவர் மாட்டுவண்டி அமர்த்திக்கொண்டு

ஒரு புளியமரத்தின் கதை

அவசர அவசரமாக அங்கு வந்திருந்தார். ஆனால் அவர் வந்து சேர்ந்தபோது அவரால் ஸ்தாணுநாத அய்யரைத்தான் பார்க்க முடிந்தது. அவருடைய இரு கரங்களையும் பற்றிக்கொண்டு 'காப்பாற்ற வேண்டும்' என்று கதறினார் தாசில்தார்.

ஸ்தாணுநாத அய்யர் சொல் அம்பலம் ஏறும் என்பதுதான் பொதுவான நம்பிக்கை. மகாராஜா சற்றே உல்லாசப் பிரியர். ஸ்தாணுநாத அய்யரின் மனைவி சித்திரத்தில் எழுதிப் பார்க்க வேண்டிய அழகி என்றுதான் எல்லோரும் சொல்வார்கள்.

இரவு போஜனத்தை சமத்காரமாக முடித்துக்கொண்டு மன்னர் பெருமான் ஊஞ்சல் பலகையில் அமர்ந்திருந்தார். உத்தரியப்பட்டு தோளிலிருந்து நழுவிக் கையிலும் தொடையிலுமாக நெளிந்து கிடந்தது. ஊஞ்சலில் ஒருக்களித்து அமர்ந்தபடி இடதுகால் கட்டை விரலால் விரல் நோவுமோ தரை நோவுமோ என்ற கணக்கில் பளிங்குத் தரையில் கால்பட லேசாக ஆட்டிக்கொண்டிருந்தார்.

அப்போது ஸ்தாணுநாத அய்யரும், தன்னுடைய உடம்பு அவருடைய உடம்பில் பாதி மறையும்படி முத்தம்பெருமாளும் உள்ளே நுழைந்தனர். மகாராஜா ஏறிட்டுப் பார்த்ததும் முத்தம் பெருமாள் அவசரமாய் மேல் துண்டை இடுப்பில் இறக்கி வரிந்து கட்டிக் கொண்டு கால் கட்டைவிரல், அடிவயிறு, நெற்றி மூன்று அங்கங்களும் தரையில் பதியும்படி மகாராஜாவின் பாதாரவிந்தங்களில் விழுந்து எழுந்தார். அவர் எழுந்திருந்தபோது ராஜாவின் பாதங்களும் முத்தம்பெருமாளின் கன்னங்களும் நனைந்து இருந்தன என்று ஏதோ உடனிருந்து பார்த்ததுபோல் வருணித்தார் ஆசான்.

தாசில்தார் பேச முயன்றார் என்றாலும் அவரால் பேச முடியவில்லை. வாய் உலர்ந்துபோய்விட்டது. வேர்த்த வேர்வையில் ஆடையோடு குளத்தில் மூழ்கிவிட்டு எழுந்து வருவது போலிருந்தது.

'முத்தம்பெருமாள் சொல்கிறான் ஏதோ தெரியாத்தனமா...' என்று ஸ்தாணுநாத அய்யர் ஆரம்பித்தபோது மன்னர்பிரான் குறுக்கிட்டுப் பேசினார்.

'ஸ்தாணு, நீ எதுவும் பேசவேண்டாம். நான் சொல்வதைக் கேள். இதோ பார், ரோஜாப்பூ இருக்கிறதே அது ஒரு மணம். பிச்சிப்பூ இன்னொரு மணம். முல்லையின் வாசனை வேறு தினுசு. வாசனைகள் இப்படி எத்தனையோ விதமாய் உண்டு என்பது எனக்குத் தெரியும். அனுபவித்தும் பார்த்திருக்கிறேன். இதைத் தெரிந்துகொண்டிருக்கும் நான் துர்நாற்றம் என்றால்

56 சுந்தர ராமசாமி

அது என்னவோ ஒரே விதமாய்த்தான் இருக்கும் என்றல்லவா இன்றுவரையிலும் எண்ணிக்கொண்டிருந்தேன்! அரண்மனை யில் அடைந்து கிடந்தால் ஊரிலுள்ள நாற்றம் தெரியுமா? என் அரண்மனை மணக்கிறது என்றால் என் ராஜ்ஜியம் எங்கும் மணக்கிறது என்றாகுமா? எனது சார்பில் இந்தத் தாசில்தாருக்கு நன்றி செலுத்துங்கள். ஒரே இடத்தில் எத்தனை விதமான வாசனைகளைக் கூட்டிக் காண்பித்துவிட்டார் இவர்' என்று சொல்லிக்கொண்டே மகாராஜா இடிஇடியென்று சிரித்தபோது அவர் முகமும் சிவந்து கண்களும் சிவந்தன.

இருவரும் வெளியே வந்தனர். மகாராஜாவின் பேச்சு சாதகமாக இருந்ததா பாதகமாக இருந்ததா என்பதை இருவராலும் தீர்மானிக்க முடியவில்லை.

மறுநாள் காலை பிறந்த உத்தரவு மூலம் முத்தம்பெரு மாளுக்குச் சீட்டுக் கிழிந்துவிட்டது.

பாவம் முத்தம்பெருமாள்! அவர் என்ன செய்வார்? எல்லா ஏற்பாடுகளும் நன்றாகத்தான் செய்திருந்தார். ஒரு இரவேனும் நிம்மதியாக உறங்கி மூன்று மாதங்கள் ஆகியிருந்தன. எடையிலும் பத்து பவுண்டு இழந்துவிட்டிருந்தார். அப்படியிருந்தும் வேலை போய்விட்டது. இயற்கையின் விஷமத்துக்கு அவர் என்ன செய்ய முடியும்?

இந்தக் களேபரம் நிகழக் காரணமாகப் புளிக்குளம் அமையும் என்று யார்தான் எதிர்பார்த்திருக்க முடியும்? எல்லாக் குளங்களிலும் புதுத் தண்ணீர் பாய்ச்சியபோது புளிக்குளத்தின் நினைவு ஏன் எழாமல் போயிற்று? அதற்கும் அரசரின் திக்விஜயத்திற்கும் என்ன சம்பந்தம் என்று எண்ணிக்கொண்டு விட்டார்களா? அது மெயின் ரஸ்தாவை ஒட்டி இல்லையென்ற அலட்சியமா? ஒதுங்கிக் கிடக்கிற பாவத்திற்காகப் புறக்கணித்து விட்டார்களா? பழைய குளம் என்றாலும் அதுவும் குளம் தானே? அசுத்தமான தண்ணீர் என்றாலும் தண்ணீர்தானே?

ஆமாம். புளிக்குளம் என்ற குட்டையை அலட்சியப்படுத்தித் தான் விட்டார்கள். அங்கு தண்ணீர் அசுத்தம் அடைந்து பாசி படர்ந்து அடிமண்டியில் சேற்றுக்குழம்பும் சுற்று வட்டாரத்தில் மனித விஸர்ஜனமுமாகக் கிடந்தது.

மகாராஜாவின் திக்விஜயத்தின்போது புளிக்குளமும் அதன் பங்கை ஆற்றிவிட்டது. பழங்குட்டைக்கும் சிற்சில ஆற்றல்கள் உண்டு என்பதை எல்லோரும் ஒப்புக்கொண்டார்கள். கேவலம் ஒரு அசுத்தக் குட்டை அரசரை விரட்டி விரட்டி அடித்து விட்டது. அதன் கோபத்தில் முத்தம்பெருமாளின் வாழ்வும் பலியாகிவிட்டது.

மறுநாள் மகாராஜாவின் அவசரத் தீர்மானத்தைப் பற்றித் தான் எல்லோரும் பேசிக்கொண்டார்கள். கன்னியாகுமரியில் வைத்துத் திருவுளம் இந்த தீர்மானத்துக்கு வந்தாராம். அதுவும் தெய்வ சன்னதியில் வைத்து! ஒரு வாரம் கழித்துத் தலைநகர் திரும்பிச் செல்கிறபோது புளிக்குளம் வழியாகத்தான் திரும்பிச் செல்வேன் என்று தீர்மானித்துவிட்டார் ராஜா. ஒரே ஒரு வாரம்தான் இருந்தது. ஏழே ஏழு நாட்கள்.

நாலு திசையிலும் உத்தரவுகள் பறந்தன. புளிக்குளத்தை வற்ற வைத்து மண்ணிட்டு நிரப்ப இரவோடு இரவாக ஒரு திட்டம் தயாரிக்கப்பட்டது. வெள்ளைக்கார இஞ்சினியர் ஒருவரின் துணையோடு ஒரு இந்திய இஞ்சினியர் லட்சத்து ஐம்பதினாயிரம் ரூபாய் செலவாகும் ஒரு திட்டத்தைச் சமர்ப்பித்தார்.

மனித வெள்ளத்தை எங்கிருந்துதான் இட்டுக்கொண்டு வந்தார்களோ, அந்த ஆண்டவனுக்குத்தான் வெளிச்சம். அரசாங்க ஆட்கள் நாற்புறமும் சென்று ஊர்ஊராய் அலைந்து வேலையாட்களை அழைத்துக்கொண்டு வந்தார்கள். ஆயிரக் கணக்கான ஆண்கள், ஆயிரக்கணக்கான பெண்கள். சுற்றிவர ஐம்பது மைல் சுற்றளவில் நடைபெற்றுவரும் கட்டிட வேலைகள் அனைத்தையும் இரண்டு வாரங்களுக்கு நிறுத்தி வைக்கும்படி அரசாங்கம் ஒரு அவசரத்தடை உத்தரவு பிறப்பித்தது. சுற்றிவர உள்ள பாரவண்டிகள் அத்தனையும் புளிக்குளத்தின் கரையோரம் கிடந்தன. இதனால் இரண்டு வாரங்கள் சந்தைகூடக் கூடவில்லை.

புளிக்குளத்திலிருந்து தண்ணீரை மடைவெட்டித் தேரேகால்புதூர் சானலில் கொண்டுபோய் சேர்த்தார்கள். ஒரே நாளில் புளிக்குளம் இந்திய மகா சமுத்திரத்தில் கலந்து விட்டது. அன்று புளிக்குளத்தைச் சுற்றிவரச் சந்தனக்கட்டைகளை ஆள் உயரம் அடுக்கி எரித்தார்கள் என்று ஆசான் சொன்னார்.

புளிக்குளத்துக்குத் தெற்கே நாலு மைல் தொலைவில் மருத்துவாமலையின் சாரலில் அந்தக் காலத்தில் ஒரு நெடுங் குன்று நின்றுகொண்டிருந்ததாம். அதைப் பறையன் குன்று என்று அழைத்தார்களாம். இருமலைகளின் நடுப்பாந்தில் காலம் காலமாகக் குவிந்து எழும்பிய செம்மண் அது. ராட்சசப் புற்றுப்போல் அரைப் பனை உயரத்துக்கு நின்றிருந்ததாம். அந்தக் குன்றை ஆயிரக்கணக்கானவர்கள் வெட்டிக் கரைத்தார்கள். குன்றின் உச்சியிலிருந்து புறப்படும் ஒரு கூடைச் செம்மண், ஜோடிக் கைகளில் தாவித் தாவி ரோட்டோரத்தில் நிற்கும் மொட்டை வண்டியில் வந்து தலைகுப்புற விழுவதை, ஒரு மரத்தில் ஏறி நின்றுகொண்டு பார்த்து ரசித்ததாகச் சொன்னார்

ஆசான். பறையன் குன்று தரையோடு தரையானபோது புளிக்குளம் இருந்த இடம் தெரியவில்லை. இரவு பகல் அடி தாள முடியாமல் கழுத்தில் புண்ணுடனும் காலில் வீக்கத்துடனும் காளைகள் சோர்ந்து சரிந்தன. குளத்தை நிரப்பும் வேலை இரண்டே நாட்களில் முடிந்துவிட்டது.

பின்னால் நாலு நாட்களும் ரோடு போடும் வேலைதான் நடைபெற்றது. வடசேரியிலிருந்து ரோட்டை நேர்க்கோட்டில் இழுத்துக் கோட்டாறு ரோட்டில் கொண்டுபோய்ச் சேர்த்து விட்டார்கள்.

புதிய பாதை புளியமரத்தின் முன்பக்கத்தோடு சென்றது. புளிக்குளத்தைச் சுற்றி இத்தனை களேபரங்களிலும் புளிய மரத்துக்கு எவ்விதத் தீங்கும் ஏற்படவில்லை.

மகாராஜா திரும்பிச் சென்றபோது அவருடைய தங்க ரதம் புளிக்குளத்தின் மேலோடுதான் சென்றது. தெருவெங்கும் இறைந்து கிடந்த பூக்களின் நறுமணம் எங்கும் பரவியது. அந்த இடமே அப்போது தேவலோகமாகத் திகழ்ந்துகொண்டிருந்தது.

'அண்ணைக்கு அந்த மாராசன் வல்லைன்னு சொன்னா இண்ணைக்கும் அந்த இடம் அப்படித்தான் இருந்திருக்கும். அந்தப் புதிய ரோடு வெட்டாம இருந்திருந்தா மேல ஊருனு ஒண்ணு வந்திருக்குமாக்கும்! அவரு வந்த அண்ணையிலேருந்து தான் சொல்லப்போனா இந்த ஊரே நிமுந்துது, ஆமா' என்று சொல்லி நிறுத்தினார் ஆசான்.

ஆசான் சொன்ன இந்தக் கதை என்னையோ சோசப்பையோ விசேஷமாகக் கவரவில்லை. தன்னுடைய வாதத்தை நிலைநாட்டு வதற்காக ஒரு சிறு விஷயத்தை மிகைப்படுத்திச் சொல்கிறார் ஆசான் என்ற எண்ணந்தான் எங்களுக்கு ஏற்பட்டது. ராஜா வராவிட்டாலும் ஊர் முன்னேறும், வளர்ச்சியடையும் என்று நான் எண்ணினேன். என்றாலும் அதை வாய்விட்டுச் சொல்லவில்லை. மீண்டும் ஆசானை உசுப்ப நான் விரும்பவில்லை.

தான் எதிர்பார்த்த வரவேற்பு தன்னுடைய கதைக்குக் கிடைக்கவில்லை என்று உணர்ந்ததாலோ என்னவோ ஆசான் வாய் பேசாமல் எழுந்திருந்து நடையைக் கட்டினார்.

அன்று இருட்டில் வேஷ்டியை மடித்துக் கட்டிக்கொண்டு பின்புறம் கௌபீன நுனி தெரியும்படி ஆசான் ஆடியாடி நடந்து சென்றது இன்றும் என் மனக்கண் முன்னால் நிற்கிறது.

அன்றுதான் நான் அவரைக் கடைசி முறையாகப் பார்த்தேன். பின்னால் ஒரு சில நாட்களில் எனக்கு ஒரு வேலை

கிடைத்துவிடவே அதை ஒப்புக்கொள்ள வெளியூர் சென்று விட்டேன்.

இரண்டு வருடங்களுக்குப் பின்னால் எனது திருமணத்தின் பொருட்டு நான் ஊர் திரும்பிய சமயம் ஆசான் எங்கள் ஊரை விட்டுச் சென்று பல மாதங்கள் ஆகிவிட்டன என்பது தெரியவந்தது. சாவகாசமாக, ஒரு நாள் சோசப்பிடம் பேசிக் கொண்டிருந்த போது ஆசானைப் பற்றித் திடுக்கிடவைக்கும் பல செய்திகளை அவன் சொன்னான்.

யாரோ ஒரு தனவந்தருடன் ஆடிவேல் கதிர்காமத்துக்குச் சென்றாராம் ஆசான். அதன்பின் அவர் திரும்பி வரவில்லை. இலங்கையில் ரஸவாதம் செய்து தருகிறேன் என்று ஒரு சிங்களச் சீமானை ஏமாற்றிப் பணம் பறித்ததாகவும், மோசடி வழக்கில் தண்டிக்கப்பட்டுச் சிறைச்சாலையில் அடைபட்டிருந்ததாகவும் முதலில் ஒரு செய்தி வந்ததாம். காலரா கண்டு கடற்கரையோரம் இறந்தார் என்றும், உயிர் பிரிவதற்கு முன்னால் பக்கத்தில் நின்றவர்களிடம், 'தெய்வம் இல்லை' என்று உரக்கத் திருத்தமாகச் சொல்லிவிட்டுச் செத்துப்போனதாகவும் மற்றொரு வதந்தி. அவ்வப்போது ஆசானுடைய வைப்பாட்டி – அந்த சாந்தன்புதூர்க்காரி – வந்து ஒரு பாட்டம் அழுதுவிட்டுச் செலவுக்குச் சில்லறைக் காசும் வாங்கிக்கொண்டு போவதாயும் சோசப்பு சொன்னான். ஆசான் தனது கையினால் சுட்ட புலியின் தோல் தனது கைவசம் இருக்கிறது என்றும் அவள் அவனிடம் சொன்னாளாம்.

தாமோதர ஆசானைப்போன்ற ஒருவர் அவ்வளவு சுலபமாக இறந்துபட முடியாது என்றுதான் எனக்குப் பட்டது. அவர் எங்களுக்குச் சொன்ன கதைகள் எங்களுடைய நினைவிலோ நாங்கள் சொல்லி அவர் கதைகளைத் தெரிந்துகொண்டவர்கள் நினைவிலோ எஞ்சியிருப்பதுவரை ஏதோ ஒருவிதத்தில் அவர் வாழ்ந்துகொண்டிருக்கிறார் என்பதில் எனக்குச் சிறிதும் ஐயமில்லை.

இதற்குப் பின்னால் புளியமரத்தின் முன்னால் பெரிய கடை வீதியும் அதையொட்டி மேலூரும் தோன்றிய கதையை நான் பலர் வாய் மூலம் சிறுகச் சிறுகத் தெரிந்துகொண்டேன்.

நாளாக ஆகப் புளியமரத்தின் முன்னால் ஓடிய பாதையில் இரவும் பகலும் பார வண்டிகள் ஊர்ந்தன. கோட்டாறு கிடங்குகளிலிருந்து சரக்குகள் கிழக்கும் மேற்கும் இந்தப் பாதையோடு ஊரான ஊர்களுக்கு எல்லாம் சென்றன.

புளியமரம் இருந்த இடமோ ஒரு திடல். அங்கு பையன்கள் மாலை நேரத்தில் பலின் சடுகுடு விளையாடினார்கள்;

குழிப்பந்து விளையாடினார்கள். ஒரு பக்கம் பிரயாணிகளை ஏற்றிச்செல்லும் காளை வண்டிகளை இரவில் அவிழ்த்துப் போடும் வண்டிப்பேட்டையாக மாறியது.

பஸ் நாகரிகம் தலையெடுத்தபோது திடல் பஸ் ஸ்டாண்டாக மாறிவிட்டது. பஸ் ஸ்டாண்டைச் சுற்றிக் கடைகண்ணிகளும் ஒன்றிரண்டு ஓட்டல்களும் முளைத்தன.

நாளாவட்டத்தில் அதொரு சந்திப்பாக உருமாறிற்று. ஊரில் எத்தனையோ சந்திப்புகளும் புளியமரங்களும் இருந்தாலும் புளியமரம் என்றால் இந்தப் புளியமரம்தான்; ஜங்ஷன் என்றால் இந்த ஜங்ஷன்தான்.

புளியமரத்துக்கு முன்னால் சென்ற ரோட்டை சிமிண்டு போட்டார்கள். புளியமர ஜங்ஷனை ஒட்டி நின்ற காற்றாடி மரத்தோப்பு நகரப் பூங்காவாக உருமாறிற்று.

வண்டிகள் போக்குவரத்தும் வாகனங்கள் கூட்டமும் மிதமிஞ்சி விடவே வண்டிப் பேட்டையையும் பஸ் ஸ்டாண்டையும் அங்கிருந்து மாற்றிவிட்டார்கள்.

பின்னால் முனிசிபாலிட்டி ஒரு திட்டம் உருவாக்கியது. அதன்படி புளியமரத்தைச் சுற்றி எதிர்காலத்தில் சிறந்த கடைத் தெரு ஒன்று எழுப்ப விரிவான திட்டங்கள் வரையறுக்கப்பட்டன.

திடல் பிரதேசத்தைக் குறைந்த தரை வாடகைக்குத் தனி நபர்களுக்கு எழுதிக் கொடுத்தார்கள். உடுப்பியிலிருந்து வந்த நீலகண்டன் போற்றி ஒரு இரட்டை மாடிக் கட்டிடத்தை எழுப்பி ஓட்டலை ஆரம்பித்தார். ஆரம்பத்தில் ஒரு லகரத்துக்கு மேல் கையைச் சுட்டது. பின்னால் பத்தாண்டுகளில் அவர் நிலைமை படிப்படியாய் உயர்ந்தது. அவர் புத்தேரிப் பத்தில் இருபது ஏக்கராவுக்கு மேல் பொன்விளையும் நஞ்சை வாங்கினார். அவருடைய டாக்ஸி கார்கள் ஊருக்குள் பத்துப் பதினைந்து ஓடின. அக்கம்பக்கம் காலி மனைகளையும் அவர் சரசரவென்று வாங்கிப் போட்டுக்கொண்டிருந்தார். பின்னால் வயோதிகத்தில் அவர் சொந்த ஊர் திரும்பியபோது கட்டிய விலைக்கு மேலாக அந்த இடத்தை விட்டுக்கொடுப்பதற்கு மட்டும் இருபதினாயிரம் ரூபாய் தரப்பட்டதாம்.

ஓட்டலை ஒட்டிப் புளியமரத்தின் முன்வரிசையில் கடைகள். ஓட்டலை அடுத்து ஒரு காசுக்கடை. அதற்கு அடுத்தாற்போல் ஒரு பார்பர் ஷாப். அதை அடுத்துப் பொடிக் கடை (மொத்த வியாபாரம்). புளியமரத்தின் முன்னால் அப்துல் காதரின் பிரபலமான ஸ்டேஷனரிக்கடை. இந்தக் கடையை ஒட்டி எப்போதும் கலகலவென்றிருக்கும் பெரிய சினிமா தியேட்டர்.

புளியமரத்தின் உச்சியைத் தொட்டுக்கொண்டு மின்சாரக் கம்பிகள் சென்றன. டெலிபோன் கம்பிகளும் ஓடின.

மாலை மணி ஐந்து அடித்துவிட்டால் புளியமர ஜங்ஷனில் கூட்டம் மொய்க்கும். இந்த ஜங்ஷனில் ஒரு மணி நேரம் நிற்பது இந்த நகரத்தில் பத்து வருஷம் குடியிருந்ததற்குச் சமானம். நகரத்தின் உயர்வையும் தாழ்வையும் அழகையும் அசிங்கத்தையும் இங்கேயே கண்டுவிடலாம்.

புளியமர ஜங்ஷனின் தென்பக்கம் புதிதாக எழும்பிய காலனிகளுக்குக் கணக்கு வழக்குக் கிடையாது. இந்தப் பட்டணத்தில் குடியேற வந்தவர்கள் இடம் கிடைக்காமல் திண்டாடினார்கள்.

ஊர் இவ்வளவு தூரம் மாறியிருந்தாலும் புளியமரம் பழைய புளியமரமாகத்தான் இருந்தது. அதன் உடம்பில் யார் யாரோ விளம்பரங்களை ஒட்டியிருந்தார்கள். தாழ்ந்த கிளைகளில் தாலி தாலியாய் சினிமா விளம்பரங்கள் தொங்கின. அதன் கைகளில் சகல கட்சிகளின் கொடிகளும் பறந்தன.

எல்லாவற்றையும் தாங்கிக்கொண்டு ஒன்றிலும் சம்பந்தப் படாமல் நின்றுகொண்டிருந்தது புளியமரம்.

அந்த மரம் அங்கு நிற்பது யாருடைய நினைவிலும் இல்லை. எல்லோரும் அதன் பெயரை மட்டும் எடுத்ததற்கு எல்லாம் உச்சரித்துக்கொண்டிருந்தார்கள். புளியமரத்தை மறந்துவிட்டாலும் அதன் பெயரைச் சொல்லவேண்டிய அவசியம் இருந்தது.

இந்த ஊருக்கு முதன் முதலாக நான் வந்ததும் புளிய மரத்தடியில்தான் வந்து இறங்கினேன். அன்றுதான் முதன் முதலாக இந்த ஊர் மண்ணை மிதித்தேன்.

அன்று சிமிண்டு ரஸ்தாவின் ஓரத்தில் நின்றவாறு நாற்புறமும் நான் கண்ட காட்சி இன்று மீண்டும் என் நினைவில் அரும்புகிறது.

அன்று புளியமரம்தான் பார்ப்பதற்கு எவ்வளவு அழகாக இருந்தது! அந்தரத்தில் விரிந்து பறக்கும் நூற்றுக்கணக்கான பச்சைக் குடைகளை ஒரே கயிற்றில் இணைத்துக் கீழ்நோக்கி இழுத்துப் பிடித்திருப்பதுபோல் அல்லவா புளியமரம் நின்று கொண்டிருந்தது! கண்ணெட்டும் தூரத்துக்கு வரிசையாகவும் வரிசை குலைந்தும் பிரகாசித்த விளக்குகளும், படாடோபமான கடைத்தெருக்களும், சாரிசாரியாகச் சாய்ந்த கும்பலும், ஒன்றன் பின் ஒன்றாக ஊர்ந்த வாகனங்களும் என் சிந்தையில்

விரிகிறபோதே ஜனாகாரத்தின் சந்தடியும் பேய்க்காற்றில் புளிய மரம் எழுப்பிய பேரோசையும் என் செவியில் நிறைகிறது.

அந்தமாதிரி வசதியும் வனப்பும்கூடிய கடை வரிசையை இனிமேல் எங்கு சென்றால்தான் காண முடியும்? உப்பிலிருந்து கற்பூரம் வரை, புலிப் பாலிலிருந்து யானைத் தந்தம் வரை இங்குக் கிடைக்காத பொருள் என்பது ஒன்றுண்டா! இந்தக் கடைத்தெருவை மட்டும் நம்பி இரவு நிச்சயதார்த்தம் செய்து காலையில் கல்யாணமும் ஜமாய்த்து விடலாமே! கடைக் கல்லாப் பெட்டியில் லகரம் லகரமாக அல்லவா காசு புரண்டு கொண்டிருந்தது.

இப்போது அந்தக் கடை வரிசை எங்கே? கண்ணைப் பறிக்கும் விளக்குகள் எங்கே? ஒவ்வொரு கடையிலும் இப்படியா இருள் மண்டிக்கிடக்கும்! எங்கு பார்த்தாலும் இப்படியா நூலாம்படை தொங்கும்; சிலந்திகள் விளையாடும்? மூதேவி இப்படியா கால்பரப்பி விளையாடுவாள்?

அப்படித்தான் என்ன ஆயிரம் காலம் வாழ்ந்து விட்டீர்கள், அட பாவிகளா! பத்து வருஷத்தில் இப்படியா அழிந்து போவீர்கள்!

சொல்லப்போனால் என்னாலேயே இதை நம்ப முடிய வில்லை. நம்பாமல் இருக்கவும் முடியவில்லை. தாமோதர ஆசான் சொன்ன கதைகளை வேண்டுமென்றால் அவருடைய சொந்தக் கற்பனை என்று ஒதுக்கிவிடலாம். இன்றுவரையிலும் என் காதில் விழுந்தவை எல்லாம் பொய்புரட்டு என்று புறக்கணித்துவிடலாம். கண்ணால் கண்டதை நம்பாமல் இருக்க முடியுமா?

இனிமேல் நடைபெற்ற சம்பவங்களைச் சொல்வதே மிகவும் சங்கடமான காரியம்தான். அழிவை அணுஅணுவாக வருணித்துக் கொண்டிருப்பது உற்சாகமான காரியம் அல்ல. இருந்தாலும் நான் இதற்குப் புறப்பட்டுவிட்டேன்; அதையும் சொல்லித்தான் ஆக வேண்டும்.

4

ஒரு காலத்தில் புளிக்குளத்துக்குத் தெற்கே வெறும் காற்றாடி மரத்தோப்பாக இருந்த இடம் இன்று நவீன பூங்காவாகத் திகழ்கிறது. மந்த புத்திகளுக்கும், மழுங்கிய பார்வைகளுக்குங்கூடக் காலச் சக்கரத்தின் துரிதகதியைப் பளிச்சென்று உணர்த்தும் இந்திரஜாலக் காட்சி அது.

அந்தகாரம் மண்டிக்கிடந்த தோப்பு அது ஒரு காலத்தில். சூசூவென்று காற்றைத் துருத்திபோல் சதா ஆங்காரத்துடன் உமிழ்ந்துகொண்டிருந்தது தோப்பு. மனித நடமாட்டம் அற்றுப்போன அந்த இடத்தில் வழி தவறி வந்து சேருகிறவர்கள்கூட வெறுமை உணர்ச்சியும் பயப்பிராந்தியும் ஏற்பட்டு, நடையில் துரிசங்காட்டி விறைப்பாகத் தாண்டிச் சென்றுவிடுவார்கள்.

ஆனால் தாமோதர ஆசானுக்கோ காற்றாடி மரத்தோப்பு சொர்க்கத்திற்குச் சமானம். அங்கு ஏகாந்த சர்வாதிகாரத்தின்கீழ் ஏகப் பிரஜையாகப் பொழுதைக் கழிப்பதில் பரம உற்சாகம்.

புளிக்குளம்; அதன் நடுவில் முக்குளிக்கும் யானையின் முதுகு போன்ற திடலில் அபார வீச்சு விரிசலுடன் கனகம்பீரமாக நின்று தலையசைக்கும் புளியமரம்; கீழண்டையில் ஆரம்பித்து வானம் குனிந்து தடுக்கும் இடம்வரையிலும் ஓடோடிச் செல்லும் பச்சை வயல்வெளி; வயற் காட்டின் மேலண்டையில் புளிக்குளத்தையொட்டிக் காற்றாடி மரத்தோப்பின் ஆனந்தக் கூத்து; ஒரு தூரப் பார்வைக்கு ஆங்காங்கே சூட்சுமம் விளங்காத அழகின் விடுகதைகள் இறைந்து கிடப்பது போன்ற கோலம் – இவை தாமோதர ஆசானிடம் ஒரு எதிர்மறையான பிரீதியை ஏற்படுத்தியிருக்கலாம். கன்னியாகுமரி அம்மனைவிட காளி பயங்கரியின்

முகவிலாசமே தன் மனசை மயக்குவதாகச் சொன்னவர் அவர். திராவக வானவில்லாக ரஸ்தாவில் படர்ந்திருக்கும் பெட்ரோல் சிந்தலை, 'ஆஹா, என்ன சொகமான மணம்!' என்று நின்று மோப்பம் பிடித்துவிட்டு மேலே செல்கிறவர் அவர். 'பூ மணக்கும் சந்தனம் மணக்கும்னு சொன்னதையே சொல்லிக்கிட்டு இருக்கானுவளே. செம்புழுதி சுக்காக் காஞ்சு கெடக்கேலே நாலு தூத்தல்போட்டு நின்னுட்டா, ஆஹா, வாசனை எப்படி அடிக்கும்! பாம்புக்கும் எனக்கும்தான் இப்பம் மூக்கு இருக்கு' என்று சொன்னவரும் அவரே.

காற்றாடி மரத்தோப்பு ஆசானின் காலை காந்தம்போல் இழுத்தது என்றால் அதில் ஆச்சரியப்படுவதற்கு எதுவுமில்லை.

ஆனால் இன்று நவீன மோஸ்தரில் செடிகளும் கொடிகளுமாய்க் குழாய் விளக்குகளின் ஒளி நிலவுபோல் தண்ணென்று காய்ந்து மனசை மயக்கும் அந்த இடத்தில் – எனக்குச் சிறிதும் சந்தேகமில்லை – தாமோதர ஆசான் உயிரோடிருந்தால் தனது காலடிபட விட்டிருக்கமாட்டார். முனிசிபல் தலைவர் அவருடைய பச்சை வசைகளுக்கு ஆளாகியிருந்தாலும் நான் ஆச்சரியப்பட்டிருக்க மாட்டேன்.

அந்நாட்களில் தாமோதர ஆசான் காற்றாடி மரத் தோப்பைச் சிலாகித்துக் கூறுகிறபொழுதெல்லாம், சிறு குழந்தை ஒன்று அதற்கு மிகவும் பிரியமான மிட்டாயைக் கரைந்து விடுமே என்ற கவலையோடு குதப்புவது போலவே இருக்கும். 'ஆஹா, அந்த இருட்டே ஜில்லுன்னு எதமாக இருக்குமே' என்பார் அவர். உண்ட மயக்கம் தீர்த்துக்கொள்ள எண்ணற்ற தடவைகள் அவர் காற்றாடி மரத் தோப்பை நாடிச் சென்றிருக்கிறாராம். 'முக்கியமாட்டு வடை பிரதமனுடன் கல்யாணச் சாப்பாடு வெட்டினேனு உண்டும்னா அடுத்தால தோப்பு என் காலை இழுக்கும். போய் விளுந்தா அவ்வளவுதான்; எந்திரிச்சு வாறயிலேதான் என்ன கௌமே என்ன தேதீன்னு கேட்டுத் தெரிஞ்சுக்கிடனும்' என்று அவருக்கே உரித்தான பாணியில் மிகைப்படுத்திச் சொல்வார்.

'லபலபன்னு காத்து அடிக்கும் இல்லையா?' என்று ஊடே ஒருவன் அவர் வாயைக் கிண்டிவைப்பான்.

'காத்துன்னு சொல்லாதே டேய்; மந்தமாருதம்னு சொல்லு' என்பார் ஆசான். 'ஆஹா, என்னன்னு அடிக்கும்! வெண்பட்டை மேலே போட்டு இளுத்தால இருக்குமே; முல்லைப் பூவைக் கூடை கூடையாட்டுக் கவிழ்த்தால இருக்குமே' என்றெல்லாம் உவமைகளை வாரியிறைத்து வருணிக்க ஆரம்பித்துவிடுவார்.

வெயில் வான முகடேறி நின்று செங்குத்தாய்த் தாக்குகிற வேளைகளிலும், கொஞ்சம் இரவை இழக்காமல் கெட்டிக்காரத்தனமாய்ப் பிடித்துக்கொள்ளும் காற்றாடி மரத்தோப்பைப் பற்றியெல்லாம் தாமோதர ஆசான் சொல்லித்தான் நாங்கள் தெரிந்துகொண்டோம்.

தன்னுடைய சிறு பிராயத்திலேயே அந்த இடம் தோப்பாகத்தான் இருந்தது என்று எங்களிடம் சொன்னார் தாமோதர ஆசான். இடைவெளி அதிகமின்றி மரங்கள் அங்கு இயற்கையாகவே வளர்ந்தோங்கினவா அல்லது மனித முயற்சியின் விளைவா என்பதை ஆசானால் சொல்ல முடியவில்லை. தூண்டித் துளைத்துக் கேட்டபொழுது தெரியாது என்று எந்தக் கேள்விக்குத்தான் பதில் சொல்லியிருக்கிறார் அவர்! ‘அதெப்பத்தி நமக்கு என்ன டேய்? மூணு சீட்டு விளையாடுதுக்கு ஷோக்கான இடம்’ என்று சொல்லி மழுப்பிவிடுவார். வாஸ்தவம்தான். சுமார் ஐம்பது வருஷங்களாகவே எங்களூரைச் சேர்ந்தவர்களும் சுற்றுவட்டாரத்தைச் சேர்ந்தவர்களுமான மைனர் பிள்ளைகள் அநேகர் தங்களுடைய மன நமைச்சல்களைத் தீர்த்துக்கொள்ள அவசியமான பழக்கவழக்கங்களின் ஆரம்பப் பாடங்களைக் காற்றாடி மரத்தோப்பில்தான் கற்றுக் கொண்டார்கள் என்று சொல்லலாம். மூணு சீட்டு என்ன, உருண்டை என்ன, புட்டிகள் என்ன, கொக்கோக உபந்நியாசங்கள் என்ன, வாத்சாயன சூத்திர விரிவுரைகள் என்ன, இன்னும் ரகசிய நோய்களின் கூறுகள், நிவாரணம், பழைய கூத்திகள் புராணம் – இவற்றையெல்லாம் தோப்பில் நின்ற காற்றாடிமரம் ஒவ்வொன்றும் மௌனசாட்சியாக நின்று கண்ணால் கண்டும் காதால் கேட்டும் தெரிந்துகொண்ட விஷயங்கள் தாம். இயற்கையின் ஆணையை வாழ்வின் கோலமாக விரித்திருக்கும் அந்த எளிய ஜீவிகளுக்கு மனிதனின் மனவிகாரமும் ஆசைகளின் அனந்த கோடி சாகைகளும் வக்ரங்களும் பயத்தையும் திக்பிரமையையும் ஏற்படுத்தியிருக்கக் கூடும்.

காலை வெயிலேற வந்து சேரும் மாடுமேய்ச்சிப் பையன்கள் எருமை மந்தையைப் புளிக்குளத்தில் தள்ளிவிட்டு காற்றாடி மரத்தோப்புக்குள் புகுந்து தோப்பையே இரண்டுபட அடிப்பார்கள் என்றார் தாமோதர ஆசான். முக்கியமாக அவர்கள் அந்நாட்களில் மரக்குரங்கு விளையாடுவார்களாம். மாடு மேய்ச்சிச் சிறுவர்களின் உள்ளங்கைகள் உராய்ந்து மரக்கிளைகளில் வழவழப்பேறுகிறபொழுது, அவர்களுடைய கைகளோ காய்த்து வெடித்து மரக்கிளைகள்போல் சொரசொரப்பேறி விடுமென்று தன்மை நவிற்சியுடன்

வருணித்தார் ஆசான். கிளைக்குக் கிளையும், மரத்துக்கு மரமும் தாவித் தாவி வந்ததில் சிறுவர்களுக்கு நாளாவட்டத்தில் அந்தரத்தில் மனசுக்கு ரொம்பவும் இசைவான ஒரு சஞ்சார மார்க்கம் கூடிவிட்டது என்றும், கண்ணை மூடிக்கொண்டு குதிக்கிற இடங்களிலும் வாகான கிளைகள் முளைத்து அவர்களை ஏந்தி எடுத்துக் கொள்ளுமென்றும் ஆசான் தன்னுடைய பாணியில் சொன்னது நினைவுக்கு வருகிறது.

மரக்குரங்கு அலுத்துவிட்டால் குழிப்பந்து, அல்லது குஷி பிய்த்துக் கொண்டு கிளம்பிவிட்டால் சில சமயம் அரைத் துண்டை அவிழ்த்து மரத்தடியில் வீசியெறிந்து விட்டுப் புழுதி மண்ணில் கட்டிப்பிடித்து குஸ்திபோட்டு உருளுவார்களாம். நாணம் என்பதெல்லாம் பிறருடைய பார்வைக்குத்தானே! அந்த இடமும் சரி, பரஸ்பரம் அவர்கள் கொண்டிருந்த உறவுகளும் சரி, சம்பிரதாய நாணத்தை அவ்வளவாக வற்புறுத்தக் கூடியதுமல்ல. வசைகளை மனம்போனபோக்கில் வாய்விட்டுக் கத்தவும், கற்பனையும் பதச்சேர்க்கையில் ஆசையுமிருந்தால் ஒன்றிலிருந்து மற்றொன்றாகப் புதிய வசைகளை உற்பத்திச் செய்யவோ அவற்றை நூதனமான தினுசுகளில் உச்சரித்துத் திருப்தி தேடிக்கொள்ளவோ செய்யலாம். இனவிருத்தியின் புதிர் பிஞ்சு உள்ளங்களில் குறுகுறுப்பது இயற்கைதானே! அவ்வப்போது அவர்கள் மத்தியிலிருந்தே குருக்கள் தோன்றி ரசமாகவும் தெளிவாகவும் சிருஷ்டி முடிச்சை அவிழ்த்துக் குழந்தைகளின் அஞ்ஞானத்தை அகற்றி வந்தார்கள். இதேபோல் அவர்களுக்கு இன்னும் எத்தனையோ சந்தேகங்கள். பல குழந்தைகளுக்கு எண்ணற்ற புதிர்கள் காற்றாடி மரத்தோப்பில்தான் அவிழ்ந்தன என்று சொல்ல வேண்டும். ஞானப் பரிவர்த்தனைக்கு எப்பொழுதுமே அவசியமான அமைதியான சூழ்நிலை அங்கு நிலவிவந்தது ஒரு சௌகரியம்தான். ஒரு விதத்தில் காற்றாடி மரத்தோப்பு அழிக்கப்பட்ட தினத்தை எங்களூரில் மிஞ்சியிருந்த கடைசி ஏகாந்தம் அழிந்த தினமாகவும் சொல்லலாம்.

காற்றாடி மரத்தோப்பைப் பற்றிய பழைய விஷயங்களை யெல்லாம் எங்களுக்குச் சொன்ன ஆசான், தோப்பு நகரப் பூங்காவாக உருமாறிய அற்புதமான காட்சியை அல்லது கோரமான காட்சியைக் காணக் காத்துக்கொண்டிருக்காமல் விடைபெற்றுக்கொண்டுவிட்டார். ஆனால் அந்தச் சந்தர்ப்பம் எனக்கு வாய்த்தது.

காற்றாடி மரங்கள் ஒன்றன்பின் ஒன்றாகச் சரிந்து மண்ணில் விழுந்த காட்சியை ஒதுங்கி நின்று வேடிக்கை பார்த்தது இப்பொழுது கூடப் பசுமையாக என் நினைவில் தங்கி நிற்கிறது. எனது சகபாடியும் அருமை நண்பனுமான

சக்ரபாணிராவுதான் தகவல் தந்து வலுக்கட்டாயமாக என்னை இழுத்துக்கொண்டுபோய்க் காண்பித்தான்.

அடி மரம் அலற, மரங்கள் ஒன்றன்பின் ஒன்றாகச் சாயும். கிளைகள் தரையில் மோதி நொறுங்கும் அதிர்ச்சியில் மரம் மேலே சற்று எம்பி உயர்ந்து மீண்டும் தொப்பென்று விழுந்து சரியும். பாரதப் போர் முடிந்த குருக்ஷேத்திரம் மாதிரி பிணக்காடாய்க் காட்சி அளித்தது தோப்பு. தனிமரம் ஒவ்வொன்றும் விழுந்து கிடந்த அவலம் வைதவ்யம் பூண்ட அன்று விதவை ஒருத்தி விழுந்து கிடக்கும் அவலத்தையே நினைப்பூட்டிற்று எனக்கு. நின்று வேடிக்கை பார்த்துக்கொண்டிருந்தபொழுதே ஒரு பக்கம் சங்கடமாகவும் இருந்தது.

காற்றாடி மரத்தோப்பு நகரப் பூங்காவாக உருமாறிய காலம் தாமோதர ஆசானின் பழைய காலம் அல்ல. புளியமர ஜங்ஷன் திமிலோகப்பட்டுக்கொண்டிருந்த காலம் அது. புளிக் குளம் மறைந்து, சுற்றி வர பஜாரும், தெற்கே பஸ் ஸ்டாண்டும் முளைத்துவிட்ட காலம் அது. வாகனாதிகளின் பேரிரைச்சலும், ஜன நெரிசலும் அல்லோலகல்லோலப்பட்டுக் கொண்டிருந்த காலம் அது. அந்த நவநாகரிகமான சூழ்நிலையின் மத்தியில் காற்றாடி மரத்தோப்பின் தோற்றம் பலருக்குக் கல்லூரி மாணவியின் தலையில் தவறுதலாகச் சூட்டப்பட்ட ராக்கொடி மாதிரி சர்வ ஆபாசமாகப்பட்டிருக்கலாம். 'இந்தக் காற்றாடி மரத்தோப்பு மட்டும் இங்கில்லாத வரையிலும்' என்று கற்பனை செய்து மகிழும் அழகுணர்ச்சியைக் காலம் அதற்குள் உருவாக்கி விட்டிருந்தது என்றுதான் சொல்ல வேண்டும்.

பலருடைய கண்களையும் உறுத்திய பாவத்தைக் காற்றாடி மரத்தோப்பு கட்டிக்கொண்டது உண்மையானால், அந்தக் குறையை பகிரங்கமாகப் பிரகடனம் செய்த பெருமை முனிசிப்பல் தலைவர் எஃப். எக்ஸ். ஃபர்ணாண்டஸையே சாரும். தோப்பை அழித்து அங்கு ஒரு நவீனப் பூங்கா உருவாக்குதே முதல் பணி என்று தனது தேர்தல் வெற்றியைப் பாராட்டும் முகமாய் நடைபெற்ற கூட்டத்தில் அவர் சொன்னபோது பொதுமக்கள் அதை ஆமோதித்துக் கரகோஷம் செய்தார்கள். எங்கள் ஊரை ஒரு நவநாகரிகப் பட்டணமாக மாற்றுவதற்கான அவருடைய நீண்ட விரிவான திட்டத்தின் முதல் அம்சம் அது என்றும் அவர் பிரஸ்தாபித்தார்.

முனிசிபல் தலைவர் எஃப். எக்ஸ். ஃபர்ணாண்டஸின் செயல்முறைச் சாமர்த்தியத்தில் தோப்பு அழிந்து நவீனப் பூங்கா உருவாயிற்று. பொதுமக்கள் உள்ளங்களில் என்றும் அழியாத நினைவுச் சின்னத்தை ஏற்படுத்திக்கொண்டார் அவர்.

காற்றாடி மரத்தோப்பு அழிக்கப்பட்ட நாட்களில் அதைப் பார்த்துக்கொண்டிருந்த எனக்கு அடிக்கடி தாமோதர ஆசானின் ஞாபகம் வந்துகொண்டேயிருந்தது. பல வருடங்களுக்கு முன்னால் வெட்டப்பட இருந்த ஒற்றைப் புளியமரம் தனது மதியூகத்தால் காப்பாற்றப்பட்டு விட்டதைத் தனது ஜென்ம சாதனையாக வருணித்து மகிழ்ந்தவர் அவர். நூற்றுக்கணக்கான கோடரிகள் ஏக காலத்தில் விழுந்து நிமிடத்துக்கு ஒன்றாக மரங்கள் சாய்ந்து விழும் காட்சியைத் தம் கண்ணால் காண நேர்ந்திருந்தால் அவர் மனம் என்ன பாடுபட்டிருக்குமோ! முன்போல் தனிமனிதனின் புறப்பாடா என்ன இது? ஒரு ஆட்சியின் தலைமைப் பீடம் பிறப்பித்திருக்கும் ஆணையல்லவா! மக்களால் மக்களுக்காகவே தேர்ந்தெடுக்கப்பட்ட தலைமைப் பீடம் ஆயிற்றே இது! ஒவ்வொரு தனிமனிதனின் நாடித் துடிப்பும் உள்ளார்ந்து உறைந்துகிடக்கும் தலைமைப் பீடம். அப்படியானால் யார் யாரை எதிர்க்க முடியும்? இருந்தாலும் ஆசான் மட்டும் உயிரோடிருந்தால், காலம் பூண்டுள்ள கோலங்களை உணராமல், தார்பாய்ச்சிக் கட்டிக்கொண்டு அன்றும் வந்து சேர்ந்திருந்தால் ஆச்சரியப்படுவதற்கில்லை. ஆனால் இன்றோ ஒரு சாதாரண இளைஞன் எழுப்பும் சாதாரணக் கேள்வியின் முன் ஆசானின் பெத்தம் பெரிய தந்திரங்களும், ஒரு முழம் சவடால்தனமும் கலகலத்துப் போய்விடாதா? 'தாமோதர ஆசானே, உமக்கு காற்றாடி மரத்தோப்பு அழிக்கப்படுவதில் விருப்பமில்லையென்றால், அடுத்த தேர்தலில் நின்று வெற்றி பெற்றுப் பூங்காவை அழித்துப் பழையபடி தோப்பாக மாற்றச் சகல உரிமைகளும் சுதந்திரமும் உமக்கு அளிக்கப்பட்டிருக்கிறது...' என்று ஆரம்பித்து அந்த இளைஞன் பேசிக் கொண்டு போகிறபொழுது, என்ன பதில் சொல்ல முடியும் தாமோதர ஆசானால்? வாய் கட்டிப்போய்விடாதா அவருக்கு! அப்படியே அவர் அவனிடம் விருதாச் சண்டைக்குச் சென்றாலும் பேசப்பேச ஆசானுடைய பழமைப் புத்தியும் பத்தாம்பசலிக் கொள்கைகளும் அம்பலமாவதைத் தவிர வேறு என்ன லாபம் ஏற்படக்கூடும்? எவ்வளவுதான் புத்திசாலியாக இருக்கட்டுமே ஆசான்! அவரால் இந்த இளைஞனுடைய பாஷையைப் புரிந்து கொள்ள முடியுமா? கடைசியில் ஆசானுடைய மூளைக்கு ஒரு விஷயம் தட்டுப்பட்டுவிடும். அன்று லாண்டரிக்காரன் சோசப்பு துணிகளுக்குப் பெட்டி போட்டபடி கட்டியம் கூறிக் கொண்டிருந்த நாட்கள் வந்து சேர்ந்துவிட்டன என்பது மட்டும் அவருக்குக் கட்டாயம் புரிந்துவிடும். போகிறபோக்கில் இரண்டு பிடி மண்ணை வேண்டுமென்றால் அள்ளிப்போட்டு வாயார வைது, ஆங்காரத்திற்கு அற்பசாந்தி தேடிக்கொள்ளலாம்.

தாமோதர ஆசான் அவருடைய நாட்களிலேயே விடைபெற்றுக் கொண்டுவிட்டது ரொம்பவும் நல்லதாய்ப் போயிற்று.

இருந்தாலும் தாமோதர ஆசானின் மறைவோடு அவருடைய பார்வையும் இந்த உலகத்தைவிட்டு மறைந்துவிட்டது என்று சொல்வதற்கில்லை.

ஒரு சம்பவம் நினைவுக்கு வருகிறது.

மரங்கள் விழுந்து சாய்வதை திக்பிரமை பிடித்தவர்போல் பார்த்துக் கொண்டிருந்த ஒரு வயோதிக நாடார் திடீரென்று தன்னருகே நின்றிருந்த இளைஞனின் தோள்பட்டையைத் தொட்டு, 'தம்பி, எதுக்குடேய் மரத்தெ வெட்டிச் சாய்க்கிறாங்க?' என்று கேட்டார்.

70 சுந்தர ராமசாமி

நான் பக்கத்தில்தான் நின்றுகொண்டிருந்தேன்.

'செடி வெக்கப் போறாங்க' என்று பதில் சொன்னான் இளைஞன்.

'எதுக்குடேய் செடி வெக்கப் போறாங்க?' என்று கேட்டார் வயோதிக நாடார்.

'காத்துக்கு' என்றான் இளைஞன்.

'மரத்தெக் காட்டிலும் செடியாடேய் கூடுதல் காத்துத் தரும்?' என்று கேட்டார் வயோதிக நாடார்.

'அளகுக்கு' என்று இளைஞன் தனது பதிலைத் திருத்திக் கொண்டான்.

'செடிதான் அளகாட்டு இருக்குமோ?'

'உம்.'

'செடி மரமாயுடாதோவ்?'

இளைஞன் கிழவர் முகத்தைப் பார்த்தான். பொறுமை யிழந்து, 'மரமாட்டு வளராத செடிதான் வைப்பாங்க. இல்லை, வெட்டிவெட்டி விடுவாங்க' என்றான்.

'வெட்டிவெட்டி விடுவாங்களா?'

'ஆமா.'

'அட பயித்தாரப் பயக்களா!' என்றார் கிழவர். தொடர்ந்து சில நயமான பச்சை வசைகளை உதிர்க்கவும் ஆரம்பித்தார். ஆங்காரம் அக்ஷர சுத்தத்திலும் அழுத்தமான உச்சரிப்பிலும் நன்றாக வெளிப்பட்டது. உலகம் அழிவை நோக்கி உருண்டு கொண்டிருக்கிறது என்ற தன்னுடைய முடிவை வற்புறுத்த மேலும் ஒரு உதாரணம் கிடைத்துவிட்ட சந்தோஷம் வயோதிக நாடாரின் முகத்தில் நன்றாகப் பிரதிபலித்தது. அன்று அவருடைய கேள்விகளிலும் அக்ஷர சுத்தமான வசையிலும் தாமோதர ஆசானுடைய முகத்தைத்தான் நான் கண்டேன். நாடாருடைய முகம் முற்றிலும் வித்தியாசமானதுதான். ஆனால், சிறிதும் சந்தேகமில்லை, குரல் ஆசானுடையதே.

அப்படியானால் கடைசிவரையிலும் இவர்களுடைய முணுமுணுப்பும் பின்னாலிருந்து எழுந்துகொண்டுதான் இருக்கும் போலிருக்கிறது. ரொம்பவும் அனாதியான முணு முணுப்புத்தானே இது. இந்த முணுமுணுப்பை நின்று கேட்க, ஓடும் உலகம் என்றாவது அக்கறை செலுத்தியதுண்டா? காலத்தின் ரகசிய அறைகளில் சுருள் விரியும் புரட்சிக்

கோலங்கள் எல்லோரையும் பின்தங்க அடித்துவிடும் போலிருக்கிறது. புரட்சிவாதியும் காலத்தின் வேகத்தில் பின்தங்கி, புதிய புரட்சிவாதிகளின் கேலிக்கும் கிண்டலுக்கும் ஆளாகிச் சாகிறான். இருந்தாலும் காற்றின் வேகத்துக்கு அனுசரணையாகச் சிறுவன் பரம உற்சாகத்தோடு நூலை சரசரவென்று விட்டுக் கொடுக்கிறபொழுது தனது பாரத்தால் கொஞ்சம் கீழே இழுக்கும் வால்தான் பட்டத்தைக் கரணம் அடிக்கவிடாமல் காப்பாற்றுகிறது என்று தோன்றுகிறது.

சரிந்து விழும் மரங்கள் காலியாக்கும் இடத்தை லபக்லபக்கென்று சூரிய ஒளி பிடித்துக்கொண்டு முழுப் பிரகாசத்துடன் ஜொலிக்கிறது. தோப்பை அண்டிக்கிடந்த இருள் இப்பொழுது போன இடம் தெரியவில்லை. கண் ரொம்பவும் கூசுகிறது. ஆயிரம் பந்தல் பிரித்தது போலவும் அங்கு மட்டும் வெள்ளி உருகி மழையாய்ப் பெய்வது போலவும் பார்வை கூசும்படி ஒளிர்கிறது.

வேலைகள் தொடர்ந்து அதி துரிதமாக நடந்தேறுகின்றன. ஆண்களும் பெண்களும் நூற்றுக்கணக்கானவர்கள் நின்று வேலை செய்கிறார்கள். தஞ்சாவூர்க்கார இளைஞன் வந்து சேர்ந்து பதவியையும் ஏற்றுக்கொண்டுவிட்டான். பூங்காவனக் கலையை அயல்நாட்டில் சென்று படித்துத் திரும்பியவன் அவன். அவனுக்கு இரண்டு ஆண்டுகளுக்கு ஒப்பந்தமாயிருந்த சம்பளத் தொகை எங்களுடைய ஏழை முனிசிபாலிடியைப் பொறுத்தவரை கௌபீனத்தை அவிழ்த்துத் தலைப்பாகை கட்டிக்கொள்ளும் காரியம் என்பது ஒருபுறமிருக்க, வலுவான சிபார்சுகளின் பேரில்தான் இத்தாலியை நோக்கிப் புறப்பட்டுக் கொண்டிருந்த அவன், தனது சேவகத்தை எங்களுக்கு அளிக்க ஒப்புக்கொண்டான் என்றும் கூறப்பட்டது. அவனுடைய மேற்பார்வையில்தான் வேலைகள் நடந்தேறின. புழுதி மண்ணை அகற்றித் தரையைச் சமமட்டமாக்கிக் களிமண் பரப்பி நெடுகிலும் புல் நட்டார்கள். பாத்தி பிடித்து விட்டார்கள். நடமாட்டத்துக்கு வளைந்து செல்லும் பாதைகள் அமைத்தார்கள். பாதையோரங்களில் வண்ணவண்ணமாய்க் குட்டைச் செடிகள் பாரா நின்றன. கம்பி வளைவுகளை எழுப்பிக் கொடிகளைப் படரவிட்டார்கள். அபூர்வமான செடிகளும் கொடிகளும் வரவழைக்கப்பட்டன. அக்கரைச் சீமைகளிலிருந்துகூட சில அபூர்வ தினுசுகள் வந்து சேர்ந்தன. ரோஜா, பிச்சி, முல்லை, இருவாட்சி, மல்லிகை போன்ற சாதாரணங்களுக்கு இடமளிக்கப் படவில்லை. பூக்கும் இனங்கள் பரிபூரண பகிஷ்கரிப்புக்கு ஆளாகிவிட்டதாக எண்ண வேண்டியிருந்தது

பூங்காவின் மத்திய பிந்துவில் அலங்காரக் குளமொன்று அமைத்தார்கள். அதன் வடிவமே நூதனமாக இருந்தது. அதன் வடிவத்திற்கு இயற்கைப் பொருள் ஒன்றை உவமை கூறிவிட முடியாத நூதனத் தன்மையே அதன் அழகின் அடிப்படை என்று தோன்றிற்று. அலங்காரக் குளத்தில் ரப்பர் வாத்துக்கள் மிதந்து சென்றன. ரப்பர் வாத்துக்கள்தான் உண்மையான வாத்தைவிடவும் எவ்வளவு அழகாக இருக்கின்றன! குளத்தில் மீன்களும் வளர்க்கப்பட்டன. அலங்காரக் குளம் பாசி படராது அன்றாடம் சுத்தம் செய்யப்பட்டதாலும் யாரும் குளத்துக்குள் கோழை துப்பிவிடாமல் கண்காணிக்க சிப்பந்தி அமர்த்தப் பட்டிருந்ததாலும் மீன்களுக்குக் காலையிலும் மாலையிலும் டின் உணவு போடப்பட்டது.

பூங்காவின் ஒரு பகுதியில் ஒரு சிறு மிருகக்காட்சிசாலை முளைத்தது. யானையும் கரடியும் மயிலும் மானும் அங்குக் காட்சி தந்தன. என்ன துல்லியமான வடிவங்கள்! எல்லாம் ஒரே பச்சை நிறம். தடித்த சட்டம் போட்ட மூக்குக் கண்ணாடியும், படிய வாரிவிடப்பட்ட அடர்த்திக் கேசமும், நீள வெள்ளை நிஜாரும் அணிந்த இளைஞன் – அந்தத் தஞ்சாவூர்க்காரன் – தனது கையிலிருக்கும் தோல் அட்டைபோட்ட கனமான புத்தகத்தை அடிக்கடி புரட்டிப்பார்த்து ஏவி வர, ராட்சசக் கத்தரிகளைத் தூக்கிக்கொண்டு நிற்கும் வேலையாட்கள், இளைஞன் சுட்டும் இடங்களைக் கத்தரித்துவிடுகிறார்கள். இளைஞன், அண்டையில் நெருங்கியும், தொலைவில் விலகியும் நேர் எதிராக நின்றும், பக்கவாட்டுகளில் ஒதுங்கி வலது காலை மடக்கி முட்டுக் குத்தியும், கண்ணை இடுக்கியும், தோல் பைண்டு போட்ட புத்தகத்தை அடிக்கடிப் புரட்டியும் ராட்சசக் கத்தரிகளை ஏந்திக்கொண்டிருப்பவர்களை ஏவிய வண்ணமாய் இருக்கிறான். அன்றாடம் மிகவும் நுட்பமான மேற்பார்வை தேவைப்படுகிறது. அவன் கண் தப்பினால் பிடி கொம்பு முளைத்துக் களிறாகிவிடும். மான் சதை போட்டு உப்பி விடவோ, வாத்து தோகை விரித்து ஆடவோ, இதுபோல் வேறு அனர்த்தங்கள் நிகழ்ந்துவிடவோ கூடும். அழகு திட்டமிட்டபடி உருவாகாமல் எல்லாம் பாழ்பட்டுப் போய்விடக்கூடும்.

எங்களூர் நவீனப் பூங்காவில் தஞ்சாவூர்க்கார இளைஞன் அவனுடைய அத்தனை சாகசங்களையும் செய்துகாட்டினான் என்று ஞாபகம். செடிகளில் அவன் கட்டளையிட்ட நிறத்தில் பூக்கள் மலர்ந்தன. நீளும் கொடிகள் அவன் கைவண்ணத்தில் சுருள்சுருளாகச் செய்தான். குறுகிய செடிகளிலும் அவன் விருப்பம்போல் இலைகள் நீண்டு தொங்கச் செய்தான்.

விஞ்ஞானத் தாரை அவன் பிரும்மாவின் முகத்தில் முடிந்த மட்டும் வாரிப் பூசி எல்லோரையும் திகைக்க அடித்தான்.

நவீனப் பூங்காவின் மற்றொரு மூலையில் ரேடியோ அலறிக்கொண்டிருந்தது. மாலைகளில் அங்கு வந்து சேர்ந்து வம்பு பேசுகிறவர்களுக்கு ஆரம்பகாலத்தில் ரேடியோ சங்கீதம் மிக இடைஞ்சலாக இருந்திருக்கலாம். பின்னால் அவர்களுக்கு இது மிகவும் பழக்கப்பட்டு வம்புக் கச்சேரிக்கு அவசியமான ஒரு பின்னணி இசையாகிவிட்டது. மாலை வேளைகளில் புல்தரைகளிலும் பெஞ்சுகளிலும் உட்கார இடம் இல்லாதபடி கூட்டம் வந்துசேர்கிறது. ஆடவரும் பெண்களும் வந்துசேர்கிறார்கள். காதலர்களை அபூர்வமாகத்தான் காண முடிகிறது. ஆனால் புதுமணத் தம்பதிகள் கல்யாணம் முடிந்த வாரத்திலேயே அநேகமாக அங்கு வந்துவிடுகிறார்கள். இனிமேல் கிட்டாது என்ற முன்னுணர்வுடன் அவர்கள் முதல் வாரங்களை அவசரமாக அனுபவிக்கத் தேடியலையும் இடங்களில் பூங்காவும் இடம்பெறுகிறது. கவிழ்ந்து படுத்து, தாடையில் இடது கையூன்றி, உள்ளங்கால்களை நட்சத்திர மண்டலத்துக்குக் காட்டியபடி மேலே தூக்கி, காதலன் முகம் நோக்கிப் புன்னகைகள் பூத்தும், நாணத்தின் செம்பூச்சு முகத்தில் படரச் சற்றைக்கொருதரம் இமைகள் தாழ்த்திப் பார்வையைப் புல்தரையில் பதித்தும், தோள் குலுங்க முதுகு அதிர கலகலவென்று நகைத்தும் அவர்கள் சல்லாபிக்கிற அழகுக்கு ஈடு சொல்ல ஏதுமில்லை என்றே படுகிறது. சில சமயம் அவர்கள் வலது கையை முன்னால் நீட்டி அதன்மீது தலைசாய்த்து, சோர்வுற்ற பாவனையில் போதை ஏறிய விழிகளைச் சுருக்கி ஒயிலாய்ச் சரிந்துவிழுகிற பொழுது நவீன சலனங்களில் மிளிரும் பெண்மையின் காந்தி மனசைச் சொக்கடித்துவிடுகிறது. சராசரிப் பெண்மை இது போல் நளினமான சலனங்களை இதற்கு முன் எப்பொழுதும் சாத்தியமாக்கிக் கொண்டதாகத் தெரியவில்லை. சில சமயம் முந்தானைகள் நவீன மோஸ்தரில் விலகிக் கிடக்கின்றன. எடுத்து இடது தோள் நுனியில் இழுத்துவிட இழுத்துவிட மீண்டும் மீண்டும் நழுவி விழும் இந்த முந்தானைகளின் குறும்பை என்னவென்று சொல்ல! சிறுவர்களும் சிறுமிகளும் சுண்டல், பொரிகடலை, பட்டாணிக்கடலை, நிலக்கடலை விற்கிறார்கள். ஆடவர் வாயில் பெண்டிர் புகையேற்றி மகிழ்கிறார்கள். கண்ணாடி ஜம்பர் வழியாகத் தோள்பட்டைகளிலும் விசாலமான முதுகுகளிலும் தூக்கலாக முனைக்கும் நாடாக்கள் பார்வையை வெட்டி இழுத்துக்கொண்டிருக்கின்றன. கடைக்கண் வீச்சுக்களில் சில கொடூரப் பாங்குகள் மனசை அப்படியே அலையாய்ச் சுருட்டிப் பாறையில் மோதிக் கண்ணாடித் துகள்களாகச் சிதற

அடிக்கின்றன. அந்த நிமிஷ சன்மார்க்க உறுத்தலின் முகத்தில் காறி உமிழத் தோன்றுகிறது.

அலங்காரக் குளத்தைச் சுற்றிவரப் போட்டிருக்கும் பெஞ்சுகளில் பென்ஷன் பெற்றவர்கள் மட்டும்தான் அமரலாம் என்று சட்டம் இல்லை. போர்டுகூட எழுதி மாட்டப்படவில்லை. ஆனால் நாள்பட்ட பழக்கத்தில் அந்த இடம் வயோதிகத்திற்கு அனுபவ பாத்தியதையாகப் பட்டாப் பதிந்துவிட்டது போலும். அங்கு நரைத்த குடைகளும் கைத்தடிகளும் பெஞ்சோரங்களி லிருந்து நழுவி விழுந்து கொண்டிருக்கின்றன. அந்த இடமே – பெஞ்சுகளும் செடிகளும் கொடிகளும் குழாய் விளக்குகளும் அலங்காரக் குளமும்கூட – மூப்பெய்திவிட்டதாகவே தோன்று கிறது. சிரிப்புக்களில் பொய்ப்பற்களின் அழகு வரிசை அருவருப்பூட்டுகிறது. சீதோஷ்ண நிலைபற்றிக் குறைபட்டுக் கொள்வதற்கும் ஒரு முடிவு, முற்றுப்புள்ளி கிடையாதா! காற்றும் மழையும், தென்றலும் தூற்றலும், பனியும் வெயிலும், குளிரும் வாடையும் ஆகாது என்றால் யார்தான் என்ன செய்ய முடியும்? கடலோரங்களில் மழை பெய்யலாம் என்று வானிலை ஹேஷ்யம் அறிவிக்கப்படுகிற நிமிஷங்களிலேயே பலருக்குத் தும்மல் போட்டுவிடுகிறதே! பஜார் சிமிண்டு ரோடு வழி ஹாரனை முழக்கிக் கொண்டு யந்திர வாகனாதிகள் பாய்கையில், அவர்கள் மிகுந்த இம்சைக்கு ஆளாகி முகத்தைச் சுளித்து வெறுப்புக் காட்டுகிறார்கள். இவ்வுலக சக்திகள் அனைத்தும் அவர்களை வேதனைப்படுத்தச் சதி செய்து வருவதாகவே அவர்களுக்குப் படுகிறது. நிரபராத முகங்களுடன் அவர்கள் கல் மனசு நெகிழும்படி சுற்றும்முற்றும் பார்க்கிறார்கள். கலி, கலி என்று அடிக்கடி அலுத்துக்கொள்கிறார்கள். பூங்கா வழி செல்லும் நவீன யுவதிகளை அவர்கள் கூர்ந்து கவனிக்கிறார்கள். பெண்ணும், பின்னால் பெண்மையும் அம்பலமாகிவிட்ட அநியாயத்தை விமர்சித்து முணுமுணுத்துக் கொள்கிறார்கள். கார்களும் லாரிகளும் தூம படலத்தைக் கிளப்பிவிட்டுப் போகையில், ரத்தம் வற்றிச் சுண்டிக் காய்ந்துபோன விரல்களால் மெல்லிய வெள்ளை அங்கவஸ்திரத்தை அவசரமாக இழுத்து மூக்கையும் வாயையும் பொத்திக்கொள்கிறார்கள். தூசி தணிந்ததும் எரிச்சலுடன் பொடி போட்டுக் கொள்கிறார்கள். முன்னாட்களில் உலகம் சீராகச் சுற்றிக் கொண்டிருந்த அழகைப் பரஸ்பரம் நினைவூட்டிப் பழைய கால நினைவுகளில் அழுந்திப் போய்விடுகிறார்கள். ஆங்கிலப் பத்திரிகையின் ஆசிரியர் பகுதிக்கு அவர்களில் எவரேனும் எழுதிய கடிதம் வெளியாகிற நாட்களில் அது சம்பந்தமான சர்ச்சைகளில் சளைக்காமல் ஈடுபடுகிறார்கள்.

மாலை வேளைகளில் அவர்கள் ஒன்றுபடுகிறபொழுது பரஸ்பரம் உடல்நிலை குறித்து விசாரித்துக்கொள்கிறார்கள். நாள் செல்லச் செல்லப் பத்திய உணவின் பட்டியல் விரிந்து கொண்டே போகிறது அவர்களுக்கு. தங்கள் பட்டியலைப் பிறருடைய பட்டியலோடு ஒப்பிட்டுப் பார்த்துப் பொறாமைப் படுகிறார்கள்; அல்லது சந்தோஷப்படுகிறார்கள். சமதர்ம சந்தோஷம் அளிப்பது கடவுளால் சாத்தியமில்லையென்றால் பாரபட்சம் காட்டாமல் துன்பப்படுத்திவிட்டாலும் போது மென்று அவர்களுக்குத் தோன்றுகிறது. தற்போதைய அனுபவ அறிவோடு பாலியம் திரும்பி வாழ்க்கை ஆரம்பித்தால் அது எவ்வளவு மகோன்னதமாக இருக்கும் என்று கற்பனை செய்து பார்க்கிறார்கள். மகத்தான தோல்விகளை மறைக்க, அற்ப வெற்றிகளைப் பறையடித்துக்கொள்ளும் பலஹீனம் பரஸ்பரம் அம்பலமாகி, வெட்ட வெளிச்சமாகிவிடுகிற பொழுது ஒருவர் முகத்தை மற்றொருவர் பார்த்துக்கொள்ளவே வெட்கமாயிருக்கிறது அவர்களுக்கு. இருந்தாலும் அவர்கள் சிரித்துக் கொள்கிறார்கள். உரக்கச் சிரித்தால் இருமல் குறுக்கிட்டு விடுவதால், இருமல் குறுக்கிடாமல் எவ்வளவு தூரம் உரக்கச் சிரிக்க முடியுமோ அவ்வளவு தூரம் உரக்கச் சிரிக்கிறார்கள். நீரிழிவு அல்லது ரத்த அழுத்தம் ஆகிய இரண்டு நோய்களில் குறைந்தபட்சம் ஒன்றினாலாவது பீடிக்கப்படாதவர்களுக்கு அலங்காரக் குளத்தண்டை பெஞ்சுகளில் இருக்கை அளிக்கப் படமாட்டாது என்ற தங்களுடைய பழைய ஹாஸ்யத்தை அடிக்கடி சொல்லி எல்லோரும் சேர்ந்து சிரித்துக்கொள் கிறார்கள். கடவுளின் பயங்கர ஏமாற்றத்துக்குக் குறைந்தபட்சம் அவரிடமிருந்து திடீர் மரணம் எனும் அதிருஷ்டப் பரிசு ஒன்றேனும் லபிக்குமெனில் இழைக்கப்பட்ட துரோகமனைத்தை யும் மறந்து கருணாமூர்த்தியென அவனைப் போற்றச் சித்தமாகி யிருப்பது அவர்கள் பேச்சில் வெளிப்படுகிறது. சகாக்களில் எவருக்கேனும் திடீர் மரணத்துக்குச் சீட்டு விழுகிற பொழுது, 'கடவுளே எனக்கும்' என்று அவர்கள் மனம் நெகிழ்ந்து பிரார்த்தனை செய்கிறார்கள்.

பூங்காவின் ஒரு மூலையில் காந்திஜிக்கு ஒரு ஞாபகார்த்த ஸ்தூபி எழுப்பப்பட்டிருக்கிறது. அவருடைய பொன்மொழிகள் அதில் செந்தமிழில் பொறிக்கப்பட்டிருக்கின்றன. கால் ஜோடணிந்து படியேறிச் செல்வோரைத் தடுக்கவும், ஸ்தூபியின் அடியில் அமர்ந்து புகைபிடிப்போரை எழுப்பியடிப்பதற்கும், முனிசிபாலிட்டி ஒரு சேவகனை நியமித்திருக்கிறது. அவன் காக்கிக் கதர்ச் சட்டை அணிந்தவனாகக் காட்சி அளிக்கிறான்.

புல்தரையிலிருந்து ஆங்கிலப்பட விமர்சனங்களும், தமிழ்ப் பட விமர்சனங்களும் கேட்கின்றன. தரமாகவே பேசிக் கொள்கிறார்கள். உத்தி சம்பந்தமான நுணுக்கங்கள்கூட விரிவாக ஆராயப்படுகின்றன. பிரபல தமிழ் நடிகைக்கு கருச்சிதைவு ஏற்பட்டுவிட்ட செய்தி அன்றைய தினசரிகளின் மாலைப் பதிப்புகளில் வெளியாகி ஒரு பரபரப்பை ஏற்படுத்தி யிருக்கிறது. புல்தரையில் அமர்ந்து சில கல்லூரி மாணவர்கள் இதுபற்றிக் கவலை தெரிவித்துப் பேசிக்கொள்கிறார்கள். பதிலுக்குப் பணம் கட்டி ரத்த கசிவு நின்றுவிட்டதா என்று விசாரித்துத் தந்தி கொடுத்திருக்கிறார்கள். அவர்களில் ஒருவன் தந்தி ஆபீஸ் வாசலிலேயே நிற்க வைக்கப்பட்டிருக்கிறான். சைக்கிளில் அவனுடைய அவசர வருகையை எதிர்பார்த்து அவர்கள் பொறுமையிழந்து சுற்றுமுற்றும் பார்க்கிறார்கள். அவர்களில் வயதில் முதிய இளைஞன், வைத்திய சாஸ்திரத்தின் நவீன அபிவிருத்திகளைத் தனது சகாக்களுக்கு நினைவூட்டி அவர்களை ஆசுவாசப்படுத்தித் தனக்கும் ஆசுவாசம் தேடிக் கொள்கிறான். இரண்டொரு தினங்களுக்கு முன் ஒரு பிரசவ சீனில் அவள் தத்ரூபமாக நடித்ததைத் தொடர்ந்தே இத்தேக உபாதைக்கு ஆளாக நேர்ந்தது என்பதும் அவர்கள் பேச்சி லிருந்து வெளிப்படுகிறது. கவலை காரணமாக இளைஞர் களுக்கு அந்த நிமிஷங்களில் ஒரு தெய்வ பக்தியும் வேதாந்த விசாரமும் ஏற்பட்டு 'உண்மையுணர்ச்சி உள்ளவர்களைக் கடவுள் சோதிப்பது சகஜம்தான்', 'நல்லவர்களுக்குக் கால மில்லை' என்றெல்லாம் பேசத் தலைப்படுகிறார்கள். வாடிய அவர்களுடைய முகங்களைப் பார்க்கிற பொழுது நடிகையின் ரத்த கசிவு நின்றுவிட அந்தரங்க சுத்தியோடு பிரார்த்தனை செய்யவே தோன்றுகிறது.

புல்தரையில் அரசியல் விமர்சனங்கள் காதைத் துளைக் கின்றன. காவி கதர் ஜிப்பாக்களும், அழுக்குக்கரைக் கதர் வேஷ்டிகளும், ஆபாசப் பச்சைக் கரை அங்கவஸ்திரங்களும் கண்களுக்குப் புலனாகின்றன. சம்பாஷணை விவாதமாகி உஷ்ணமேறி சண்டையாக உருமாறுகிறபொழுது கத்தல் பயங்கரமாகக் கேட்கிறது. தலையையும் இரு கைகளையும் ஆட்டியசைத்து, முகம் சர்வவிகாரமாகக் கோண, விழிகள் சிவந்து ஈரங்கசிந்து பிதுங்க, குரலை உயர்த்தி எதிராளியைப் பேச வொட்டாமல் அடித்துக் காமவெறி பிடித்துவிட்ட கடுவன் பூனை மாதிரி பயங்கரமாகக் கத்துகிறார்கள். பஞ்சமம் கருத்தின் திட்பத்துக்கு அறிகுறியாகக் கருதப்படுகிறது போலும். கொச்சை போன இடம் புல் முளைத்துவிட்டது. தினசரிகளின்

தலையங்க பாஷையை எப்பொழுது தங்கள் வாய் கொள்ளும் மட்டும் திணித்துக்கொண்டார்கள் என்பது அவர்களுக்கேனும் தெரியுமோ என்னவோ! கடலைக்காரக் கிழவியிடம் ஒருவர் கடலை வாங்காததற்கு 'கம்மி பட்ஜெட்' என்று காரணம் கூறுகிறபொழுது அவள்கூட அதைச் சாதாரணமாகவே வாங்கிக்கொண்டு நகர்ந்துவிடுகிறாள்.

பூங்காவுக்குள் தினசரிகளின் மாலைப் பதிப்புகள் வெகு வேகமாக விற்றழிகின்றன. கலியின் கோலம் பாஷையாகவும் படமாகவும் அதில் விரிகிறது. முன்பக்கக் கொட்டை எழுத்துகளில் இடம் பிடித்துக்கொள்ளும் ஓடுகாலிகளின் பெருக்கம் மனைவியின் இருப்பை எதிர்பார்த்து வீடு திரும்புவது விவேகமல்ல என்ற எண்ணத்தை ஏற்படுத்துகிறது. செய்திகளை அதிக மனனம் செய்து கொள்ளுகிறவர்கள், நண்பர்கள் வட்டங்களில் விசேஷ கவுரவம் பெறுகிறார்கள். நடமாடும் அந்தச் செய்தி இசைத் தட்டைச் சுழல விட்டு நண்பர்கள் ஆனந்தமாகக் கேட்டு ரசித்துக்கொண்டிருக்கிறார்கள். செய்தி மூட்டைகள் ஞானசிகாமணிகளாகக் கருதப்படுகிறபொழுது, தாங்கள் பெற்றுவிட்ட பட்டத்தைக் காப்பாற்றிக்கொள்ள அவர்கள் மிகுந்த ஆயாசத்துடன் இலவச வாசிப்புச் சாலைகள் தோறும் ஏறியிறங்கிச் செய்திகளைத் தங்களால் முடிந்த மட்டும் மூளைக்குள் திணித்துக் கொள்கிறார்கள். ஒரு கரிச்சான் குருவியை ஒரு நிமிஷம் கூர்ந்து நோக்கவோ, நதியின் மந்தமான கதியில் மனசைப் பறிகொடுக்கவோ, கிளிஞ்சல் தேடிக் கடலோரம் சிறிது தூரம் நடந்து செல்லவோ அவர்களுக்குப் பொழுதில்லை என்று ஆகிவிட்டது.

பேராசிரியர் ஒருவர் கை விரல்களை மறைக்கும் ஜிப்பாவுடனும் கழுத்து வழி முழங்கால் வரையிலும் தொங்கும் அங்கவஸ்திரத்துடனும் பூங்காவுக்குள் நுழைந்து முன்னேறி வருகிறார். நிமிர்ந்த நடை, முகத்தில் வயதுக்கு மீறிய பக்குவத்தின் மந்தம், மேற்பார்வையிடும் கண்கள். இவரைக் கண்டதும் புல்தரையில் அமர்ந்து சிகரெட் பிடித்துக்கொண்டிருக்கும் மாணவர்கள் ஏக காலத்தில் எழுந்து நின்று, ஏக காலத்தில் புகையும் விரல்களை பிருஷ்ட பாகத்தில் மறைத்துக் கொண்டு, வாய்க்குள் அகப்பட்டுவிட்ட புகையை வேர்வைக்கு நெஞ்சில் ஊதிக் கொள்வது போல் மோவாயைத் தணித்துப் பிசிறாக வெளியேற்றி, 'மாலை வணக்கம் ஐயா' என்கிறார்கள். பேராசிரியர் முகம் மலர்கிறது. அவர் தனது விழிகளை அசைக்காமல், மின்சார மேஜை விசிறி மாதிரி முகத்தை அரைவட்டத்தில் இரு முறை திருப்பி, 'புல் தரையில் அமர்ந்து இருக்கின்றீர்களா?' என்று கேட்கிறார்.

'ஆமாம் ஐயா' என்கின்றனர் மாணவர்கள்.

'அருமையான தென்றல் அல்லவா?' என்று வினவுகிறார் பேராசிரியர்.

'ஆமாம் ஐயா. மிகவும் அருமையான தென்றல்' என மாணவர்கள் ஏக காலத்தில் விடை அளிக்கின்றனர்.

பழைய தமிழ்ப் பாடல் ஏதேனும் ஒப்பிக்கப் பேராசிரியர் முனையக் கூடுமோ என்ற சந்தேகம் தட்டுகிறது மாணவர்களுக்கு. அவ்வாறே எண்ணியவர் தனது எண்ணத்தை மாற்றிக் கொண்ட பாவம் முகத்தில் காட்டி, 'நன்று, நன்று, அமருங்கள்' என்று சொல்லிவிட்டுச் சென்றுவிடுகிறார். ஏக காலத்தில் பல பாடல்கள் நினைவுக்கு வந்துவிட்ட சங்கடத்தில் அவர் மாட்டிக்கொண்டு விட்டதாகத் தோன்றுகிறது.

'ஒழிக ஊர்வலங்கள்' வரிசை வரிசையாகச் சென்ற வண்ணமிருக்கின்றன. ஆயிரக்கணக்கானவர்கள் ஏக காலத்தில் அடி வயிற்றை எக்கிக் கொண்டு 'ஒழிக! ஒழிக!' என்று கத்திக் கொண்டு செல்கிறார்கள். ஒரு மகத்தான கூட்டு ரத்த வாந்திக்குப் பின் வீர மரணம் எய்த அவர்கள் கங்கணம்கட்டிப் புறப்பட்டு வருவதாகத் தோன்றுகிறது. சிமிண்டு ரோட்டில் ஒழிக கோஷம் எழுந்ததும் பூங்காவின் புல்தரையில் அமர்ந்திருப்பவர்கள்

ஒரு புளியமரத்தின் கதை

அவசரமாக எழுந்தோடி ரோட்டோரம் சென்று வேடிக்கை பார்த்துவிட்டு வருகிறார்கள். காலிமனைகளை நோக்கி ஊர்வலங்கள் நகர்கின்றன. பொதுமக்களும் அவர்களுக்கு விருப்பமான திடல்கள் நோக்கி விரைகிறார்கள். அகவிலை ஏறிக் கிடக்கும் இந்நாட்களில் பொழுதுபோக்குகளில் இது ஒன்றே ஓசியாகயிருக்க, நல்ல சொற்பொழிவு ஒன்றைக் கேட்டால் ஒரு சீனியர் வித்வானின் ராகம், தானம், பல்லவி முழுக் கச்சேரி கேட்ட திருப்தியும் ஏற்படுகிறது. பேச ஆரம்பித்து நூறு வருஷங்கள் வரையிலும் ஆகிவிட்டதால், தேவதாசி பரம்பரையில் பூப்பெய்திய குட்டிக்குத் தொழில் நுணுக்கங்கள் படிவது மாதிரி, பிரசங்கிகளுக்கும் தொழில் நுணுக்கங்கள் இயற்கையாகவே படிந்து விடுகின்றன.

ஒலிபெருக்கிகளின் காலம் ஆரம்பமாகிவிட்டது. அரசியல் தலைவர்களும், மதத் தலைவர்களும், இலக்கியவாதிகளும், புரோகிதர்களும், இசை விற்பன்னர்களும் விளம்பரக்காரர்களும் ஒலிபெருக்கிகளில் தொண்டை கிழியக் கத்துகிறார்கள். மசானத்தி லிருந்தும் இடுகாட்டிலிருந்தும் ஒலிபெருக்கியில் இழவுப் பிரசங்கம் எவ்வளவு கணீரென்று ஒலிக்கிறது! அக்கிரகாரத்திலிருந்து அகண்ட ராம ஜெபம் கேட்கிறது. ஒலிபெருக்கியால் கிளர்ச்சி யூட்டப்பட்ட புரோகிதர்கள் அவிழ்ந்து விழுந்துவிட்ட குடுமிகளை மீண்டும் முடிந்துகொள்ள அக்கறை காட்டாமல் ஓவென்று கத்துகிறார்கள். ஒலிபெருக்கி ஊட்டும் கிளர்ச்சி சர்வ வியாபகமாகப் பரவி வருகிறது.

பொதுக் கூட்டங்களில் உள்ளூர்ப் பிரசங்கிகளும் வெளியூர்ப் பிரசங்கிகளும் ஈவிரக்கம் காட்டாமல் ஆட்சி பீடத்தை விமர்சனம் செய்கிறார்கள். சில சமயம் பொறுமை வழி நின்று எச்சரிக்கை செய்வதோடு நிறுத்திக் கொள்கிறார்கள். சில சமயம் கிண்டல் செய்கிறார்கள். சில சமயம் கண்ணீர் வடிக்கிறார்கள். பொதுமக்கள் அனுபவித்துவரும் துயரம் அவர்களை வாட்டி வதைத்துக்கொண்டிருக்கிறபொழுது அவர்களுடைய வயிற்றெரிச்சலைக் கிளறுவதுபோல் மேலும் ஒரு தீங்கிழைக்க முற்படுகிறது ஆட்சிப்பீடம். இப்பொழுது அவர்களுக்குப் பொத்துக்கொண்டு வந்துவிடுகிறது. துக்கம் தொண்டையை அடைக்க, உணர்ச்சி வெறி பீறிட, குருதியில் தோய்த்தெடுத்த வார்த்தைகளைக் கக்குகிறார்கள். இருகரங் களையும் ஏசு பகவான் மாதிரி முன்னால் நீட்டி, 'நேரு அவர்களே!' என்று அவர்கள் கத்துகிறபொழுது, அந்த விளியின் உண்மையுணர்ச்சியில் ஒவ்வொருவருக்கும் நேரு மகான் தன் அண்டையில் நிற்பதாகவே தோன்றுகிறது. காந்திஜி கொல்லப் பட்டுவிட்டார் என்பது உண்மைதான். எனினும் அவர் அடி

கோலிய அநீதிகள் அவரோடு தொலைந்து போய்விட்டனவா என்ன! எனவே சில சமயம் பிரசங்கிகள் 'அன்று நீர் இவ்வாறு பேசியதால்தானே, அன்று நீர் இவ்வாறு நடந்து கொண்டதால் தானே' என்று ஆரம்பித்துக் கொஞ்சம் மடக்கிப் பிடித்து விளாசத்தான் செய்கிறார்கள். அவர்களுடைய மனிதாபிமானம் எதையும் விமர்சனத்திற்கு அப்பாற்பட்ட புனித வஸ்துவாகக் கருத மறுக்கிறது. சில சமயம் தார்மீகக் கோபத்திலிருந்து பிறக்கும் உணர்ச்சி காரணமாகக் கொஞ்சம் கொச்சையாகவும் பேசிவிட நேர்ந்துவிடுகிறது. இதற்குக் கவுரவமிக்க சபையோரின் மன்னிப்பைக் கோரிக்கொண்டு மேலும் ஆபாசமாகப் பேசிக் கொண்டு போகிறார்கள்.

சன்மார்க்கத்தின் தங்கக் கிரீடம் முள் முடியாகி சன் மார்க்கிகளின் தலையை அழுத்திக்கொண்டிருக்கிறது. இது காறும் ஒழுக்கத்தை யாருக்காகவோ சுமந்ததில் இப்பொழுது மானசீகக் களைப்பு மேலிட்டுவிட்டதால் முறுக்கேறிவிட்ட நரம்புகள் எந்த நிமிஷத்திலும் அறுபட்டு விடும் என்ற பீதி அவர்களை வாட்டி வதைக்கிறது. நன்மை, நன்மை என எண்ணியும், சான்றோன் பட்டத்துக்கு ஆசைப்பட்டும் அவ்வப்போது புறக்கணித்த இன்பத்தின் கூட்டுத் தொகை பற்றிய கற்பனைகள் இப்பொழுது அவர்களைப் பச்சாதாபத்தில் ஆழ்த்துகின்றன. மனச்சாட்சியின் ஆணைக்கு அர்ப்பணிக்கப்பட்ட தியாகங்கள் இப்பொழுது அர்த்தமற்றதாய்ப்படுகின்றன. கனவானுக்குத் தனது தோரணைகள்மீதும் தனது பண்பாடுகள்மீதும் தாங்க முடியாத வெறுப்பு ஏற்படுகிறது. பூங்காவின் புல்தரையில் நிர்வாணமாகப் படுத்து உருளவேண்டுமென்று தோன்றுகிறது அவனுக்கு. நடுநிசி கிளப்பில் இடுப்பை ஒடித்தும் பிருஷ்டம் குலுக்கியும் ஆடும் பெண்களுடன் கைகோத்துக் கொள்ள அவன் மனம் விழைகிறது. 'நான் சன்மார்க்கி அல்ல, வெறும் மனிதன்' என முச்சந்தியில் நின்று உரக்கக்கூவி, தனது தூய மேலங்கியைக் கிழித்தெறிந்துவிட்டு இன்ப வெள்ளத்தில் குளிக்கவேண்டுமென்று அவனுக்குத் தோன்ற ஆரம்பித்துவிட்டது.

கூட்டு உணர்ச்சியை வாங்கிக்கொண்டு ஒப்புக்குப் போலித்தனம் போலித்தனம் என்று பழித்து வருகையிலேயே, போலித்தனம் மனசைச் சொக்கவைத்து விடுகின்றது என்பதும் உண்மைதான். தாவணிப் பருவத்தில் கடவுள் தந்த நடையை அவர் முகத்திலேயே விட்டெறிந்துவிட்டு, குட்டிகள் வெட்டி வெட்டி நடந்துபோகிற பொழுது நாம் முகத்தைச் சுளித்துக் கொள்கையிலேயே மனசு ரசனையில் ஆழ்ந்துவிடுகிறது என்பதும் உண்மையாகவே இருக்கிறது. இயற்கை இவ்வளவு எடுப்பாக இல்லை என்று பகிரங்கப்படுத்த தைரியமற்றவர்களாகிவிட்டோம்.

பெண்கள் தங்கள் சிரிப்பைத் துறந்துவிட்டுச் சிரிக்கையிலும், தங்கள் கை அசைவுகளைத் துறந்துவிட்டுக் கையசைக்கையிலும் கழுத்தசைக்கையிலும், தங்கள் குரலைத் துறந்துவிட்டுப் பாடுகிற போதும், மதிமயக்கம் கொள்ளும்படியாகத்தானே இருக்கின்றது. ஒவ்வொருவனும் ஒவ்வொருத்தியும், இரவலுக்கு ஆட்பட்டே பிறரால் கவரப்படும் சந்தோஷத்தைப் பெறமுடியுமென்று ஆகிவிட்டதல்லவா? முகமூடியைவிட முகம் கடந்த காலங்களில் அழகாகவே இருந்திருக்கலாம். நமக்கு இதுபற்றித் தகவல் இல்லை.

இந்தக் காலம் எந்தவிதமான கோலம்கொள்ளத் தன்னை வற்புறுத்துகிறது என்பதே ஒருவருக்கு மட்டுப்படாமல் போய் விட்டது எத்தனை துரதிருஷ்டம்! கடவுளின் ஆணைகளில் மீற வேண்டியவை எவை எவை என்பதும் இன்னும் மட்டுப்படாமலே இருக்கிறது. மனச்சாட்சிக்கும் வரவர காலம் பிந்திய பழமை தட்டிவிட்டது. நாலு திசைகளிலிருந்தும் கீதையும் குறளும் மாறிமாறிக் காதில் விழும் வேளைகளிலேயே, அவற்றைக் கையிலேந்திக்கொண்டிருக்கும் பெரியோர்கள் தக்கதருணங்களில் அவற்றை ரகசியமாக மீறிய நடைமுறைச் சாமர்த்தியத்தில்தான் அவர்களுடைய வெற்றிகளின் ரகசியம் புதையுண்டு கிடக்கிறது என்று தோன்றுகிறது. முழுக்க முழுக்க நம்பி, கண்களை மூடிக்கொண்டு பின்பற்றினால் அதோ கதியாகிவிடுவோம் என்ற பீதி மனசைப் பிடித்து ஆட்டிக் கொண்டிருக்கிறது. ஃபூல்புரூபாக இல்லாத கோட்பாடுகளினால் சாதாரண மனிதன் எவ்வாறு உய்ய முடியும் என்பது தெரியவில்லை. மகான்களுக்கு இது பயனுள்ளது; மகான்களுக்கோ இது தேவையுமில்லை. உத்தரவாதமில்லலாத வரையிலும் எவ்வாறு நம்பிக்கைகொள்ள முடியுமென்பதும் புரியவில்லை. உண்மை பேசவேண்டும் எனத் தீர்மானமாகி இத்தனை யுகங்களாகியும் எப்பொழுது எப்பொழுது பொய் பேசலாம் என்பது தீர்மானமாகாமலே இருந்து வருகிறது. எப்பொழுது எப்பொழுது பிறரை ஏமாற்ற லாம்; விதிவிலக்காகவேனும், எப்பொழுது எப்பொழுது பிறன்மனை விழையலாம் என்பதெல்லாம் உடனடியாகத் தெரியவேண்டியிருக்கிறது. பின்பற்றவோ, மனவுறுத்தலின்றி மீறவோ முடியாத மனச்சாட்சியின் தொல்லையை இனிமேலும் தாங்கிக்கொண்டிருக்க முடியுமென்று தோன்றவில்லை.

நகரப் பூங்காவில் சர்வதேச சங்கம் குழந்தைகளுக்காக ஒரு அருமையான விளையாட்டு அரங்கை நிர்மாணித்து அளித்திருக்கிறது. இங்கு ஏணி ஏறிச் சறுக்கலாம்; சீ – சா விளையாடலாம்; வளையத்தில் தொங்கி ஆடலாம்; கரணம் போடலாம். மாலைகளில் குழந்தைகள் இங்கு விளையாட வருகிறார்கள். கான்வென்டு குழந்தைகள் வீடு திரும்பி,

காபி டிபன் முடித்து, விளையாட்டு உடைகளில், சும்மா குதப்பிக் கொண்டிருக்கப் பையில் சாக்லேட்டுடன் வந்து சேருவதற்குள் கீழத்தெரு ஏழைச் சிறுவர்கள் விளையாட்டுச் சாமான்களைப் பிடித்துக்கொண்டு விடுகிறார்கள். சர்வதேச சங்கத்தின் உறுப்பினர்களோ அநேகமாகக் கான்வென்டு குழந்தைகளின் தகப்பன்மார்கள்தாம். இதனால் தங்களுடைய ஏகபோக சொத்து என்று கான்வென்டு குழந்தைகள் எண்ணும் பொருட்களைத் தங்களுக்கு அனுபவ பாத்தியதைகூட இல்லாமல் அடிக்கும் அக்குழந்தைகள் பேரில் அவர்களுக்குக் கனகோபம் பொங்குகிறது. விளையாட்டு அரங்கின் சிப்பந்தி தாவீதும் இவர்களுடைய கோபத்தைப் பகிர்ந்து கொள்கிறான். இருந்தும் அவனால் ஒன்றும் செய்ய இயலவில்லை. ஒரு தடவை கீழத்தெரு குழந்தைகள் விளையாட்டுச் சாமான்களைப் பழுதுபடுத்திவிடுகிறார்கள் என்று பாதிப் பொய் பாதி உண்மைக் காரணத்தைக் கூறி அவர்களை அவன் வெளியேற்ற முயன்றபொழுது புல்தரையிலிருந்து ஒரு கும்பல் எழுந்து வந்து ஒரு ஆவேசப் பொதுக்கூட்டமே நடத்திவிட்டது. அன்று தாவீது அடிபடாமல் தப்பியதே அவன் அதிருஷ்டம்தான். இந்தச் சம்பவத்தைத் தொடர்ந்து பலர் சமரசம் பேசியதன் விளைவாகத்தான் க்யூ தர்மம் ஏற்பட்டது. ஏணி முன்னாலும், சீ–சா முன்னாலும், கம்பி வளையங்கள் முன்னாலும் குழந்தைகள் க்யூவில் நின்றார்கள். கதவு திறக்கப்படும் முன்னர் கீழத்தெரு குழந்தைகள் மதிலேறிக் குதிக்கக்கூடாது என்ற நியதியும் அமுலாயிற்று. நாலரை மணிக்கு முன்வாசல் திறக்கப்பட்டதும் குழந்தைகள் ஒருவர் மேல் மற்றொருவர் மோதி விழுந்தும், பரஸ்பரம் இடித்துத் தள்ளியபடியும் க்யூவில் முந்த உள்ளே பாய்கிறார்கள். க்யூ தர்மத்தில் ஆண், பெண், கறுப்பு, சிவப்பு, உயரம், குட்டை, சுதேசி, விதேசி, கான்வென்டு, திண்ணைப் பள்ளி இத்யாதி வித்தியாசங்களும் ஏற்றத் தாழ்வுகளுமில்லாததால் காரியங்கள் செவ்வனே நடந்தேறுகின்றன. இருந்தாலும் பல சமயம் சீ–சாவில் சம ஜோடி சேராமல் போய்விடுகிறது. பலாப்பழக் குழந்தையின் முனை தரையை விட்டுக் கிளம்ப மறுக்கிறபொழுது சோனி அந்தரத்தில் அகப்பட்டுக் கொண்டு முழிக்கிறது. இவ்விரு குழந்தைகளுக்குமே ஏற்ற சமஜோடி க்யூவிலிருந்துங்கூட க்யூ தர்மப்படி முந்தியவர்க்கு முதலிடம் என்பதற்கு மேலாக எவ்விதச் சலுகை அளிப்பதும் சாத்தியமற்ற காரியமாதலால், மேலும் மேலும் வரிசைப்படி முரண்பட்ட ஜோடிகள் இணைந்து வருகையில் சீ–சாவும் விளையாட்டு இன்பமும் ஸ்தம்பித்து விடுகின்றன. எனினும் இதற்காக மாற்றம் எதுவும் செய்வதற்கில்லை. எந்த அமைப்பிலும் சிறு குறைகளும் இருந்து கொண்டுதான் இருக்கும்.

க்யூவில் குழந்தைகள் வெகுநேரம் நிற்கிறபொழுது சோர்வடைந்து விடுவது இயற்கைதான். சறுக்கும் ஏணியில் சறுக்கவும்,வளையத்தில் பிடித்துத் தொங்கி ஆடவும் ஆசைப்பட்டு வெகு நேரம் கால்கடுக்க நிற்கிறார்கள். அவர்கள் உடல் பாரத்தை ஒற்றைக் கால் மீதேற்றிச் சரிந்து நிற்கிறார்கள். கடுப்பெடுக்க, பாரத்தை மறுகாலுக்கு மாற்றிக் கொள்கிறார்கள். வெகுநேரம் நின்று பொறுமையிழந்து போகிற பொழுது அண்டையிலுள்ள க்யூ குறுகிவிட்டதாக மயக்கம் ஏற்பட்டு ஒருவன் அதை நோக்கித் தாவுகிறான். பல குழந்தைகள் நிதானமிழந்து அவசர அவசரமாக அவனைப் பின்பற்றி அடுத்த க்யூவை நோக்கிப் பாய்கிறார்கள். இவ்வாறு ஏககாலத்தில் பலர் இடம் மாறுவதால், சென்று சேர்ந்த க்யூ நீண்டு, நின்றிருந்த க்யூ குறுகிவிடுவதைக் கண்டு மீண்டும் பழைய க்யூவுக்கே திரும்பவும் வந்து சேர்கிறார்கள். இவ்வாறு வெகு நேரம் க்யூ தாண்டுவதில் ஏணியில் சறுக்கியது மாதிரியும், வளையங்களில் தொங்கி ஆடியது மாதிரியும் வேர்த்துக் கொட்டுகிறது. அந்தக் கூத்தையே ஒரு விளையாட்டாக எண்ணி, அதற்காகவே அங்கு வந்திருப்பது போல் பாவித்துக்கொண்டு க்யூ தாண்டிக் கொண்டேயிருக்கிறார்கள். பிறகு களைப்பு மேலிட்டுச் சோர்ந்துபோய் நின்ற இடத்திலேயே நிற்கிறார்கள். கருக்கிருட்ட க்யூவின் வாலோரங்களிலிருந்து குழந்தைகள் விடுபட்டு வீடு நோக்கித் திரும்புகின்றனர். இவ்வாறு திரும்பிச் செல்கிறபொழுது இனிமேல் அங்கு விளையாட வரவேண்டியதில்லை என்று தங்களுக்குள் அலுத்துக்கொண்டே போகிறார்கள். என்றாலும் மறுநாள் மாலைப் பொழுது ஆவதற்குள் தலைக்கு நாள் அலுப்பை அன்றைய விளையாட்டு ஆசை அமுக்கிவிடுவதால் அன்றும் வருகிறார்கள். எவ்விதமேனும் க்யூவில் முந்திவிட வேண்டுமென்ற வெறியில் ஓடோடி வருகிறார்கள். க்யூவில் வெகு நேரம் நிற்கிறார்கள்.

தங்கள் நிர்க்கதியை நினைக்கையில் குழந்தைகளுக்குக் கண்களில் நீர் முட்டுகிறது. சேவகன் தாவீது பீடி பற்றவைக்கவோ, ஒன்றுக்குப் போகவோ அப்பால் நகர்கிறபொழுது, எல்லாக் குழந்தைகளும் சேர்ந்துகொண்டு அவனை நன்றாகத் திட்டி நொறுக்குகிறார்கள். அவனால்தான் எல்லாம் பாழ்பட்டுப் போய்விட்டதாகப் பேசிக்கொள்கிறார்கள்.

காலத்தின் கோலம் வெகுவாக மாறிவிட்டது துலக்கமாகவே தெரியவருகிறது. காற்றாடி மரத்தோப்பு நவீனப் பூங்காவாக உருமாறிய நாட்களில் உலகம் அதிவேகமாகச் சுழன்றுவிட்ட மாதிரி தோன்றுகிறது. ஆழ்ந்து யோசிக்கும்போது எல்லாம் ஒரு மயக்கம் போல இருக்கிறது. நிஜம் போலவும் படுகிறது.

5

ஆசாரிப்பள்ளம் ரோட்டில் சோசப்பின் லாண்டரியைத் தாண்டி ஏறத்தாழ ஒருமைல் செல்கிறபோது புதிய பாதசாரி ஒருவனுக்கு ரோடு அந்த இடத்தில் முடிவடைகிறதோ என்ற சந்தேகத்தை ஏற்படுத்துவது ராணித்தோட்டத்தின் பிரம்மாண்டமான வாசல்தான். எதிர் முகமாக முன்னேறிக்கொண்டிருப்பவனுக்கு ராணித்தோட்டத்தின் அகன்ற நுழைவாயிலும் அதையொட்டி வடபுறம் செங்குத்தான மலையில் ராட்சசக் குழந்தைகள் மாக்கோலம்போட்டு விளையாடியது போல் காட்சி தரும் கருங்கல் மதில் சுவருந்தான் புலப்படும். வாசலையொட்டித் தென்புறம் தெரிவதெல்லாம் ராட்சச மரமொன்று. அதை அடுத்து மரங்கள். ரோடு முடிவடைந்து விட்டது என ஏமாந்து நிற்கிறவன் இயற்கையாகவே அவனைத் தாண்டி முன்னேறும் பஸ்ஸைக் கவனிக்கிறான். அவனுடைய கற்பனையின்படி பஸ் ராணித்தோட்டத்தின் கருங்கல் சுவரில் முட்டி மோதாமல் தோட்டச் சுவரை நெருங்கியதும் கணப்பொழுதில் மறைவது அவனை வியப்பில் ஆழ்த்துகிறது.

உண்மையில் அது ஒரு திருப்பம். டானாத் திருப்பம். கழுத்திலிருந்து தோள்பட்டைக்குத் திரும்புவது மாதிரி. ஆயாசப்படாமல் மேலும் நடந்து சென்றால் ஆசாரிப்பள்ளம் ரோடு ராணித் தோட்டத்தைத் தாண்டி நெடுந்தூரம் முடக்கமின்றி முன்னேறிச் செல்வதைக் காணலாம். அந்த ரோட்டை மறைத்துப்பச்சைத்திரை போட்டிருப்பது விருட்சக் கூட்டங்கள்தாம். இந்த ரோட்டில் கூப்பிடு தூரம் சென்றதும் புன்னைக்காட்டு விளைக்கு எதிராகத் தெரிகிறதே பெரிய கட்டிடம் ஒன்று, அதுதான் மேற்றிராணியார் வசிக்கும் அரண்மனை.

திங்கட்கிழமைகளிலோ அல்லது வியாழக்கிழமைகளிலோ காலை ஆறு மணிக்கு எல்லாம் ஆசாரிப்பள்ளம் ரோட்டில் நின்றுகொண்டிருந்தால் ஏழைக் குழந்தைகளின் பட்டாளம் சாரிசாரியாக அணி வகுப்பதைக் காணலாம். விடியற்காலை வேளையில் பலவந்தமாகக் கலைக்கப்பட்ட தூக்கம் விழிகளில் வழிய வீட்டிலிருந்து விரட்டப்பட்ட குழந்தைகள். கிழிந்த சட்டைகள், கிழிந்த ஜம்பர்கள், வாட்டர் புரூப் ஃபயர் ப்ரூப் பாவாடைகள், சடை, பேன், சிரங்கு, பறட்டை, கட்டி இத்யாதி. சில குழந்தைகள் தங்கள் தந்தையர் சட்டைகளை அணிந்து நிக்கரை பகிஷ்கரித்திருக்கின்றன. இன்னும் சில குழந்தைகளோ நிக்கரைப் பகிஷ்கரிக்க சட்டைகள் அவசியம் என எண்ணாதவர்கள்.

சின்னஞ்சிறு குழந்தைகள்கூட பெரிய பாத்திரங்களைத் தூக்கிக் கொண்டு செல்கின்றன. அதைவிடவும் பெரிய பாத்திரங்கள் அவர்கள் வீட்டில் இல்லையென்றே நினைக்க வேண்டியதாக இருக்கிறது.

கிட்டத்தட்ட இரண்டு ஆண்டுகளாக மேற்றிராணியார் அரண்மனையில் குழந்தைகளுக்குப் பெரிய பாதிரியார் பால்விடுகிறார். ஆரம்பத்தில் கிருஸ்துவக் குழந்தைகள் மட்டும் தான் சென்றுகொண்டிருந்தன. மற்றவர்களுக்குப் பயம், பாலைக் கொடுத்து மதத்தை மாற்றி விடுவார்களோ என்று. ஏழைகள் தான் என்றாலும் பவுடர் பாலுக்காக மதத்தை விற்றுவிடுவார்களா என்ன ? ஆனால் நாளா வட்டத்தில் கிருஸ்துவக் குழந்தைகளின் மேனி வளப்பத்தைக் கவனித்ததும் ஹிந்துக்களும் தங்களுடைய குழந்தைகளை அனுப்பத் தலைப்பட்டனர்.

இப்போது அரண்மனை வாசலில் சட்டியும் பானையுமாகக் கூடும் குழந்தைகளின் எண்ணிக்கை இரண்டு ஆரம்பப் பள்ளிகள் ஆரம்பிப்பதற்குப் போதுமானதாகும். அரண்மனையில் இருந்து திரும்பும் குழந்தைகளின் வயிறோ பானையோ காலியாக இராமல் பார்த்துக்கொள்கிறார் பெரிய பாதிரியார். அரண்மனை முற்றத்தில் அன்னை மேரியின் முன்னால் யானைக்குட்டி யானைக்குட்டியாக ஐந்தாறு கல்தொட்டிகள் போடப்பட்டிருக்கின்றன. பாலைக் கரைத்து நிரப்பியதும் அலை மோதும். மகாவிஷ்ணு பார்த்தால் குடிமாற்றம் செய்து கொண்டுவிடுவார்.

இதோ மணி ஏழு அடித்துவிட்டது. அரண்மனையின் முன் குழந்தைகளின் ஏகக்கூட்டம். ரோட்டின் இரு பக்க ஓடைகளிலும் புழுதி மண்ணில் குழந்தைகள் உட்கார்ந்து கொண்டிருக்கின்றன. சில குழந்தைகள் கேட்டின் இடுக்கு

வழியாகப் பார்த்துக்கொண்டிருக்கின்றன. கோவணதாரியான ஒன்று கேட்டின் முன்னால் குப்புறப்படுத்துக் குதிகாலால் பிட்டிகளில் அடித்துக்கொண்டே உள்ளே பார்த்தபடி 'ரன்னிங் கமெண்டரி' சொல்கிறது.

'டப்பாவை ஒடைக்கறாங்கடோய்... தண்ணியெ ஊத்தறாங்க டோய்... வேய் கொஞ்சமாட்டு ஊத்தும் வேய்... என்ன வேய், மடமடானு கொட்டுதீரே... அன்னா பெரிய சாமி வாறாரு... சாமி வணக்கம்; குட் மானிங்... கேட்டெத் திறக்க தாடி வருது டோய்... மகா ஜனங்கள் எல்லோரும் ரெடியா இருங்க...'

அன்று வியாழக்கிழமை.

முந்திய தினம் இரவு மழை திடீரென்று நினைத்துக் கொண்டு கொட்டித் தீர்த்தது.

இரவு பூராவும் சிணுசிணுத்துக் கொண்டும் இருந்தது. மீண்டும் விடியக் கருக்கில் சோவென்று கொட்ட ஆரம்பித்தது.

மழை சற்று ஓய்ந்திருந்த தருணம் பார்த்துக் குழந்தைகள் அரண்மனையை நோக்கி ஓடிக்கொண்டிருந்தனர்.

மாடத்தெருவிலிருந்து புறப்பட்ட சிறுவர் கோஷ்டி ஒன்று புளியமர ஜங்ஷன் வந்து சேர்ந்தது. சிமிண்டு ரோட்டின் சிறு பள்ளங்களில் தேங்கியிருந்த மழை நீரைக் காலால் விசிறி அடித்துக்கொண்டே வந்தனர் சிறுவர்கள். ஜங்ஷனுக்கு வந்ததும் சாரல் சற்று வலுக்கவும் புளியமரத்தடியில் நின்று கொண்டனர்.

புளியமரத்திலிருந்து சொட்டுச் சொட்டாக மழை நீர் உதிர்ந்து கொண்டிருந்தது. சட்டை அணிந்திருந்த குழந்தைகள் காலர் பக்கத்தை இழுத்து முக்காடு போட்டுக்கொண்டு தொங்க விட முடியாத கைகளை விலாவில் கொடுத்தபடி நின்றன. சில குழந்தைகள் சட்டியையும் பானையையும் தலையில் கவிழ்த்துக்கொண்டு நின்றன. மழைத் துளிகள் பானைகளின் மேல் விழுந்து தெறித்தன.

சாரல் சற்றே தணிந்தது. சிறுவர் கோஷ்டி புறப்பட ஆயத்தமான போது கூட்டம் கூட்டமாகத் தோட்டிகள் மரத்தை நோக்கி வந்தனர். நாற்பது ஐம்பது பேருக்குக் குறைவில்லை. அவர்கள் பின்னால் ஒருவன் சைக்கிளில் வந்தான். பூட்டிக் கிடந்த கடை வாசல் ஒன்றில் சைக்கிளை அணைத்துவிட்டுக் கையிலிருந்த நோட் புத்தகத்தை விரித்து ஒவ்வொரு பெயராகக் கூப்பிட்டான். ஆஜராகியிருந்த தோட்டிகள் தங்கள் தங்கள் பெயரைக் கூப்பிட்டதும் 'இருக்கேன், இருக்கேன்' என்று சொல்லி இருப்பதைத் தெரிவித்துக்கொண்டிருந்தனர்.

ஜங்ஷனில் நகரசபைப் பூங்காவின் காம்பௌண்டுச் சுவரையொட்டி ஒரு தண்ணீர்க் குழாய். அங்கு குழாயடி ஈரத்தையும் பொருட்படுத்தாமல் ஒரு தோட்டிச்சி உட்கார்ந்து கொண்டிருந்தாள். அவளுடைய வயசுக்கும் பூரிப்புக்கும் அவள் ரவிக்கை அணிந்து கொள்ளாமல் இருக்கவேண்டிய அவசியம் இல்லை. அவள் பக்கத்தில் சில சிறுவர்கள் கூடி நின்று அவளையும் ஆஜர் எடுப்பவனையும் மாறி மாறிப் பார்த்துக்கொண்டிருந்தனர். அவள் பார்வையோ ஒரேயடியாய்ப் புளியமரத்தில் லயித்திருந்தது.

சுந்தர ராமசாமி

'இந்த மரத்திலேதான் எம்புட்டுக் காய்' என்றாள் தோட்டிச்சி.

'ஆமா, காய்ச்சுக் காய்ச்சுத் தொங்குது' என்றான் பக்கத்தில் நின்ற சிறுவன். புளியமரத்தை ஏறிட்டுப் பார்த்தபடி நின்றான் அவன். சட்டென்று அவனுக்கு வாயில் எச்சில் ஊறிற்று. அதை யாராவது கவனித்தார்களா என்று பார்த்து விட்டுக் கூட்டி விழுங்கினான் அவன்.

திடீரென்று ஒரு காற்றுக் கிளம்பி மரத்தை அசைத்து விளையாடியது. பொலபொலவென்று மழைத்துளிகள் உதிர்ந்தன. ஒரு பழம் தோட்டிச்சியின் முன்னால் விழுந்தது. பக்கத்தில் நின்றுகொண்டிருந்த பையன் கணப்பொழுதில் கீழேகுனிந்து அதை எடுத்துக்கொண்டான். அவன் பழத்தை வாயருகே கொண்டு போனபோது 'எனக்குப் பாதி தா, என் ராசால்லா, என் கண்ணுல்லா' என்றாள் தோட்டிச்சி.

சிறுவன் ஒரு கணம் தயங்கிவிட்டு ஒரு துண்டைக் கிள்ளி அவளுக்குக் கொடுத்தான். அவள் நாக்கை வெளியே தொங்கப் போட்டுக்கொண்டு பழத்தை நாக்கின் மேல் தேய்த்தாள். அப்போது அவளுடைய இரு கன்னங்களும் துடித்துக் கண்களும் ஏறச் சொருகின. இதைக் கண்டு பையன்கள் சிரித்தனர். அவளும் சிரித்துக்கொண்டாள்.

இளம் தோட்டிச்சி ஒருத்தி குழாயடிக்கு வந்தாள். அவளுடைய உடம்பு மதமதவென்று இருந்தது. கட்டம் போட்ட துணியில் தணிந்த கைகள் கொண்ட ஜம்பர் அணிந்திருந்தது மிகவும் அழகாக இருந்தது. தலையும் பரட்டையாக இருக்க வில்லை. எண்ணெய் போட்டுச் சீவிப் படிய வாரிவிட்டிருந்தாள். வலது கையில் நிறையக் கறுப்பு வளைகளும் அணிந்திருந்தாள். அவளிடம் கல்யாண ஜோர் தெரிந்தது.

குழாயடியில் உட்கார்ந்திருந்தவளைப் பார்த்து இளம் பெண் கேட்டாள்.

'இண்ணைக்கு வாந்தி எடுத்தா உனக்கு?'

'அடேயப்பா என்னா வாந்தி! காலையிலே எந்தரிச்சுதும் வயத்தெக் கொமட்டிக்கிட்டு வந்துட்டு' என்று சொல்லியவாறு பழத்தை நாக்கில் இழுத்துத் தேய்த்துக் கொண்டாள் அவள்.

அவள் பழத்தைச் சுவைப்பதையே கண்கொட்டாமல் பார்த்தாள் இளம் தோட்டிச்சி.

'புளிச்சுக் கெடக்கோவ்?' என்று கேட்டாள் அவள்.

ஒரு புளியமரத்தின் கதை

'அடேயப்பா! என்னா புளி புளிக்குது. மண்டையெப் போயி புடிக்குது. வயத்துக் குமட்டலுக்குச் சொகமா இருக்கு' என்று கூறியவாறு இரண்டு மூன்று தடவை பழத்தை வேகமாக நாக்கில் இழுத்துக்கொண்டாள்.

இளம் பெண் அந்த இடத்தைவிட்டு நகர்ந்து புருஷர்கள் மத்தியில் நுழைந்தாள். கூட்டத்தின் நடுவே காக்கிச்சட்டை அணிந்தபடி கட்டுமஸ்தான தேகத்துடன் நின்றுகொண்டிருந்தான் ஒரு வாலிபத் தோட்டி. அவள் அவனருகே சென்று தோளைத் தொட்டு மரத்தைக் காட்டி ஏதேதோ கூறினாள். அவன் கூட்டத்தைவிட்டு வெளியே வந்தான். அவளும் பின்னால் வந்தாள்.

ஆஜர் எடுத்து முடிந்துவிட்டது. முனிசிப்பல் சிப்பந்தி சில வேலை உத்தரவுகளைப் பிறப்பித்துவிட்டு சைக்கிளில் ஏறிச் சென்றுவிட்டான். வெற்றிலை பாக்குக் கடைகள் திறக்கப் படவில்லை. மழை காரணமாகக் கடைக்காரர்கள் சந்தைக்குப் போகவே பிந்தியிருக்க வேண்டும். ரோட்டிலும் அப்போதும் சிணுசிணுத்துக் கொண்டிருந்த சாரல் காரணமாக மனித நடமாட்டம் இருக்கவில்லை.

வாலிபத் தோட்டி அக்கம்பக்கம் இரண்டு தடவை பார்த்தான். ரோடு ரிப்பேருக்காகக் குழாயடியையொட்டிச் சல்லிக் கற்கள் குவிக்கப்பட்டிருந்தன. அதிலிருந்து ஒரு கல்லையெடுத்து இடது கை விரலை நீட்டிக் குறிபார்த்துவிட்டுக் கல்லை வீசினான். பத்துப் பதினைந்து பழங்கள் கீழே உதிர்ந்தன. இளம் தோட்டிச்சிகளும் சிறுவர்களும் அவற்றை எடுத்துக்கொண்டனர். பொறுக்குவதற்கு ஓடோடி வந்த பல தோட்டிச்சிகளுக்குப் பழம் கிடைக்கவில்லை. அவர்களும் தங்கள் புருஷர்களிடம் சென்று செல்லம் கொஞ்சிப் பேசினார்கள். இப்போது மேலும் பல தோட்டிகள் முன்வந்து மரத்தைப் பார்த்துக் கற்களை வீசினார்கள்.

மரத்தில் கற்களை வீசினால் தோட்டிகள் சண்டைக்கு வருவார்களோ என்று அதுகாறும் தயங்கிக்கொண்டிருந்த குழந்தைகள் இப்போது தாராளமாகக் கல்லை வீசி எறிந்தனர். சோனிக் குழந்தைகளும் தோட்டிச்சிகளும் பழங்களைப் பொறுக்கினர். வடிவீஸ்வரத்திலிருந்து அப்போதுதான் புளிய மர ஜங்ஷனை அடைந்த சிறுவர் பட்டாளம் ஒன்றும், அது வரையிலும் ஒதுங்கி நின்றிருந்த தோட்டிகளும் கல் வீச்சில் பங்கெடுத்துக் கொண்டனர். பழங்கள் பொலபொலவென உதிர்ந்தன. ஒவ்வொருவரும் கைநிறையப் பொறுக்கிக் கொண்டனர். பையன்கள் பால் பாத்திரங்களில் புளியம்

பழத்தை அடைத்துக் கொண்டனர். சல்லிக் கற்கள் குவிந்திருந்த சுவடே இப்போது தெரியவில்லை. ஜங்ஷனைச் சுற்றிப் பழுத்த இலைகள், பச்சை இலைகள், முறிந்து விழுந்த சல்லிக் கிளைகள், கற்கள்.

யாருமே எதிர்பாராத நேரத்தில் திடீரென்று 'போலீஸ்' என்று கத்தினான் ஒரு போக்கிரிச் சிறுவன். பையன்கள் தலைதெறிக்க, 'மகாத்மா காந்திக்கு ஜே' என்று கோஷமிட்டபடி ஓடினார்கள். இரண்டு பர்லாங் தூரம் ஓடிய பின்னர் தான் வெறும் காபுரா என்பது தெரிய வந்தது.

அன்று ஒரு மணி நேரம் கழிந்த பின்னர்தான் சிறுவர் பட்டாளம் அரண்மனையை அடைந்தது.

தோட்டிகள் வேலையைத் தொடங்குவதற்கும் அன்று வழக்கத்தைவிடப் பிந்திவிட்டது.

புளியமரத்தடியைப் பெருக்கிய தோட்டி அன்று விசேஷ சிரத்தை எடுத்துக்கொண்டு பெருக்கினான். ரொம்பவும் துப்புரவாகப் பெருக்கினான். கற்களைக்கூட ஒன்றுவிடாமல் பொறுக்கிக் குழாயருகே குவித்துவிட்டான். கீழே விழுந்து கிடந்த சுதந்திரக்கொடியை மட்டும் சிறு குழந்தைக்குச் சட்டை தைக்க உதவும் என்ற எண்ணத்தில் சுருட்டி மடியில் வைத்துக் கொண்டான்.

ஓவர்சியர் மேற்பார்வையிட வந்தபோது ஒரு காய், ஒரு இலை, ஒரு கிளை அங்கு கிடக்கவில்லை.

இவ்வளவு துப்புரவாகப் பெருக்கும் தோட்டியை அவரால் மனசுக்குள் பாராட்டாமல் இருக்க முடியவில்லை. திருத்தமாக வேலை செய்யும் சில தோட்டிகளும் இருக்கத்தான் இருக்கிறார்கள்!

6

முச்சந்தியில் நின்ற மரம் நகரசபையின் சொத்து. எங்கள் ஊர் நகர சபைக்கு ஆயிரக்காணக் கான மரங்கள் சொந்தம். எத்தனையோ புளிய மரங்கள்; எத்தனையோ மாமரங்கள்; எத்தனை எத்தனையோ வேப்பமரங்கள். ஆலமரங்களுக்கோ கணக்கு வழக்குக் கிடையாது. ஊரில் எந்தப் பக்கம் திரும்பினாலும் ரோட்டோரம் இரு பக்கங்களிலும் கூரையில் பச்சை ஜால்ராக்கள் தொங்கவிடப்பட்ட குடைராட்டினம்போல் விஸ்தாரமாய் விரிந்து கிளை பரப்பிக் கைகள் வானைச் சுட்ட விழுதுகள் புழுதி அலைய மேற்காற்றில் உடம்பை இதமாய் நெளிந்துகொடுத்தபடி ஆலமரங்கள் தலையசைத்து நிற்கும்.

மேற்படி மரங்கள் எல்லாம் முனிசிபாலிட்டிக்குச் சொந்தமானதால் மேற்படி மரங்களிலிருந்து கிடைக்கும் வருமானமும் சட்டப்படி முனிசிபாலிட்டிக்குத்தான் சொந்தம். என்றாலும் அநேகமாக எந்த மரத்திலிருந்தும் முனிசிபாலிட்டிக்கு எவ்வித வருமானமும் கிடைப்பதில்லை.

ஊரில் ஆடு வளர்ப்போர் எல்லோரும் முனிசிபாலிட்டிக்குச் சொந்தமான ஆலமரங்களை நம்பித்தான் ஆடு வளர்த்துவந்தார்கள். முனிசிபாலிட்டிக்குச் சொந்தமான ஆலங்குழையைப்போட்டு ஆடுகளைப் பேணி, தாங்கள் பாலைக் கறந்து எடுத்துக்கொள்வதுதான் ஆடு வளர்த்தலில் அவர்கள் கண்ட கவர்ச்சிகரமான அம்சம். லாபகரமான அம்சமும் அதுவே.

மேற்சொன்ன விஷயங்களுக்கு விதிவிலக்காக எங்களூரில் ஒரு மரம் உண்டென்றால் அது ஜங்ஷன் புளியமரம்தான்.

ஜங்ஷன் புளியமரத்திலிருந்து மட்டும் முனிசிபாலிட்டிக்கு வருமானம் கனகச்சிதமாய்க் கிடைத்து வந்தது. அதற்குக் காரணமும் உண்டு.

புளியமரம் நிற்கிற இடமோ முச்சந்தி. இந்த இடத்திற்கோ இரவு பகல் என்பது கிடையாது. ஊரிலுள்ள மற்றப் பகுதிகள் குத்தினாலும் புரளாதபடி தூங்குகிற போதும் இந்த இடம் மட்டும் கொட்டக்கொட்ட விழித்துக்கொண்டுதான் இருக்கும்.

வெளியூர் செல்லவேண்டிய பிரயாணிகள், வெளியூரிலிருந்து இங்கு வந்து குமரித்துறையில் கடலாடிவிட்டுத் தொடர்ந்து பிரயாணம் மேற்கொள்ளக் காத்திருப்பவர்கள் எல்லோருக்கும் புளியமரத்தடியே சரணம். ஊருக்குள் சகதர்மணி குழந்தைகளோடு நுழைகிற வித்தைக்காரன் தனது சாகசங்களைக் காட்டத் தேர்ந்தெடுக்கும் இடமும் அதுதான். மந்திர தந்திரங்களில் ஆரம்பித்து யாரும் உணராமலே மருந்து வியாபாரத்தில் முடிக்கிற ஜாலக்காரன் தனது கடையைப் பரப்பும் இடமும் இதுவே. இந்த இடத்தில்தான் கீரிக்கும் பாம்புக்கும் மிகவும் ஆக்ரோஷமான சண்டை நடக்கும். எதை எடுத்தாலும் இரண்டரை அணாவும் இங்குதான்.

இந்தக் கூட்டம் போதாது என்று எதிரே சினிமா தியேட்டர் வேறு. முதற்காட்சிக்குப் போகிறவர்கள், முதற்காட்சிக்கு டிக்கெட் கிடைக்காததால் எதையோ பறிகொடுத்தவர்கள் போல் நிற்பவர்கள், சற்றே வசதிக்குறைவாக இருப்பதால் விளம்பரப் படங்களைப் பார்த்தும், அவ்வப்போது அரைகுறையாய்க் காதில் விழும் பின்னணி இசை, பேச்சு, பாட்டு இவற்றைக் கேட்டும், ஏற்கனவே ஒரு தடவை பார்த்த காட்சிகளை மீண்டும் ஒரு முறை மனசில் எண்ணிப் பார்த்தும் மகிழ்ந்து போகிறவர்கள் – ஆக, ஏகக்கூட்டம்தான்.

இரவு மணி பத்துக்கு மேலும் கூட்டம் ஓயாது. கிழக்கே செல்கிற பஸ்கள் இரவு இரண்டரை மணியிலிருந்து புறப்பட்டுச் சென்றுகொண்டிருக்கும். இரண்டாவது காட்சிக்கு நுழைபவர்களில் கால்வாசிப் பேராவது இந்தப் பஸ்ஸைப் பிடிக்க வேண்டியவர்கள்தாம். நாலரை அணா செலவில் சொகுசு தியேட்டரில் மின்விசிறிக்கடியில் அவ்வப்போது கண் விழித்துப் பார்க்கிறபோதெல்லாம் குட்டிகளின் டான்ஸ், வாள் சண்டையில் சில நயமான வீச்சுகள், டூயட்டில் தோயும் சிருங்காரம் இவற்றைக் கண்டுகண்டு உறங்குவது ஓர் இன்ப அனுபவம். அனுபவித்தவர்களுக்குத்தான் அதன் சுகம் தெரியும்.

இதைப் போன்ற சந்தடி மிகுந்த ஒரு சூழ்நிலையில் புளியமரத்திலிருந்து காய்கள் களவுபோவது அசாத்தியம். அநேகமாக எல்லோருக்குமே திருட வேண்டும் என்ற ஆசை ஒரு சமயத்தில் அல்லது மற்றொரு சமயத்தில் ஏற்பட்டாலும் பிறர் பார்வையில் செய்யக்கூடாத காரியமாகத்தான் அது இன்றும் இருந்துவருகிறது.

புளியமரத்தில் ஒரு காய்கூடக் களவு போகாததில் ஆச்சரியமில்லை.

முச்சந்திப் புளியமரம் மிகவும் நல்ல மரம். வருடா வருடம் வஞ்சகமில்லாமல் காய்க்கும். தனிமனிதர்கள் யாரும் தன்னைச் சொந்தம் பாராட்ட மாட்டார்கள் என்பது அதற்குத் தெரியுமோ என்னவோ. தெரியும் என்றுதான் எனக்குப்படும். எந்த மனிதனும் அதற்குச் சொந்தமில்லாவிட்டாலும் எல்லோருக்கும் நான் சொந்தம் என்று உரிமையோடு கூறிக் கொண்டு வாழ்ந்து வருகிற மரம் அது.

முச்சந்திப் புளியமரம் முனிசிபாலிட்டிக்குச் சொந்த மானதால் அதிலிருந்து கிடைக்கும் வருவாயும் அதற்குத்தான் சொந்தம்.

ஆனால் புளியம்பழம் முனிசிபாலிட்டிக்குத் தேவை யில்லை. அரிசியும் உப்பும் உளுந்தும் பயறுங்கூட அதற்குத் தேவையில்லைதான். அதற்கு வேண்டியது எல்லாம் பணம் – மக்களைக் காக்க, பரிபாலிக்க, கடைத்தேற்ற.

எனவே முச்சந்திப் புளியமரத்தை முனிசிபாலிட்டியார் வருடா வருடம் ஏலம் விட்டு வருமானத்தை மட்டும் கணக்கில் வரவு வைத்துக்கொள்வார்கள்.

அன்று வியாழக்கிழமை. பஜாரில் தோட்டி முரசறையும் ஓசை எழுந்தது. மறுநாள் வெள்ளிக்கிழமை பிற்பகல் மூன்று மணிக்குப் புளியமரம் பொது ஏலத்துக்கு விடப்படும். இது தான் அறிவிப்பு.

வெள்ளிக்கிழமை பிற்பகல் முனிசிபாலிட்டி சிப்பந்தி ஒருவரும், ஒரு தோட்டியும் காரியாலயத்திலிருந்து புளியமர ஜங்ஷனை நோக்கிப் புறப்பட்டார்கள்.

சிப்பந்தியின் பெயர் வள்ளிநாயகம் பிள்ளை. பத்தொன்பது ஆண்டுகளாக நகரசபை அலுவலகத்தில் வேலை பார்த்துப் பஞ்சப்படி உள்பட முப்பத்திமூன்று ரூபாய், மூன்றரைப் பணம் சம்பளம் வாங்கி வருகிறவர். சாதாரண சிப்பந்திதான் என்றாலும் ஆபீசில் மிகுந்த செல்வாக்கு உடையவர். ஏனென்றால் ஆபீஸிலேயே இவர் ஒருவருக்குத்தான் முனிசிப்பல்

சட்டதிட்டங்கள் தளபாடமாகத் தெரியும். வரி கொடுக்காமல் நீண்ட நாட்கள் டிமிக்கிகொடுத்து வருபவரை ஒரே அமுக்காய் அமுக்க நகரத் தந்தைக்கு இவர்தான் உபாயம் சொல்லிக் கொடுப்பார். அதே மூச்சில் அந்தக் கட்சிக்காரரிடம் சென்று நகரசபையின் நடவடிக்கையில் இருந்து தப்ப வேண்டிய வழிமுறைகளைச் சொல்லிக் கொடுப்பவரும் இவரே. முன்னது மாதச் சம்பளத்திற்காகவும், பின்னது மாதாந்திரப் பற்றாக் குறையைத் தீர்ப்பதற்காகவும். இந்த இரண்டு வேலைகளையும் ஒருங்கே கவனித்து வருவதால்தான் அவரும் மனைவி குழந்தைகளும் ஜீவித்து வருகிறார்கள்.

வள்ளிநாயகம் நல்ல சிவப்பு. பல்லாண்டுகளாக வெயிலில் அலைந்து வருவதால் சிவப்பு நிறம் சற்றே மங்கியிருந்தாலும் இன்றும் நல்ல சிவப்பு என்பது தெரியும். சீப்பு கனத்தில் தலைமயிர். டயர் போட்ட செருப்பு, கழற்றிப் போட்டால் சின்னத் தோணிகள் மாதிரி இருக்கும். காலர் இல்லாத சட்டை. முகத்தில் தழும்பு, அம்மை விளையாடிப் பத்தாண்டுகள் கழிந்துவிட்டதென்றாலும் ஏதோ போன மாதம்தான் வந்து விளையாடிவிட்டுப் போன மாதிரி அவ்வளவு ஆழமான விளையாட்டு.

ஏலம் பிற்பகல் மூன்று மணிக்கு என்று அறிவித்திருப்பதால் நாலுமணி வாக்கில் நடக்கும் என்றுதான் ஜனங்களால் எதிர்பார்க்க முடியும். நாலு மணிக்குக் கூட்டம் சேர்ந்துவிடும் என்று எதிர்பார்த்ததால் நாலரை மணிக்கு ஜங்ஷனுக்குச் சென்றுவிட வேண்டும் என்ற எண்ணத்தில்தான் வள்ளிநாயகம்

பிள்ளை அவசர அவசரமாகப் புறப்பட்டார். அவ்வாறு அவசரமாகப் புறப்பட்டும் மணி நாலு ஐம்பது ஆகிவிட்டது.

குப்பன் கையோடு கொண்டுவந்திருந்த முக்காலியைப் புளியமரத்தடியில் வைத்தான்.

சுற்றும் முற்றும் பார்த்தார் வள்ளி. புளியமரத்தடியில் கூட்டம் சிந்திச் சிதறி நின்றுகொண்டிருந்தது. ஆனால் நின்று கொண்டிருந்தவர்களைப் பார்த்தால் அவர்களில் ஒருவராவது ஏலம் கேட்க நின்று கொண்டிருப்பதாகப்படவில்லை.

பதினோரு வருஷங்களாகப் புளியமரம் ஏலத்துக்கு விடப்படுகிறது. இதுபோன்ற அனுபவம் அந்நாள் வரையிலும் ஏற்பட்டதில்லை.

வருஷா வருஷம் புளியமரம் ஏலத்துக்குப் போகிற ரசமான காட்சியைப் பார்த்து அனுபவிக்க பஜாரிலுள்ள எல்லா வியாபாரிகளும் வந்து நிற்பார்களே! அதைத் தனது சொந்தக் கற்பனையும் கலந்து வாசாலமாக வருணித்து ரிப்போர்ட் செய்ய வருஷாவருஷம் தவறாமல் வந்து சேரும் 'திருவிதாங்கூர் நேசன்' விசேஷ நிருபரையும் காணோமே!

வருடந்தோறும் இந்தப் பொறுப்பை ஏற்று நடத்தி வைக்கும் வள்ளிக்கு வழக்கமாக வருகிறவர்கள் யார் யார் என்று தெரியும். ஒவ்வொரு ஆண்டும் நடைபெறுகிற ரசமான சம்பவங்களும் அவருடைய மனசில் அரும்பின.

வருடந்தோறும் வருகிறவர்களில் முக்கியமானவர்கள் என்று வடசேரி பிரம்மானந்த மூப்பனாரையும், கோட்டாறு அப்துல் அலி சாயிபுவையும், கீழத்தெரு ஐயம்பெருமாள் கோனாரையும் குறிப்பிட வேண்டும். தாழக்குடி மூத்த பிள்ளையும் திருவனந்தபுரம் மகாராஜா கொட்டாரத்துக்குப் போயிராவிட்டால் தவறாமல் வந்து சேருகிறவர்களில் ஒருவர். மூத்தபிள்ளை வந்துவிட்டால் கூடி நிற்கும் கூட்டத்துக்கே ஒரு விசேஷ உற்சாகம் பிறக்கும். மூத்தபிள்ளைக்கும் அப்துல் அலி சாயிபுவுக்கும் நடைபெறும் கடுமையான போட்டி பார்க்க வேண்டிய ஒரு காட்சி என்றுதான் பஜார் வியாபாரிகள் சொல்வார்கள்.

வழக்கமாகத் தாழக்குடி மூத்தபிள்ளை தாழக்குடியி லிருந்து இரட்டை மாட்டு வண்டியில் வந்து சேருவார். பரம்பரை பரம்பரையாகப் பெரிய பண்ணையைச் சேர்ந்தவர். மன்னர் பிரானுக்குச் சொந்தமான நிலங்களையும் வடசேரி அம்ம வீட்டு நிலங்களையும் இவர்தான் பாட்டத்துக்கு எடுத்திருந்தார். இதனால் ஊரில் இவருக்கு மிகுந்த செல்வாக்கு உண்டு.

மூத்தபிள்ளை மிகவும் எளிமையான தோற்றம் கொண்டவர். எளிமையாக இருப்பதிலுள்ள பெருமையை நன்றாக அனுபவித்தவர். சலவை செய்த ஒற்றை வேட்டி மட்டும்தான் கட்டிக்கொள்வார். தோளில் சலவை செய்த வடசேரி ஓரிழைத் துவர்த்து. பொடி போடும் மூக்கைத் துடைத்துக்கொள்ள இடுப்பில் கறுப்புத் துணியில் கைக்குட்டை.

என்ன காரணத்தாலோ அவருக்கு இரண்டு கால்களிலும் எக்ஸிமா நோய் வந்துவிட்டது. வேஷ்டி விளிம்பில் களிம்பும் களிம்பில் புழுதியும் படிந்து வேஷ்டி அசிங்கமாவது அவருக்குப் பிடிக்காது. எனவே சதா சமயம் தார்ப் பாய்ச்சியதுபோல் வேஷ்டியைச் சுருட்டி முட்டுக்குமேல் பிடித்துக்கொள்வார்.

புளியமரம் ஏலம் போகிற அன்று இவர் பிற்பகல் இரண்டு மணிக்கே ஊரிலிருந்து கிளம்பிவிடுவார். நேராகக் கோட்டாறு சென்று மாட்டுக்கு வேண்டிய பருத்தி விதை, எள்ளுப் பிண்ணாக்கு இவையும், அவருக்கும் அவருடைய மனைவியாருக்குமாக நயம் யாழ்ப்பாணம் புகையிலை ஒரு ராத்தலும் வாங்கிக் கொண்டு நேராகப் புளியமர ஜங்ஷனுக்கு வந்து சேருவார். மூத்தபிள்ளை கோச்சுப்பெட்டிக்கு வெளியே தலை மல்லாந்து தொங்கும்படி படுத்துக்கொள்ளவும் வில்வண்டி புளியமரத்தை இரண்டு மூன்று தடவை சுற்றி வரும். இதற்குள் மரத்தின் விளைச்சலைப் பொருளாதார ரீதியில் அளந்து கணக்கீடு செய்துவிடுவார்.

ஏலம் நடைபெறுகிறபோது வில்வண்டி புளியமரத்துக்கு எதிர்ச் சாரியில் அப்துல் காதர் கடைவாசலில் நிற்கும். மூத்த பிள்ளை கடைசியாகத்தான் வாயைத் திறப்பார். அது வரையிலும் வண்டிக்காரன் நாகருபிள்ளைதான் நயன பாஷையில் முதலாளியோடு கலந்து கொண்டு ஏலம் கேட்பான்.

ஒருவர் கேட்ட தொகைக்கு மேல் மற்றொருவர் குறைந்த பட்சம் ஒரு சக்கரமாவது அதிகமாகக் கேட்கவேண்டும் என்பது ஏல விதி.

ஆரம்பத்தில் அப்துல் அலி சாயிபுவும் மூத்தபிள்ளையும் மௌனமாகத்தான் இருப்பார்கள். மற்றவர்கள்தான் விளையாட்டுப் போக்கில் மாறி மாறிக் கேட்டுக்கொண்டிருப்பார்கள். போன வருஷம் முப்பத்தி மூன்றரை ரூபாய்க்குக் கொத்திக் கொண்டு போன மரம் அது. ஏழு ஏழரை என்று விளையாடுகிறார்கள் குழந்தைகள். இவ்வாறு சிறுபிள்ளைத் தனமான குரல்கள் ஒலித்துக்கொண்டிருக்கும்போது அப்போது தான் ஆழ்ந்த உறக்கத்திலிருந்து கண் விழித்த மாதிரி சுற்றும் முற்றும் பார்த்துக்கொண்டே, 'இருபத்தி யொண்ணு ரூபா'

என்று அலட்சியமாகச் சொல்கிறார் சாயிபு. இந்த இடத்தில் மூத்த பிள்ளை வண்டிக்குள் எழுந்து உட்கார்ந்து கொள்கிறார். வண்டிக்காரன் நாகருபிள்ளை ஒரு முறை வண்டிக்குள் திரும்பிப் பார்த்துவிட்டு, 'இருபத்தி ஒண்ணு ரூபா ஒரு சக்கரம்' என்று சத்தம் போட்டுச் சொல்கிறான்.

இதைக் கேட்டதும் கூட்டத்தில் சில இளவட்டங்களின் சிரிப்பு எழுகிறது. மூத்தபிள்ளை எப்போதும் அடுத்தவன் கேட்டதற்குமேல் ஒரு சக்கரம்தான் அதிகமாகச் சொல்வார். குறைந்தபட்சம் ஒரு சக்கரம் கூட்டியாக வேண்டும் என ஏல விதி வற்புறுத்துவதால்தான் அவர் அப்படிச் செய்கிறார். அதிகபட்ச லாபத்திலோ, அல்லது குறைந்தபட்ச நஷ்டத்திலோ ஒரு வியாபாரம் முடிய வேண்டும் என்பதே அவருடைய அபிலாஷை. இளவட்டங்களுக்கு இது புரிவதில்லை. அவர்கள் ஏதோ நிர்வாணக் கோலத்தைக் கண்டுவிட்ட மாதிரி இளிப்பார்கள். கூட்டத்திலிருக்கும் வயோதிகர்களுக்கு மூத்த பிள்ளையின் கொள்கை மிகவும் பிடிக்கும். 'அவன்கிட்டே கைபோட முடியுமா? அம்மாடி, பெரிய திமிங்கலமில்லா!' என்றுதான் அவர்கள் சொல்வார்கள்.

இந்தச் சந்தர்ப்பத்தில் பிரம்மானந்த மூப்பனார் மிகவும் தயங்கியவாறு, 'இருபத்திரெண்டு' என்பார். மூத்தபிள்ளை இப்போது மௌனமே சாதிப்பார். சாயிபு கூட்டிக் கேட்ட பின்புதான் அவர் வாய் மலரும்.

'இருபத்தியேளு ரூபாய்' – இது சாயிபுவின் குரல்.

'ஒரு தரம்... ரெண்டு தரம்... ரெண்டு தரம்...' என்று டெம்போவை முடுக்குவான் தோட்டி.

நாகருபிள்ளை இப்போது தனது பார்வையை வண்டிக்குள் செலுத்துகிறான்.

'சாயிபுதானா?' – மூத்தபிள்ளையின் கேள்வி.

'ஆமா.'

'உடமாட்டான் பாவி!' என்று அலுத்தவாறு வண்டிக்காரன் முன்னால் ஆள்காட்டி விரலைக் காட்டுவார் மூத்தபிள்ளை.

உடனே நாகருபிள்ளை, 'இருபத்தியேளு ரூபா ஒரு சக்கரம்' என்பான்.

கூட்டத்தில் மீண்டும் கலகலவென்று சிரிப்பு.

'இருபத்தியேளு ரூபா ரெண்டு சக்கரம்!' – இது கிண்டல்.

கூட்டத்தில் மீண்டும் சிரிப்பு.

மூத்தபிள்ளை இதை வித்தியாசமாக எடுத்துக் கொள்வ தில்லை. சாயிபு விவரம் தெரியாமல் தொகையைக் கூட்டு வதைத்தான் கூட்டம் கேலி செய்கிறது என்றே அவர் எடுத்துக் கொள்கிறார்.

'ஒருதரம்... ரெண்டு தரம்... ரெண்டு தரம்...'

சாயிபுவுக்குச் சற்றே கோபம் வருகிறது. அவர் சற்று உரக்க, 'முப்பத்திரெண்டு ரூபா' என்று ஒரு போடு போடுகிறார். அசந்து போகிறது கூட்டம். அதோடு பத்து பன்னிரண்டு பேர் ஒதுங்கிவிடுகிறார்கள்.

இதுதான் மிகவும் முக்கியமான கட்டம். இப்போது சாயுபுவின் தொகை போன வருஷம் மரம் ஏலத்துக்கு விடப்பட்ட தொகைக்குப் பக்கத்தில் வந்துவிட்டது.

எல்லோரும் மூத்தபிள்ளையின் வண்டிக்காரன் என்ன சொல்லப் போகிறான் என்ற ஆதங்கத்தோடு வண்டியைப் பார்க்கிறார்கள். வண்டிக்குள்ளிருந்து எக்ஸிமா நோயில் மிகவும் அவதியுறும் இரண்டு கால்களும் ஒரு கைத்தடியும் வெளியே வருகின்றன. கோச்சுப் பெட்டியிலிருந்து நாகரு பிள்ளை ஒரே குதியாய்க் குதித்து ஓடிவந்து மூத்தபிள்ளைக்கு கைலாகு கொடுக்கிறான்.

நாகருபிள்ளையின் கையில் தொங்கியபடி இடது கையால் வேஷ்டியைத் தூக்கிச் சுருட்டிப் பிடித்துக்கொண்டே சிமிண்டு ரோட்டைத் தாண்டிப் புளியமரத்தடியை நோக்கி வருகிறார் மூத்த பிள்ளை.

வள்ளிநாயகம் பிள்ளை கேட்டுக்கொண்டதற்கிணங்க மூத்த பிள்ளை முக்காலியில் அமர்ந்துகொள்கிறார். தலையைத் தூக்கிப் புளியமரத்தை மிகவும் கூர்மையாகப் பார்க்கிறார். கூட்டத்திலிருந்து நமட்டுச் சிரிப்பு எழுகிறது. சாயிபு மிகவும் பரிகாச உணர்வுடன் எல்லோரையும் பார்க்கிறார். அவரோ முதலில் ஒருதடவை மரத்தை பார்த்துவிட்டார் என்றால், மீண்டும் தலை போனாலும் ஏறிட்டுப் பார்ப்பவர் அல்லர்.

'மாப்பிள்ளை, கடைசியா யாரு கேட்டது? தொகை எவ்வளவு?' என்று வள்ளியை வினவுகிறார் மூத்தபிள்ளை.

முனிசிப்பல் சிப்பந்தி வள்ளிநாயகம் பிள்ளை தாழக்குடியில் மூத்தபிள்ளையின் அடுத்த வீட்டு ஆச்சியின் ஒன்றுவிட்ட தங்கையின் பெண்ணை மூத்ததாரமாகக் கொண்டிருந்தார். இந்த உறவுமுறை கூட்டத்தினருக்குத் தெரிய வழியில்லை. 'மிகவும் நெருக்கம்' என்று மட்டும் எண்ணிக்கொள்கிறது கூட்டம்.

‘கடைசியாட்டு சாயிபுதானே கேட்டிருக்காரு, முப்பத் திரண்டு ரூபாய்னு’ என்கிறார் வள்ளி.

‘அப்படியா? அவருக்கென்ன, வெயிலடிச்சாப் பணம்’ என்கிறார் மூத்தபிள்ளை.

இந்த ஹாஸ்யத்தை உண்மையாகவே கூட்டத்தினர் ரசித்துச் சிரிக்கின்றனர். சாயிபுவுக்கு உப்பளம் ஏராளமாக உண்டு என்பது கூட்டத்தில் பலருக்குத் தெரியும்.

‘ஒரு தரம்... ரெண்டு தரம்... ரெண்டு தரம்...’—தோட்டியின் குரலும் ஓங்கிவிட்டது.

‘முப்பத்திரெண்டு ரூபாய் ஒரு சக்கரம்’ என்று மிகவும் அமைதியாகச் சொல்கிறார் மூத்தபிள்ளை.

இளைஞர் கூட்டம் ஓவென்று வாய்விட்டுச் சிரிக்கிறது.

வயதானவர்கள் அப்போதும் ‘அடி அம்மாடி, அவங்கிட்டே கைபோட முடியுமா? பெரிய திமிங்கலமில்லா!’ என்கிறார்கள்.

மூத்தபிள்ளை, முகத்தில் பாவபேதமின்றி கோவில் மூலவர் மாதிரி அமர்ந்திருப்பார்.

இந்தக் காட்சியெல்லாம் எண்ணியெண்ணித் தனக்குத் தானே சிரித்துக்கொண்டு அங்கு நின்றுகொண்டிருந்தார் வள்ளிநாயகம் பிள்ளை.

ஆனால் இன்று அந்த மூத்தபிள்ளை எங்கே? எங்கே அப்துல் அலி சாயிபு? இதோ கூப்பிடு தூரத்தில் இருக்கும் கோனாருமா வராமல் இருந்துவிடுவார்! வேடிக்கை பார்க்க வரும் கூட்டத்தைக்கூடக் காணோமே!

அப்போது, ‘அண்ணாச்சி இங்க வாங்க’ என்ற குரல் கேட்டது. கடையில் குழிக்குள் நின்று கொண்டிருந்த தாமோதரன் அவரைப் பார்த்துத் தலையசைத்துக் கையாலும் சமிக்ஞை காட்டினான். கடையோரத்தில் சோடா பாட்டில்கள்மீது இடது கையை லேசாக வைத்தபடி நின்றுகொண்டிருந்த கூலி ஐயப்பன் வலது கையால் வாயைப் பொத்தியபடி சிரித்துக் கொண்டிருந்தான்.

வள்ளிநாயகம் பிள்ளை அவன் கடையைப் பார்க்கச் சென்றார். முக்காலியைத் தூக்கிக்கொண்டு தோட்டியும் பின்னால் சென்றான்.

‘எங்கே வந்திய அண்ணாச்சி?’ என்று கேட்டான் தாமு.

ஐயப்பன் கடையைப் பார்க்கத் திரும்பி நின்று கொண்டு பெரிதாகச் சிரித்தான்.

'ஏலத்துக்கு.'

'ஏலத்துக்கா? இந்தத் தவா என்னண்ணு போகும்?'

'நாப்பத்தஞ்சுக்குப் போகும்னு எஸ்டிமேட்டுக் கொடுத் திருக்கேன்.'

'என்னா, தொகை சாடிற்று?'

'சரியான காய்ப்புல்லா இந்தத் தவா.'

கூலி ஐயப்பன் முதுகைக் குனிந்துகொண்டே பக்கத்துக் கடையோரம் நழுவி ஓடினான். 'ஹுப்' என்று சிரிப்பு வெடிக்கும் சத்தமும் கேட்டது.

'லேய் தொட்டி, என்னலே சிரிப்பாணி பொத்துக்கிட்டு வருது? யாருலே அவுத்துப் போட்டுக்கிட்டு ஆடுதா?' என்று கோபமாகக் கேட்டார் வள்ளிநாயகம் பிள்ளை.

கூலி ஐயப்பன் வாயைப் பொத்தியபடியே முனிசிப்பல் பூங்கா வாசலைப் பார்க்க ஓடிவிட்டான்.

வள்ளிநாயகம் பிள்ளை முகம் சிவந்தது.

'அண்ணாச்சி கோவிக்காதீங்க' என்றான் தாமு.

'இல்லே, அப்பமே இருந்து வாச் பண்ணிக்கிட்டு வாறேன். இந்தப் பயலுக்கு ஒரு இளிப்பு. மூதேவியைக் கண்டாலே அறையுணும்னு வருது. கையிலே வந்து ஆம்புடுவான் ஒரு நா. அண்ணைக்குக் காட்டித்தாறேன். உனக்குச் சிரிப்பாணி வருதா சிரிப்பாணி.'

'அவங்கிட்டே சாடுது இருக்கட்டும். கொஞ்சம் மரத்தெப் பாருங்க' என்றான் தாமு.

தாமு சொல்லி முடிக்கவில்லை.

'மரத்திலே ஒரு காகூட காணோமே!' என்றான் தோட்டி.

வள்ளிநாயகம் பிள்ளையின் தலை உயர்ந்தபடியே நின்று விட்டது, அவர் ஒன்றுமே சொல்லவில்லை.

'ஆமா, இதிலெ கெடந்த காயெல்லாம் எங்கே?' என்று கேட்டார் வள்ளி.

தாமு பதில் சொல்லவில்லை.

'உங்ககிட்டேதான் கேக்கேன். இதிலெ கிடந்த காயெல்லாம் எங்கேன்னு?'

'இங்கிருந்து ரெண்டு பர்லாங் போனாலே போலீஸ் ஸ்டேஷன் இருக்கு' என்றான் தாமு, முகத்தில் அலட்சிய பாவத்துடன்.

'தாமு, உன்னெத் தெரியும்டேய் எனக்கு.'

'அண்ணாச்சியையும் எனக்குத் தெரியும்.'

'சரி வரட்டு.'

'வரட்டு.'

வள்ளிநாயகம் பிள்ளை அங்கிருந்து விறுவிறுவென்று நடந்து சென்றார்.

'பரக்கப் பரக்கப் பார்த்துக்கிட்டு நிக்கானேன்னு கூப்பிட்டு விஷயத்தைச் சொன்னா நம்ம மேலே சாடுதான்' என்றான் தாமோதரன் அப்போது வெற்றிலைபோட வந்தவரிடம்.

வள்ளிநாயகம் பிள்ளையும் தோட்டியும் மணிமேடையைத் தாண்டுகிறபோது பின்னாலிருந்து கைதட்டும் ஓசை கேட்டுத் திரும்பிப் பார்த்தார்கள். லாலா மிட்டாய்க் கடை வாசலில் வடசேரி பிரம்மானந்த மூப்பனாரும், தரையில் இழையும்படி தோளில் புளியிலைக் கரை நேரியது போட்டுக்கொண்டிருந்த அப்துல் அலி சாயிபுவும் நின்றுகொண்டிருந்தனர்.

'லேய், திரும்பிப் பார்க்காமெ ஓம்போக்கிலே பின்னாலே வா' என்று தோட்டிக்குக் குரல் கொடுத்துவிட்டு மேலும் வேகமாக நடக்க முயன்றார் பிள்ளை.

'ஆனந்த பவன்' ஓட்டலைத் தாண்டுகிறபோது 'மாப்பிள்ளேய்!' என்று குரல் கேட்டது.

எதிரே வில்வண்டிக்குள் மூத்தபிள்ளை உட்கார்ந்து கொண்டிருந்தார். அவர் வலது கையில் ஒரு தம்ளர். வெளியே நின்று கொண்டிருந்த நாகருபிள்ளை டபராவிலிருந்து தம்ளரில் காபியை ஊற்றிக்கொண்டிருந்தான்.

'அண்ணாச்சி' என்றார் வள்ளி.

'ஏலம் என்னண்ணு போச்சுடேய், வள்ளி?' என்று கேட்டார் மூத்தபிள்ளை, தம்ளரிலிருந்த காபியில் பார்வையைப் பதித்தபடி.

'உங்களைக் காணலியே?'

'எதுக்குடே வருஷா வருஷம் வந்து அவனுக்குக்கூடக் கரட்டுவளக்குப் போட்டுக்கிட்டு இருக்கணும்? போறான், பாத்தேன். நிமுந்துக்கிட்டுப் போறான். தரையெப் பெருக்கிக்கிட்டு. இதிலே என்னமோ லச்சம் ரூபா கெடக்கும்னு நெனக்கான். கெடச்சுட்டுப் போட்டுமே, என்ன நான் சொல்லுது?'

'சரிதான்.'

'என்னண்ணு போச்சு?'

'ஏலம் நடக்கிலே. ஒரு சின்ன இடைஞ்சலு.'

'என்னடேய் இடைஞ்சலு?'

'காய் இல்லே.'

'மரத்திலேயா?'

'ஆமா.'

'ஒண்ணுகூட இல்லே?'

'ஒண்ணுகூட இல்லே.'

'அப்புறம் என்னடேய் இடைஞ்சலு? காயில்லே. ஏலம் போடல்லே. அப்புறம் இடைஞ்சலுனு ஊடே ஏன் ஒரு வார்த்தெயெப் போடுதே?'

'அதுதான், அதுதான்.'

'களவோவ்?'

'தெரியலே.'

'களவாட்டு இருக்காது. குருவி கொத்திட்டோவ்?'

மூத்தபிள்ளை நாகரு பிள்ளையின் முகத்தைப் பார்த்துக் கொண்டார்.

'அப்பம் எல்லா வருஷமும் கொத்தாதுன்னா?' என்று கேட்டார் வள்ளி.

'இந்த வருஷம் குருவி கூடுதலு பாத்துக்க.'

'ஏன்?'

'என்ன எளவோ தெரியலே. இந்த வருஷம் குருவி, வெட்டுக் கிளி, எலி, பெருச்சாளி, பல்லி, கொசு எல்லாம் கூடுதலு பாத்துக்க. இண்ணைக்கு ஆடி பதினாறா? இதுவரையிலும் சொட்டு மழையும் கிடையாது.'

'ஏன்?'

'முன்னாலே நம்ம ராஜ்யத்தே ஒரே ஒருத்தருதானே பரிச்சுக்கிட்டு இருந்தாரு. இப்பம் பத்து பேருல்லா பரிக்கான்.'

'ஓ! அதெச் சொல்லுதேளா?'

'எதெச் சொல்லுதேளா? ஒரு ராஜ்யம்னு சொன்னா ஒருத்தன் சொல்லணும்; அடுத்தவன் கேக்கணும். இது பயித்தாரக் கூத்தாட்டுல்லா இருக்கு. என் ஊட்லே நானும்

ஒரு புளியமரத்தின் கதை

சொல்வேன், அவளும் சொல்லுவா, புள்ளைகளும் சொல்லும், வண்டிக்காரனும் சொல்வான், பறைச்சியும் சொல்லுவா, சாம்பானும் சொல்வான்னு உண்டும்னா, கேக்குதுக்கு யாரு? என்னா, நான் சொல்லுது வெளங்கலியா உனக்கு?'

'வெளங்குது.'

'இன்னா வாறாளே காயங்குளம் மகாராஜா, கொல்லங்கோட்டு மகாராஜா, கொச்சி மகாராஜா எல்லாரும்.'

வள்ளிநாயம் பிள்ளை திரும்பிப் பார்த்தார்.

அப்துல் அலியும் மூப்பனாரும் ஒரு கூட்டத்தோடு வந்து கொண்டிருந்தனர்.

'நான் வாறேன் அண்ணாச்சி. போய் ரிப்போர்ட்டு பண்ணணும்' என்று கூறிக்கொண்டே வள்ளிநாயகம் பிள்ளை விரைவாக நடந்தார்.

'வேய் வேய்' என்று அப்துல் அலி கைதட்டினார். மூப்பனாரும் தட்டினார்.

இடது கையைப் பின்னால் லேசாக உயர்த்தி ஆட்டிக் கொண்டே வெகுவேகமாக நடந்து சென்றார் வள்ளிநாயகம் பிள்ளை.

'கொறச்சில்பட்டுக்கிட்டு நளுவுதான்' என்று கூறிக் கொண்டே குலுங்கக் குலுங்கச் சிரித்தார் மூத்தபிள்ளை. 'பத்தனாவ சாமிக்குச் சொத்தெ எடுத்துக்கிட்டதுக்குப் பலன் கைமேல கிடைச்சுப் போட்டு பயக்களுக்கு' என்று சொல்லியவாறே மேலும் குலுங்கிக் குலுங்கிச் சிரித்தார். நாகரு பிள்ளையும் அவரோடு சேர்ந்து சிரித்தார்.

சாயிபுவும் மூப்பனாரும் வண்டியின் பக்கம் வந்தனர்.

'களவுதானா?' என்று கேட்டார் மூத்தபிள்ளை.

'என்ன எளவோ தெரியலை' என்றார் சாயிபு.

'நா ரெண்டுமணி வாக்கிலே வந்து பார்த்தேன். ஒரு பிஞ்சுக்காயில்லே. அந்தாலே கம்போளத்துக்குப் போயுட்டேன்' என்றார் மூத்தபிள்ளை.

'களவுதானோவ்?' என்று கேட்டார் சாயிபுவின் பின்னால் நின்றுகொண்டிருந்த கிழவர். அவர் ஒரு ஓப்பன் கோட்டும் கான்வாஸ் ஷுவும் அணிந்திருந்தார்.

'ராஜ்ஜியம் இனிமே இந்தக் கணக்கிலேதான் நடக்கும் பாத்துக்க. சொக்கனும் சொடலையும் பரிக்குதுக்குப்

புறப்பட்டானில்ல. எனக்குத் தெரிஞ்சு நூத்திமூணு நூத்திநாலாம் ஆண்டிலேருந்து ஏலம் நடக்கு. இருபது இருபத்தஞ்சு வருஷத்துக்கு முன்னுக்கு வெறும் ரெண்டேகால் பணம், ஆமா ஒன்பது சக்கரம், ஏலம் புடிச்சிருக்கேன். இதுதான் மொத வருஷம் ஏலம் மொடங்குது. இனிமே இந்தக் கதைதாலா! நடந்து போகையிலே அரை வேட்டியே உரிஞ்சுக்கிட்டு ஓடிருவான். ஏம்லேனு கேட்டா 'இது எனக்கு ரெண்டாம் முண்டுல்லா, நீரு கோவணத்தோட வருதெ நான் கண்டேனே'ன்னு சொல்லிப் போடுவான். பத்துப் பேரு கூடினாலும் அவனுக்குத்தான் சப்போட்டு.'

வண்டியின் முன்னால் நின்றுகொண்டிருந்தவர்கள் எல்லோரும் சத்தம்போட்டுச் சிரித்தார்கள்.

'அளகாச் சொன்னிய' என்றார் கிழவர்.

கூட்டத்தின் நடுவிலிருந்து ஒருவர், 'பிள்ளைவாள் சமீபத்திலே கொட்டாரத்துக்குப் போயிருந்தோ?' என்று கேட்டார்.

'போன கிளமெ இதே டயத்திலே திருமனசுகிட்டேதானே பேசிக்கிட்டு இருக்கேன். சரிசமமா சீட்டுத் தந்து கனநேரம் பேசிக்கிட்டு இருந்தாரு.'

'க்ஷீணம்தானோவ்?'

ஒரு புளியமரத்தின் கதை 105

'க்ஷீணம் உண்டும். இருக்காதாக்கும்! ரெண்டு மரக்கா வெதப்பாடு ஏலத்திலே போயிட்டா அடி வயித்திலே அடிச்சுக்கிட்டு ஆயுஸு பூறா அளறோமே. ஒரு ராஜ்யமே கையெவிட்டுப் போயுட்டா சில்லறை வருத்தமாட்டா இருக்கும்! "எடுத்துட்டுப் போங்க . . . ஒளுங்கா பரியுங்க . . . ஜனங்களை மனுசங்களா நெனச்சுப் பத்தனாவனுக்குப் பயந்து பரியுங்க" அப்படின்னு சொன்னேன்னு சொன்னாரு. பின்னே இண்ணைக்கும் அந்தஸ்து உண்டும். வஸ்து, கெட்டிடம், பணம், சம்பளத்துக்கு ஆளுக, டிரைவரு, தூப்புக்காரி உண்டும். வருஷா வருஷம் ஆறாட்டும் முன்னப்போல நடக்கும். இருந்தாலும் க்ஷீணம்தான்.'

'இனிமே திரும்பக் கேட்டா ராஜ்யத்தெக் கொடுப்பானா?' என்று 'ஓப்பன் கோட்' வயோதிகர் கேட்டார்.

'கொல்' என்று கூட்டத்தில் சிரிப்பு எழுந்தது.

மூத்தபிள்ளை கூட்டத்தை ஆராய்ந்தார். வாலிபர்கள் பலர் நின்றுகொண்டிருப்பது தெரிந்தது.

'நான் முனிசிபாலிட்டியிலே போயி பராதி சொல்லிப் போட்டுப் போகப்போறேன். வாறவ வாருங்க. நாகரு, பெட்டியிலே ஏறு' என்றார் மூத்தபிள்ளை.

மூத்தபிள்ளையின் வண்டி முனிசிபாலிட்டியைப் பார்க்கச் சென்றுகொண்டிருந்தது.

வண்டி பின்னால் சுமார் ஐம்பதுபேர் சென்றார்கள்.

7

புளியமர ஜங்ஷனிலிருந்து சுமார் நாலு பர்லாங் வடக்கே, இடதுகைப் பக்கமாகத் திரும்பிச் சென்றால் புனித ஜோஸப் கல்லூரியை அடுத்து, கள்ளர் குளத்தையொட்டி, இலங்கை பெந்தகொஸ்தே சங்கக் கட்டிடமும் அதன் நாலு அடியே உயரங் கொண்ட காம்பௌண்டுச் சுவரும் புலப்படும். வீதி இந்த இடத்தில் ஒரு பர்லாங்குக்குள் ஒரு பனை உயரம் செந்தூக்காக மேலே ஏறிவிடுகிறது. அதன் உச்சியில் பள்ளம் வழிய ஆரம்பிக்குமிடத்தில் இடதுகை வாக்கில் ஒரு சந்து, சாலியர் தெருப்பாவு போல் நேராகச் சென்று ஒரு பச்சைக் கேட்டின் அடியில் மறைகிறது. முனிசிபல் ஆபீஸுக்கு இட்டுச் செல்லும் பாதை இது.

பச்சைக் கேட்டுக்குப் பின்னால் தாடியும் மீசையுமாகப் பைத்தியம் பிடித்த சாமியார்போல் காட்சி தருவதுதான் முனிசிப்பல் கட்டிடம். அந்தக் காலத்தில் இந்தக் கட்டிடம் முகைதீன் பாச்சா சாயிபுவின் (இவர் தாமோதர ஆசானின் அந்தரங்க நண்பர்) கையிலிருந்தது. பாச்சா சாயிபு தனது மனைவிமார்களில் ஒரு சிலரை இந்தக் கட்டிடத்தில்தான் குடிவைத்திருந்தார். அந்தப்புரக் காவலுக்கும் பிற ஏவல்களுக்குமாக ஐந்தாறு அலிகளும் இருந்தார்களாம் அந்தக் காலத்தில். அதில் ஒரு அலி தற்கொலை செய்து கொண்டதாகவும் கேள்விப்பட்டிருக்கிறேன். பாச்சா சாயிபுவின் கடைசி நாட்களில், தொழுநோய் முற்றி அவர் ஆஸ்பத்திரியில் கிடந்த நாட்களில், இந்தக் கட்டிடம் ஏலத்தில் வந்தபோது எழுபத்து மூவாயிரம் பணம் என்று முனிசிபாலிட்டி பிடித்துக் கொண்டது. அந்தக் காலத்திலேயே அது தொண்ணூறாயிரம் பணம் பெறும் – விலைப்போட்டுத் தேய்மானம் கழித்துப் பார்த்தால். வலுவுள்ள கைகள் ஏது அந்தக் காலத்தில்? ஒரு கோட்டை நெல் மூன்றுக்கும் மூன்றரைக்கும் சீரழிந்துகொண்டிருந்த காலம் அது.

இந்தக் கட்டிடத்தின் பின் பக்கம் பாச்சா சாயிபுவின் குதிரை லாயமாக இருந்த கொட்டகையில்தான் இப்போது முனிசிப்பல் அங்கத்தினர் கூட்டம் நடைபெற்று வருகிறது. பழைய லாயம் என்று இளப்பமாக எண்ணிவிடுவதற்கு இல்லை. மேலே பனந்தட்டி அடிக்கப்பட்டதும், சாந்து பூசி வெள்ளையடிக்கப்பட்டதும் முனிசிபாலிட்டி கைக்கு வந்த பின்புதான்.

வள்ளிநாயகம் பிள்ளை பச்சைக் கேட்டைத் திறந்து உள்ளே நுழைந்தார். பின்னால் நுழைந்து கதவைத் தாளிடத் திரும்பிய தோட்டி 'மொரட்டுக் கூட்டம் ஒண்ணு வருதே!' என்றான்.

திரும்பிப் பார்த்தார் வள்ளி. முன்னால் ஒரு மாட்டு வண்டியும் பின்னால் கூட்டமும் ஊர்ந்து வந்துகொண்டிருந்தன. அகலமாக வந்துகொண்டிருந்த கூட்டம் சந்துக்குள் குறுகி நீண்டுவிட்டதால் வள்ளியின் கண்களுக்கு மிகப்பெரியக் கூட்டமாகத் தெரிந்தது.

டயர் செருப்பு தப்தப்பென்று ஓசைப்படுத்த மிகுந்த படபடப்புடன் படிகள் ஏறி ஹாலுக்குள் நுழைந்து, அங்கு வரிசையாக அமர்ந்து வேலைபார்த்துக்கொண்டிருந்த குமாஸ்தாக்கள் முகங்களைப் பாராமல் நேராக முனிசிப்பல் தலைவரின் அறை அரைக்கதவுகளைப் படீரென்று தள்ளியவாறு உள்ளே நுழைந்தார். எதிரே மேஜைக்குப் பின்னால் பெரிய நாற்காலி காலியாகக் கிடந்தது. ப்யூன் சோணாசலம் பிள்ளை பைல்களில் படிந்திருந்த புழுதியைத் தட்டி அதை நாடாவால் முடிச்சுப் போட்டுக் கட்டிக்கொண்டிருந்தான்.

'அய்யா எங்கே?' என்று கேட்டார் வள்ளி.

சோணாசலம் பிள்ளை சரேரென்று சன்னல் பக்கம் சென்று அதன் விளிம்பில் மடிந்து விழுந்து வெளியே தொங்கியவாறு வெற்றிலைச் சாற்றைத் துப்பிவிட்டு, 'என்ன விஷயம் அண்ணாச்சி?' என்று கேட்டான்.

'அவசரம் டேய், அவரு எங்கே சொல்லு?'

'கவுண்சில் நடக்குல்லா' என்று சொல்லிவிட்டுச் சோணாசலம் வள்ளியின் முன்னால் தனது இடது கையை விரித்து நீட்டினான். 'கொஞ்சம் பொடி தா அண்ணேய்.'

வள்ளிநாயகம் பிள்ளை அவனைச் சரேரென்று தாண்டிப் பின் படிக்கட்டுகளில் இறங்கினார்.

'அண்ணேய், தந்துட்டுப் போ' என்று குழைந்தவாறு அவரைப் பின்தொடர்ந்து சென்றான் சோணாசலம். 'என்ன

சங்கதி? அதையாவது சொல்லிப்போட்டுதான் போயேன்' என்றான் அவன்.

'புளியமரத்திலே களவு, ஒரு காகூட இல்லே' என்று போகிறபோக்கிலேயே சொல்லிக்கொண்டு போனார் வள்ளி.

'போயிட்டுப் போகுது. இதுக்குத்தான் வெப்ராளப்படுதியா?' – வலது கையைத் தொங்கவிட்டுவிட்டுப் பழையபடி முனிசிபல் காரியாலய அறைக்குள் நுழைந்தான் அவன்.

கொட்டகை அல்லோலகல்லோலப்பட்டுக் கொண்டிருந்தது. வள்ளியின் காதுகளுக்கு மிகவும் பழக்கமான இரைச்சல் தான இது. அவர் நேராகத் தலைவர் எம்.சி. ஜோஸப்பின் நாற்காலி அண்டையில் சென்று நின்றார். பிள்ளையின் முகத்தைக் கவனித்துவிட்டு என்ன விஷயம் என்ற பாவனையில் முகத்தைச் சுளித்தார் தலைவர்.

'ஒரு அவசரம்' என்றார் வள்ளி.

'சொல்லும்.'

பிள்ளை தயங்கினார். கொட்டகைக்கு வெளியே பார்த்து விட்டு மீண்டும் தலைவர் முகத்தைப் பார்த்தார்.

தலைவர், எதிரே அமர்ந்திருந்த அங்கத்தினர்களைப் பார்த்து ஒரு புன்னகை புரிந்துவிட்டு எழுந்திருந்து தலையைக் குனிந்தவாறே வெளியே வந்து, பந்தலின் இறைப்பு மூங்கிலைப் பிடித்தவாறு வள்ளியின் முகத்தைப் பார்த்தார். சபையில் நிசப்தம் நிலவிவிட்டது. அத்தனை பேருடைய பார்வையும் தங்கள்மீது குவிந்துவிட்டதை இருவரும் அந்தத் திசையைப் பார்க்காமலே உணர்ந்துவிட்டனர். கூடுமானவரை விஷயத்துக்கு ஒரு கனம் ஏற்பட்டுவிடாமல் சொல்லிவிட வேண்டும் என்ற தன் உத்தேசம் ஆரம்பத்திலேயே பலிக்காமல் போய் விட்டது என்பதை வள்ளி உணர்ந்தார்.

'சொல்லுமே வேய்' என்றார் தலைவர்.

'இண்ணைக்கு புளியமரம் ஏலமில்லா' என்றார் வள்ளி. வேண்டுமென்றே வார்த்தைகள் மென்றுமென்று பேசினார் அவர். முகத்தில் குழந்தைத்தனம் வழிந்தது.

'எவ்வளவுக்குப் போச்சு?'

'ஏலம் போடலே.'

'ஏன் ஆளுக கூடலியா?'

'இல்லே, கா இல்லே.'

'கா இல்லையா?'

'ஒரு காசுகூட இல்லை.'

'நீருதானேவேய் போன கௌமே ரிப்போட்டு பண்ணியிருக்கேரு.'

'ஆமா.'

'என்ன ஆமா?'

'நாப்பத்தி அஞ்சுக்கு எஸ்டிமேட்டுப் போட்டிருக்கேன்.'

'பெறவு என்ன எளவு?'

'அப்பம் கா இருந்து.'

'இப்பம்?'

'ஒண்ணுகூட இல்லே.'

'களவோவ்?'

'தெரியலே.'

தலைவர் சபையைப் பார்த்தார்.

'வெளியிலே பெரும் கூட்டம் வந்து நிக்கு.'

'என்ன?'

'கூட்டம். தாழக்குடி மூத்தபிள்ளை உண்டுமில்லா? வெஷமக்கரியில்லா அது! வாங்கடேய் போயிச் சொல்லுவோம்னு எல்லாத்தையும் இங்கே இளுத்துக்கிட்டு வந்திருக்கு.'

'இப்பம் நான் அங்கே போணுமோவ்?'

'நீங்க போக வேண்டாம். எதமா மத்தவனெத் தள்ளி விட்டிருங்க.'

'யாரே?'

'பனைமரத்தே.'

'இருபத்தி மூணாம் நம்பரு வார்டுதாலா?'

'அதுதான். பேசி அடக்கிப் போடுவான். நீங்க போயி நின்னா திண்டுக்கும் முண்டுக்கும் கேக்கும்.'

தலைவர் உள்ளே நுழைந்து தமது ஆசனத்தில் அமர்ந்தார். அப்போது எதிர்க்கட்சித் தலைவர் ஞானசிகாமணி எழுந்து நின்று, 'சபை அறியக்கூடிய விஷயம் என்றால் சொல்லிப் போடணும்' என்றார்.

சுந்தர ராமசாமி

அவரைத் தொடர்ந்து மரிய அந்தோணி, குரியக்கோசு, அன்பையா, வி.வி.எஸ். பிள்ளை, கம்பராமாயணம் அனந்தன் பிள்ளை, செல்லசாமி, வி.எக்ஸ். ஃபர்னாண்டஸ் (ஜுனியர்) ஆகியோர் ஏக காலத்தில் எழுந்திருந்து 'சபையிலே சொல்லிப் போடணும்' என்று கத்தினார்கள்.

தலைவர், கமிஷனரோடு கலந்துகொண்டு விஷயத்தைச் சபைக்கு அறிவித்தார்.

உமையொருபாகம் பிள்ளை எழுந்திருந்து, 'விஷயம் ரொம்ப முக்கியமாட்டுத் தெரியுது. ஒரு விசாரணைக் கமிட்டி போட்டுப்போடணும்' என்றார். ஆளுங்கட்சியைச் சேர்ந்த சிலரும், எதிர்க்கட்சி அங்கத்தினர்கள் அனைவரும் இதை ஆமோதித்தனர்.

விசாரணைக்கமிட்டி அமைக்கப்பட்டது.உமையொருபாகம் பிள்ளைதான் தலைவர். ஆறுபேர் அங்கத்தினர்கள்.

சபை கலைந்தது.

தலைவர் நேராக வெளியே வந்து கம்பராமயணம் அனந்தன் பிள்ளையிடம் சென்று காதோடு ஏதோ சொன்னார்.

'இவ்வளவுதாலா? இப்பம் போயி வெரட்டிப்போடுதேன். அப்ளாஸு அடிச்சுட்டு நல்ல பிள்ளையாட்டுப் போவானுவளே' என்று சொல்லியவாறே கட்டிடத்தின் முன்பக்கம் விரைந்து சென்றார்.

தலைவர் எம்.சி. ஜோசப் தனது அலுவலக அறைக்கு வந்து சேர்ந்தார். அங்கு தாழக்குடி மூத்தபிள்ளையும், அப்துல் அலி சாயிபுவும், ஐயம்பெருமாள் கோனாரும் வரிசையாக மூன்று நாற்காலிகளில் அமர்ந்திருந்தனர்.

'விஷயத்தே நேரிலே சொல்லிப்புட்டுப் போலாம்னு வந்தோம், வேற ஒண்ணுமில்லே' என்று பேச்சை ஆரம்பித்தார் அப்துல் அலி சாயிபு.

'ஜங்ஷனிலே புளியமரம் நின்னுக்கிட்டுத்தான் இருக்குது' என்று இடைமறித்துச் சொன்னார் மூத்தபிள்ளை. சன்னல் வழியாக உள்ளே பார்த்துக்கொண்டிருந்த தமது வண்டிக்காரன் நாகரு பிள்ளையைப் பார்த்துக் கண்களைச் சிமிட்டினார் அவர்.

'ஒரு கமிட்டி போட்டிருக்கோம். இண்ணை வரையிலும் இப்படி நடந்ததில்லே. வேண்டிய நடவடிக்கை எடுக்கறேன். நீங்க எல்லாம் இவ்வளவு பொறுப்பாட்டு வந்து...'

'அது சரி, அது சரி' என்றார் மூத்தபிள்ளை.

வெளியே 'மகாத்மா காந்திக்கு ஜே!' என்ற கோஷம் கேட்டது.

'கம்பராமாயணம் பிச்சி வாங்கிட்டாரு. கூட்டம் கலைஞ்சுட்டு போறபோக்கிலே நாலஞ்சு செடிகளைப் பாளாக்கிட்டுப் போயிட்டானுவ' என்றார் அறைக்குள் நுழைந்த வள்ளிநாயகம் பிள்ளை.

'அப்பம் நாங்க விடைபெத்துக்கிடுதோம்' என்று கரங்களைக் கூப்பியவாறே எழுந்தார் ஐயம்பெருமாள் கோனார். சாயிபுவும் உடன் எழுந்து உட்கார்ந்திருந்த மூத்தபிள்ளையின் முகத்தைப் பார்த்தார்.

'போங்க, இன்னா வந்துட்டேன்' என்றார் மூத்தபிள்ளை.

'காதெக் கடிச்சுப் போட்டு மெதுவா வாரும்' என்று முணுமுணுத்தவாறே சாயிபு வேகமாக வெளியே சென்றார். கோனாரும் அவரைப் பின்தொடர்ந்தார்.

மூத்தபிள்ளை பின்பக்கம் திரும்பிப் பார்த்துவிட்டு, உடம்பை முன்னால் தணித்தபடி எதிர்ச் சுவரைச் சுட்டியவாறு, 'ஒண்ணுமில்லே, அங்கே ஒரு படம் தொங்கிக்கிட்டு இருந்துதே, இப்பம் எங்கே காணோம்?' என்று கேட்டார்.

'நம்ம மகாராஜாவுக்கு படம்தாலா?'

'ஆமா.'

'உள்ளே எடுத்து வெச்சுட்டோம்.'

'இனிமே என்ன செய்வீக அதெ?'

'என்ன செய்யணும் அதெ?' என்று வள்ளியின் முகத்தைப் பார்த்தார் தலைவர்.

'கொஞ்சநாள் பொறுத்து ஏலம் போடணும்' என்றார் வள்ளி.

'அதுதானே கேட்டேன்! ஒண்ணுமில்லே, ஒரு வார்த்தை சொல்லணும். அஞ்சு பத்துக் கூடிட்டாலும் காரியமில்லே, நான் பிடிச்சுக்கிடுதேன் அதெ' என்றார் மூத்தபிள்ளை.

'ஆஹா, தாராளமாச் செய்யறோம்' என்றார் தலைவர்.

'களவு போயிராமே!'

தலைவர் பெரும் சத்தத்தை எழுப்பிச் சிரித்தார்.

மூத்தபிள்ளை பவ்வியமாகக் கும்பிடுபோட்டுவிட்டு எழுந்து வெளியே சென்றார். வள்ளியும் பின்னால் சென்றார்.

‘அந்தாலெ போயிராதையும்’ என்றார் தலைவர்.

‘இன்னா வந்துட்டேன்’ என்றார் வள்ளி.

மூத்தபிள்ளை வண்டியில் ஏறும்போது, ‘தம்பி ஞாபகம் வெச்சுக்கோ. அந்தப் படத்தே நமக்கு அடிச்சு எடுத்துப் போடணும். அஞ்சு பத்துக் கூடிட்டாலும் குத்தமில்லெ’ என்றார்.

‘சரி அண்ணாச்சி’ என்றார் வள்ளி.

‘களவுதானா?’ என்று கேட்டார் தலைவர் எம்.சி. ஜோசப்.

வள்ளிநாயகம் பிள்ளை சுவரண்டையில் நின்றுகொண்டிருந்தார். தீவிரமாகச் சிந்திக்கும் பாவனை அவர் முகத்தில் மிளிர்ந்தது. காதோரங்களிலிருந்து கழுத்தில் வேர்வை வழிந்து கொண்டிருந்தது.

தலைவர் பித்தானிலிருந்து சங்கிலியை எடுத்து ஜேப்புக் கடிகாரத்தை மேஜைமீது வைத்தார். லாங் – கோட்டை அவிழ்த்து நாற்காலியின் பின்னால் தொங்கவிட்டார். அரைச்சாண் அகல பெல்ட்டை அவிழ்த்து விட்டுக்கொண்டார். டிராயரிலிருந்து ஒரு கண்ணாடியை எடுத்து முகத்தைப் பார்த்து அடர்த்தியான மீசையை, வாயை மறைக்கும்படி பலமுறை தடவிக் கீழ்நோக்கிப் படியவிட்டு, நடுவில் வகிடு எடுத்துப் பக்கவாட்டில் கோதி விட்டார்.

‘அந்த ஸ்டூலிலே இருமே வேய். நின்னுக்கிட்டு இருக்கேரே, என்ன எளவுக்கு?’ என்று செல்லமாக அதட்டினார் தலைவர்.

வள்ளி முக்காலியைத் தன் பக்கம் இழுத்துக்கொண்டதும், ‘விசிறியைத் தட்டிப்போட்டு இரியும்’ என்றார்.

வள்ளி விசிறியைச் சுழலவிட்டுவிட்டு முக்காலியில் உட்கார்ந்து கொண்டார்.

‘களவுதானோவ்?’

‘என்னண்ணு சொல்ல முடியுமா? களவாட்டும் இருக்கலாம். காணாததெக் கண்டது போல சொல்லிர முடியுமா?’

‘உமக்கு வேறெ டவுட் உண்டுமா? இந்த ஞானசிகாமணிக் கூட்டாளிக வம்புக்காவது ...’

‘மங்களா தெருக்காரனுகதானே. பயக எதையும் துணிஞ்சு செய்வானுவளே.’

‘வேய், நானும் மங்களா தெருவுக்காரன்தான் வேய். உச்சீலே அடிச்சுப்போட்டேரே!’

வள்ளிநாயகம் பிள்ளை சட்டென்று விழித்துக்கொண்டார்.

'இருந்தாலும் எல்லாத்தையும் ஒண்ணாச் சொல்லிர முடியுமா? ஆளுக்கு ஆள் நேச்சரு வித்தியாசப்படுமில்லா.'

'சரி சரி, பேச்சை மாத்தும். ஓரே போடாப் போட்டுட்டேரே. பொறி கலங்கிட்டே எனக்கு.'

வள்ளிநாயகம் பிள்ளை பேச்சை மாற்றிவிட வேண்டும் என்ற உத்தேசத்துடன், 'எனக்கு டவுட் எதிர்க்கட்சிக்காரனுவ பேரிலே இல்லே' என்றார்.

'வள்ளிசாட்டு?'

'வள்ளிசாட்டு.'

'பின்னே?'

'இந்தத் தோட்டிப் பயக்க செய்திருப்பானோன்னு ஒரு டவுட் உண்டும்.'

'அவனுக எதுக்கு வேய் புளியம்பளத்தேத் திருடுதான்?'

'லேசா நெனச்சுக்கிட்டு இருக்கீங்க அவனுகளே. ஒரு காலத்தில் அவனுவ பயித்தாரனாட்டு இருந்தானுவ. இப்பம் ஒங்க சீட்டிலே உக்காந்து காலு ரெண்டையும் மேஜை மேலத் தூக்கிப் போட்டாக் கொள்ளாமேனு நெனக்கிற ஆளுக அந்தக் கூட்டத்திலே இருக்கு. பின்னே அவனுகளெச் சொல்லுதுக்கும் குத்தமில்லே. இந்தா பிடிச்சுக்கோன்னு சரமாரியா ஓட்டெத் தூக்கிக் குடுத்துட்டாமில்லா, துள்ளுதானுவ.'

'வேய்! கேட்ட பாயிண்டுக்குப் பதில் சொல்லும் வேய்.'

'பாயிண்டு இதுதாலா. சங்கம் சங்கம்னு ஒண்ணா கூடிட்டானுவ. சம்பளத்தைக் கூட்டூனு சொல்லிருதான். போனஸ் தா. ஆளுக்கு ஷோக்கா ஒரு பங்களா கட்டித் தா. கிராம போன்பெட்டி வாங்கித் தா. இந்தக் கணக்கிலே ஆரம்பிச்சுட்டானுவளே, நீங்க குடுக்கேளா? சரி, ஒரு பாடம் படிச்சுப் போடுவோம்னு...'

'அவ்வளவு தூரத்துக்குத் தைரியமுண்டா வேய் அவனுகளுக்கு?'

'ஐயோ கூத்து! பெரிய பெரிய கச்சிக எல்லாம் அவனுவ பின்னாலெ நிக்கு. பத்தனாபுரம் கோதண்டராம அய்யருக்கு மகனெத் தெரியுமா உங்களுக்கு?'

'தாடி.'

‘தாடி, அந்தக் கறுப்பு அம்பி, கட்டே.’

‘ஆமா, ஜனார்த்தனன்தானே ?’

‘நாங்க சாத்து சாத்தூன்னு கூப்பிடுவோம். சின்ன வயசிலே நாகரம்மன் குளத்திலே வந்து விளுந்தாருன்னு உண்டுனா எருமைதான். கலக்கிப்போடுவாரு கலக்கி. அடுத்த ஆளெக் குளிக்கவிட மாட்டாரு. பராதி எங்கிட்டே வந்து. ஒரு நா காதெ முறுக்கிக் கரையிலே இளுத்து விட்டுப்போட்டேன். எப்டி என் காதெ முறுக்கலாம் தாட் பூட்ன்னாரு. வேய் சலம்பாதையும். உம்மையும் தெரியும் உங்க அய்யாவையும் தெரியும்னு சொல்லிப்போட்டேன். அம்பி நேரா அவ அய்யாகிட்டேப் போயிச் சொல்லியிருக்காரு. “முனிசிபாலிட்டி வள்ளி தானே ! அவன் நம்ம குடும்பத்துக்கு ரொம்ப வேண்டியவன்னா ! அவன் செய்தது ரொம்ப கரெக்ட்”னு சொல்லிப் போட்டாரு. பத்தனாபுரம் அய்யரும் நானும் மலையாம் பள்ளிக் கூடத்திலே ரெண்டாங் கிளாஸிலே கிளாஸ்மேட் இல்லா. அப்பம் அய்யரு நல்ல காப்பி அடிப்பாரு. “வள்ளி, காட்டுடா காட்டுடா”ன்னு முட்டெச் சொறிஞ்சு புண்ணாக்கிப் போடுவாரு...’

‘நீரு எங்கேயோ போயுட்டேரே.’

‘எங்கேயும் போலே. ஜனார்த்தனன்னு நீட்டி மொளக்கிப் போட்டேளே அதுக்குச் சொல்லுதேன். இண்ணைக்கும் நாலு கை கறுப்பு உடுப்புப் போட்டுக்கிட்டுப் போகையிலே கண்டாருன்னு உண்டும்னா “ஓய் வள்ளிநாயகம் பிள்ளை ! நீரு அண்ணைக்குக் காதெப் புடிச்சு முறுக்கினது இண்ணைக்கும் வலிக்கு ஓய்” அப்டீனு சொல்லிப் போட்டுப் போவாரு’ என்று சொல்லி விட்டு வள்ளிநாயகம் பிள்ளை சிரித்தார்.

எம். சி. ஜோசப்பும் அவருடன் சேர்ந்துகொண்டு சிரித்தார்.

ப்யூன் சோணாசலம் உள்ளே வந்ததும் வள்ளிநாயகம் பிள்ளை முக்காலியை விட்டு எழுந்தார்.

‘செடியெத் துவைச்சுப்போட்டுப் போயுட்டானுவளாமே, அதைப் போயி கவனி’ என்றார் தலைவர்.

சோணாசலம் வெளியே சென்றான்.

‘பேச்சே எங்கே விட்டேன் ?’

‘அந்த அம்பியெப்பத்தித்தானே சொல்லிக்கிட்டு வந்தேரு.’

‘ஆ ஆ அவருதான். அப்புறம் அவரு ஆளு நிமுந்துட்டாரு. வக்கீலுக்கும் படிச்சுப்போட்டு வந்தாரு. “ஓய் நான் ஜெயிலுக்குப் போணம்னு படிப்பை முடிச்சுண்டு அவசரமா வரேன்.

அதுக்குள்ளே சுதந்திரத்தை வாங்கிட்டாரு வேய் இந்த காந்தி. நம்மை ஏமாத்திப் புட்டாரு ஓய்!" அப்பிடீம்பாரு. வக்கீலுனு சொல்லி ஒரு போர்டெ மாட்டினாரு. ஒரு பய அண்டலே. கூடிய மட்டும் இளுத்து இளுத்துப் பாத்தாரு. சாயலே. அப்படியே எசக்கேடாட்டு ஒருத்தன் வந்து விளுந்தான்னு உண்டும்னா தொலைஞ்சான். அதோகதிதான். வாதிக்கு வக்காலத் வாங்கிட்டாருன்னு உண்டும்னா பிரதிவாதிக்குக் கண்டிப்பா செயிச்சுரும். லைனெத் திருப்பிப்போடணும்னு திருப்பிட்டாரு. இப்பம் தோட்டிக களுத்திலே கையெப் போட்டுக்கிட்டு அலையுதாரு. நம்ம மாடசாமிப் பயலே அவரு தோளர், வாங்க, போங்கன்னு கூப்பிடுதப் பாத்தா ஒரே வயத்திலேருந்து ஒண்ணாப் பொறந்தாலே இருக்கும்... நான் வாற பாயிண்டெ கவனிக்கேளா?'

'அவரு கிண்டிவிட்டிருப்பாரோ?'

'எனக்கு அந்த டவுட் உண்டும். பாவம் போல வேலை பாத்துக்கிட்டு இருந்தவனுகளெ எந்த நிலையிலே கொண்டாந்திட்டாரு பாருங்க. பஞ்சப்படி இங்கான். அலவன்ஸு இங்கான். பலசரக்குக் கடை வெச்சுத் தாங்கான். பிரசவ லீவு குடுங்கான். வாரியலுக்குக் குஞ்சலம் கட்டணுமாம், தோட்டிச்சி சொல்லுதா. அப்பம்தான் ஸ்டையிலாட்டு இருக்குமாம். சீலையும் சம்பரும் தானா? பாடீசு கிடையாதா, நாடாப் போட்டுப் பின்னாலே கட்டுதாலே... யாரு? தோட்டிச்சி கேக்கா இங்கேன்!'

'வேய் நிறுத்தும்வேய், நிறுத்தும்' என்று கையைக் காட்டியவாறு ஹஹ்ஹஹவென்று தலைவர் சிரித்தார். அவருடைய பெருத்த சரீரம் இரைக்க ஆரம்பித்துவிட்டது.

'அதெல்லாம் இருக்கட்டும் வேய், இப்பம் நாம் என்ன செய்யணும்? அதெச் சொல்லும்.'

'பராதி கொடுக்கணும்.'

'போலீசுக்கா?'

'ஆமா.'

'நடந்த கூத்தெல்லாம் ஒண்ணு விடாமே தெரிஞ்சுக்கிட்டு, இந்த மாதிரி சொல்லுதீரே, முனிசிபாலிட்டியெத் தண்ணி காட்டுதுக்கு எப்பமடா சான்ஸு வரப்போகுதுன்னு எதிர் பார்த்துக்கிட்டுல்ல இருக்கானுவ போலீஸ்காரப்பயக்க!'

'அதுசரி, இருந்தாலும் பிராது எழுதிக்கொடுக்கணும்.'

‘என்ன எளவுக்குப் பிராதுன்னு கேக்கேன்?’

‘என்ன கத பேசதிய நீங்க? நாளைக்குக் கவுன்சிலிலே சரமாரியாட்டுக் கேள்வி கேட்டுப் போடுவாளே ...’

‘ஓ! அதுக்காகச் சுட்டி ...’

‘பின்னெ வேண்டாமா? போலீஸ் பயக்க மொறைச்சுக்கிட்டு இருக்கானுவன்னு அங்கே சொல்லிர முடியுமா? நடைமுறை ஏறத்தாழ இருந்தாலும் தாளு ஒழுங்கா இருக்கணுமில்லே?’

‘அது சரி, அது சரி’ என்றார் தலைவர்.

‘கொடுத்துவிட வேண்டியதுதான். மொறபோலே அது நடக்கட்டும்.’

‘அவனுகளுக்கு உள்ளுக்குள்ளே ஒரு சிரிப்பு உண்டாயிரும். துள்ளின பயக்க இப்பம் அண்டி வாறானுவ அப்டீன்னு நெனச்சுக்கிடுவானுவ ...’

‘அவனுவளுக்குச் சிரிக்கத்தானே உண்டும்.’

‘வேய் வள்ளி, எனக்கு ஒரு டவுட் உண்டும். இந்தப் போலீசே ...’

‘தொலச்சிட்டேளே! நம்ம வாயாலெ சொல்ல வேண்டாம். மனசுக்குள்ளே நெனச்சுக்கிடுவோம்.’

வராண்டாவில் செருப்புச் சத்தம் கேட்க ஆரம்பித்தது. அரைக்கதவின் மேல் ஒரு முகம் தெரிந்தது.

‘சரி அப்புறம் பார்ப்போம். பராதி எளுதி அனுப்பிருதேன்’ என்றார் எம்.சி. ஜோசப்.

வள்ளிநாயகம் பிள்ளை வெளியே வந்தார்.

மறுநாள் காலை ஒன்பது மணிக்கு வழக்கம்போல் முதலாளி வீட்டுக்குச் சென்று சாவிகளை வாங்கிக்கொண்டு கடை திறக்க வந்த பரமார்த்தலிங்கம் கடைவாசல் பூராவும் சிவப்புக் கண்ணாடித் துண்டுகள் இறைந்து கிடப்பதைப் பார்த்து அப்படியே ஸ்தம்பித்து நின்றான். அவனுக்கு இவ்வளவு கண்ணாடித் துண்டுகள் எங்கிருந்து வந்த விழுந்தன என்பதே மட்டுப்படவில்லை. சைக்கிளைப் பிடித்தவாறே பரக்கப்பரக்கப் பார்த்தபடி நின்றுகொண்டிருந்தான். கூலி ஐயப்பன் புளிய மரத்தடியிலிருந்து எழுந்து வந்து ‘அண்ணேய், மேலே பாரு’ என்றான். போர்டு உடைந்திருந்தது. எழுத்துக்கள் பொருத்தப் பட்டிருந்த கம்பி வளைவுகள் தெரிந்தன. ஒரு எழுத்தின்

பாதித் துண்டம் மட்டும் ஒட்டிக்கொண்டிருந்தது. 'போர்டு உடைஞ்சிட்டே! எப்படி?' என்று கேட்டான் பரமார்த்தலிங்கம். கூலி ஐயப்பன் தன் கைகளை விரித்துக் காட்டிவிட்டு அங்கிருந்து நகர்ந்துவிட்டான்.

பரமார்த்தலிங்கம் கடையைத் திறந்து முதலாளிக்குப் போன் பண்ணினான். கடைப்பையன்கள் ஒருவர் ஒருவராக வந்துகொண்டிருந்தனர். வெளியே நின்று உடைந்த போர்டையும் கீழே இறைந்து கிடந்த கண்ணாடித் துண்டுகளையும் மாறி மாறிப் பார்த்துக்கொண்டிருந்தனர். முதலாளி காரின் ஹார்ன் சத்தம் கேட்டதும் எல்லோரும் உள்ளே நுழைந்து நீள மேஜைக்குப் பின்னால் சென்று நின்று கொண்டனர்.

சுமார் இரண்டாயிரம் ரூபாய் செலவு செய்துவைத்த விளம்பரப் பலகை அது. பம்பாய்க் கம்பெனி ஒன்றுக்கு ஆர்டர் கொடுத்து அவர்களுடைய சென்னைக் கிளையிலிருந்து ஆட்கள் வந்து பொருத்திவிட்டுச் சென்று பதினைந்து நாட்கள் கூட ஆகியிருக்கவில்லை. சொல்லப்போனால் அந்த ஜில்லாவிலேயே அதுபோன்ற போர்டு எந்தக் கடைக்கும் இல்லை. ஸ்விச்சைப் போட்டதும் ஒளி ஒவ்வொரு எழுத்தாக ஓடும். அத்தனையும் அணைந்து பளிச்சென்று மீண்டும் முதல் எழுத்துத் துவங்கி பழையபடி ஒளி எழுத்துக்கு எழுத்து தாவும். விளம்பர போர்டை மாட்டிய அன்று தெருவில் கூட்டம் கூடி நின்று பார்த்தது. பஜாரிலுள்ள வியாபாரிகள் அத்தனை பேரும் தங்கள் கடைவாசலில் இறங்கி நின்று பார்த்தார்கள். ஜில்லாவிலேயே

சுந்தர ராமசாமி

முதல்தரமான வியாபாரி என்ற அங்கீகாரம் அன்றுதான் கிடைத்தது என்று எண்ணி காதர் பூரித்த நாள் அது.

காதர் நாற்காலியில் வாய் பேசாமல் உட்கார்ந்து கொண்டிருந்தான். எதிரே மேஜைமீது ஒரு சிறு ஜாதிக்காய்ப் பெட்டி நிறைய சிவப்புக் கண்ணாடித் துண்டுகள்.

படியேறிக் கடைக்குள் நுழைந்த எசக்கி, 'முதலாளீ, நம்ம கடை போர்டுமட்டும்தான் உடைஞ்சிருக்கு' என்றான்.

'சினிமா தியேட்டரிலே?'

'உடையலே.'

'நம்ம கடை போர்டு மட்டும் கணக்கா உடைஞ்சிருக்காக்கும்!' என்றான் காதர்.

கடைப் பையன்கள் வாய் திறக்கவில்லை.

எல்லாக் கடை போர்டுமே திறந்த வெளியில்தான் வைக்கப்பட்டிருந்தன. விற்று முதலை எண்ணி இரும்புப் பெட்டியில் வைக்கிறபோது கூடவே கடை போர்டையும் யாரும் வைப்பதாகத் தெரியவில்லை. யுத்த காலத்தில் பல்புகளுக்குப் பஞ்சம் ஏற்பட்டபோது, பல்புகள் திருடுபோவது சகஜமாக இருந்தது. அதுகூட ஆங்காங்கு திறந்த வெளியில் வராண்டாவில், அல்லது ஸ்நான அறைகளிலும் கார் ஷெட்டுகளிலும் போயிற்றே தவிர பஜாரில் களவு போனதாகத் தெரியவில்லை. இப்படியிருக்க ஒருவன் நடுரோட்டில் நின்றுகொண்டு கற்களை வீசி விளக்கை உடைத்தான் என்பது எப்படியும் ஏற்பட முடியாது. புளியமர ஜங்ஷன்தான் அந்த வட்டாரத்திலேயே தூங்காத இடம். சினிமா தியேட்டரில் இரண்டாவது காட்சி முடிய ஒரு மணி ஒன்றரை மணி ஆகிவிடும். அதுவரையிலும் புளியமரத்தைச் சுற்றிக் கூட்டம்தான். திருநெல்வேலிக்குப் புறப்படுகிற பஸ்கள் புளிய மரத்துக்குப் பின்னாலிருந்து நாலு மணி முதல் நாற்பது நிமிஷத்துக்கு ஒன்றாகப் போய்க்கொண்டே இருக்கும். ஆறு மணிக்கெல்லாம் சில்லறை வியாபாரிகள் கடை திறக்க ஆரம்பித்து விடுகிறார்கள். சந்தை நாள் என்றால் நாலு நாலரை மணிக்கே வந்து நார்ப்பெட்டிகளையும் கூடைகளையும் எடுத்துக்கொண்டு போவார்கள். பழையாற்றுக்குக் குளிக்கச் செல்கிறவர்கள் கடையைத் திறந்து பின்னால் காயப்போட்டிருக்கும் துவர்த்து முண்டை எடுத்துக் கொண்டு போவார்கள். தலைக்கு எண்ணெய் வைத்து, சிறு காகிதத்தில் உமிக்கரியை மடித்து எடுத்துச் செல்வார்கள். இதற்குமேல் போலீஸ் பீட் வேறு, வியாபாரிகள் தனித்தனியாகச் சம்பளம் கொடுத்து ஏற்பாடு செய்திருக்கும் கூர்க்கா காவல் வேறு.

இவ்விதமான ஒரு சூழ்நிலையில் தன்னுடைய கடை போர்டு மட்டும் உடையக் காரணமென்ன? கடைப் பையன் போன் பண்ணிய நிமிஷத்திலேயே காதர் மனசில் சந்தேகம் நிழலாடிவிட்டது. இப்போதோ சந்தேகத்தை மேலும் ஊர்ஜிதம் செய்துகொள்ளவே காரணங்கள் இருப்பதாகவும் அவனுக்குப் பட்டது. திட்டம் போட்டுச் செய்த காரியமாகத்தான் இருக்க முடியும். ஏதாவது அசுபமான காரியம் சமீபத்தில் நடக்கக் கூடுமென்று அவன் அடிமனம் முணுமுணுத்துக் கொண் டிருந்தது நடந்துவிட்டது.

காதர், கடைப் பையன்கள் ஒவ்வொருவரையும் பேர் சொல்லி அழைத்தான். ஆங்காங்கு ஒவ்வொரு மூலைகளில் அட்டிபோட்டு அடுக்கப்பட்டிருந்த டப்பாக்களுக்குப் பின் தங்கள் முகம் முதலாளிக்குத் தெரியாதபடியும், முதலாளி முகம் தங்களுக்குத் தெரியும்படியாகவும் உட்கார்ந்து கொண்டிருந்த பையன்கள் ஒவ்வொருவராக இரும்புப் பெட்டி அருகே வந்து நின்றனர்.

'யாருக்கு வேலை டேய் இது?' என்று கேட்டான் காதர்.

யாரும் பதில் பேசவில்லை.

'இவ்வளவு நேரம் அங்னெ என்னமோ குசுகுசுத்துக்கிட்டு இருந்தீங்க. கூப்பிட்டுக் கேட்டதும் வாயிலே கொளுக்கட்டே அடைச்சுக்கிட்டேளோ? கோர்ட்டிலே சாட்சியாட்டுக் கொண்ணாந்து விட்டுப் போடுவேன்னு பயமோ? சொல்லித் தொலையுங்களேன் டேய்.'

யாரும் பதில் பேசவில்லை.

முத்து மட்டும் முணுமுணுப்பது கேட்டது.

பெரிய பையன்களின் உயரம் முத்துவை மறைத்துக் கொண்டிருந்தது. அவன் சிறுவன்; கடைப் பையன்களில் சிறியவன்.

'முத்து என்ன சொல்லுதான்?' என்று கேட்டான் காதர்.

முன்னால் நின்றுகொண்டிருந்த பையன்கள் இடைவெளி விட பின்னால் நின்ற எசக்கி, தன் பின்னால் நின்றுகொண்டிருந்த முத்துவின் தோள்பட்டையில் கை வைத்து முன்னால் இழுத்தான்.

முத்து முன்னால் வந்து நின்றதும் அவன் பின்னால் நின்று கொண்டிருந்த பாச்சா, 'ஸ்கூல் பையனுங்க உடைத் திருப்பானுவளோ?' என்று கேட்டான்.

‘ஸ்கூல் பையனுவ எப்படி உடைப்பானுவ? பகல் வேளையிலே ஜங்ஷனிலேருந்து கல்லெறிய முடியுமா?’ என்று கேட்டான் காதர்.

‘முடிஞ்சுக்கிடாது’ என்றான் பாச்சா.

‘ராத்திரி ரெண்டுமணி வரையிலும் கலகலன்னு இருக்குமே ஜங்ஷன்.’

‘ஆமா.’

‘அதுக்கு மேலே அலாரம் வெச்சு எந்திரிச்சு வந்து ஸ்கூல் பையனுவ எதுக்குடேய் கல்லெறியப்போறாங்க?’

‘வாஸ்தவம்தான்’ என்றான் பாச்சா. ‘ஸ்கூல் பையனுவ கல்லெறிய சான்ஸு இல்லே’ என்றான்.

காதர் முத்துவின் முகத்தைப் பார்த்து, ‘நீ என்னமோ முணுமுணுத்தையே, என்னது சொல்லு?’

‘களுகு கருடன் உடைச்சிருக்குமோ?’ என்றான் முத்து.

பின்னால் நின்ற பையன்கள் கொல்லென்று சிரித்தனர்.

முத்துவின் முகம் நாணத்தால் சிவந்தது.

காதர் பெரிய பையன்கள் முகத்தை விழித்துப் பார்த்தான்.

‘நீங்க ஒண்ணும் பேசமாட்டிய. சொல்லுகிறவனெ கிண்டலு வேறே செய்வீங்க இல்லையா? முத்து நீ சும்மா சொல்லுடேய்’ என்றான் காதர்.

காதர் முத்துவின் வலது கையை இழுத்துத் தன் பக்கத்தில் நெருக்கிக்கொண்டான்.

‘இல்லே களுகு கருடன் இதுகளுக்கு வேலையா யிருக்குமோன்னு . . .’ என்று ஈன சுரத்தில் சொன்னான் அவன்.

‘மொத குருவீன்னுல்லா சொன்னே?’ என்று அஸீஸ் பின்னாலிருந்து கேட்டான்.

முத்து வெடுக்கென்று முகத்தைத் திருப்பி, ‘குருவீன்னு நான் சொல்லலே’ என்று கத்தினான்.

‘ஏய் ஏய், நீங்க எல்லாரும் மேசைக்குப் பின்னாலே போயி நில்லுங்க’ என்று விரட்டினான் காதர்.

எல்லோரும் மேசைக்குப் பின்னால் சென்று நின்றபடி முத்துவின் முகத்தையே பார்த்தனர்.

'ஏய்! நீ ஏண்டே அவங்க முகத்தெப் பாக்கே? என்னப் பார்த்துச் சொல்லு. ஒரு களுகு, இல்லே ஒரு கருடன், எப்படி போர்டெ உடைக்க முடியும்? சொல்லு.'

'ஒரு களுகு வரும் . . .' என்று ஆரம்பித்தான் முத்து.

'வரும், வந்து?'

'வந்து போர்டு கிட்டே வந்து உக்காந்துக்கிடும்.'

'சரி.'

'சிவப்பாருக்கு இல்லா?'

'எது?'

'போர்டு.'

'ஆமா, நல்ல சிவப்பு.'

'ஆலம்பளம் போல, செந்துளுவன் பளம் போல.'

'ஆமா.'

கடைப் பையன்களில் இருவர் வாயைப் பொத்தியபடி உள் அறையைப் பார்க்க ஓடினர்.

'செந்துளுவன்னு நெனச்சுக்கிடும். சொல்லு, நீ ஏன் பின்னாலே பாக்கே?'

முத்து முகம் மீண்டும் சிவந்தது. அவன் வேகமாகச் சொல்ல ஆரம்பித்தான்.

'ஆலம்பளம்னு நெனச்சுக்கிட்டுக் கொத்துதுக்கு ஆரம்பிக்கும். இந்தக் களுகுக்குச் செந்துளுவன் பளம் கெடச்சுக்கிட்டுன்னு நெனைச்சு மத்தக் களுகுகளும் பறந்து வரும். எல்லாம் ஒண்ணாச் சேர்ந்துக்கிட்டு மாறி மாறிக் கொத்தும்.'

'நீ சொல்லுதும் சரிதாண்டேய்' என்று ஆமோதித்தான் காதர்.

முத்து உற்சாகத்தோடு, 'எல்லாக் களுகும் சேர்ந்து கொத்திக் கொத்தி உடைச்சிருக்கும்' என்றான்.

'நீங்க இளிக்குதுக்கு ஒண்ணுமில்லே. அவனுக்கு ஒரு ஐடியா இருக்கு. அதுகூட உங்களுக்கு இல்லே' என்றான் காதர்.

சில வினாடிகளுக்குப் பின் மீண்டும் 'முத்து' என்று கூப்பிட்டான்.

'இந்தப் பாரு முத்து, களுகுக்கு ரெக்கை உண்டுமில்லா?' என்று கேட்டான் காதர்.

'உண்டும்.'

'எத்தின?'

'ரெண்டு.'

'சரி, களுகுதான் போர்டெ உடைச்சிருக்கும்னு சொன்னியே. அது சரிதான். ஆனா, அது ரெக்கை இல்லாத களுகு பார்த்துக்கோ' என்றான் காதர்.

முத்து முதலாளியின் முகத்தைப் பார்த்துக் கண்களை விரித்தான்.

'அந்தக் களுகே உனக்குப் பாக்கணுமாடேய்?'

முத்து லேசாகத் தலையை ஆட்டினான்.

'அப்படியே சுத்தி வந்து கடைப்படியிலே எறங்கி நில்லு பாப்பம்' என்றான் காதர்.

முத்து கடைவாசல் படிக்குச் சென்றான்.

'ஒரு படிகூட கீளே.'

கடைப்பையன்கள் காதர் முகத்தையே பார்த்தார்கள்.

'முத்து, புளியமரத்துக்கு வலது பக்கம் பாரு; இன்னா பாரு வலது பக்கம்னு சொன்னா இடது பக்கம் பாக்கிறியே, ஆ, சரி. முதல்லேருந்து ஒண்ணு ரெண்டுன்னு கடையெ எண்ணிக்கிட்டே வா. தெக்கே பாத்து இருக்க கடைக, நாலாவது கடையைப் பாரு. தெரிஞ்சுதா? கறுகறுன்று ஒரு குள்ள பூதம் தொப்புளுக்கு ஒருசாண் கீளே தோர்த்து முண்டே உடுத்திக்கிட்டு நிக்குதா? மார்பு பூரா மயிரு கரடி கணக்க. சிரிக்காமப் பாரு. அதுதான் களுகு. நம்ப போர்டெ உடைச்ச களுகு அதுதாண்டேய். அது செந்துளுவன் பளம்னு நெனச்சுகிட்டு உடைக்கலே; பொறாமெ அதுக்கு. நெஞ்சிலே புசுபுசுன்னு புடிச்சுக்கிட்டு எரியுது. அது ஒரு தாய்க்கும் ஒரு தந்தைக்கும் பொறந்தது இல்லே. காதரே என்னமோனு நெனச்சுக்கிட்டு இருக்கு அது. காதரு ஒரு காலத்திலே மொறமும் இலையும் வெச்சு பீடி சுத்திக்கிட்டு இருந்தவன்தான் கடைத்திண்ணையிலே. இல்லேன்னு சொல்லலே. ஆனா பின்னாலேருந்து குளிபறிக்கிறவனே பளையபடி முறமும் இலையுமாட்டுக் கடைத்திண்ணையிலே உக்காரும்படி ஆகிப்போட்டாலும் காரியமில்லே, ஒரு இருத்து இருத்திப் போடுவேன்ங்குது அதுக்குத் தெரியாது.'

பரமார்த்தலிங்கமும் பாச்சாவும் இரும்புப்பெட்டியருகே வந்து, 'மொதலாளி, எங்களுக்கும் அந்த டவுட் உண்டும்'

என்றார்கள். மேஜை பின்னால் நின்ற பையன்கள் முகத்தைப் பார்த்து 'நாங்க அப்பமே சொன்னோமில்லா' என்றான் பாச்சா.

'கேக்கக் கேக்க கம்னு இருந்தேளே அப்பம்' என்றான் காதர்.

'பொசுக்குன்னு சொல்லிர முடியாதுல்லா, பின்னெ ஒரு டவுட் உண்டு.'

'முத்து, டிரைவரெ வண்டியெக் கொண்டாரச் சொல்லு. காரு வந்ததும் இந்தப் பெட்டியெத் தூக்கி வண்டியிலே வெய்யி' என்றான் காதர்.

காதர் காரில் ஏறிச் சென்றதும், 'முதலாளி போலீஸ் ஸ்டேஷனுக்குப் போறாரு' என்றான் பரமார்த்தலிங்கம்.

8

அப்துல் காதரின் சொந்த ஊர் தக்கலை. மலபார் மாப்ளா ரகளையில் குடிபெயர்ந்து அந்நாட்களில் தெற்கே ஓடிவந்த குடும்பங்களில் காதரின் குடும்பமும் ஒன்று. அவன் தகப்பன் வழி முன்னோர்கள் பரம்பரை பரம்பரையாக மசூதியில் ஊழியம் செய்பவர்கள். அப்துல் காதரின் தந்தைக்கும் அடி நாட்களில் மசூதியில் ஒரு பொறுப்பான வேலை இருந்தது. நாள் போகப் போக அவருக்குப் பக்தி வெறி முற்றி லௌகீக அசிரத்தை பிறந்துவிடவே விதிப்படி காலாகாலங்களில் அனுஷ்டிக்க வேண்டிய நியமங்களிலும் தவற ஆரம்பித்தார். அதன் காரணமாகவே வேலையிலிருந்து நீக்கமும் செய்யப்பட்டார்.

இதற்குப் பின்னாலும் அவனுடைய தகப்பனார் ஒருநாள் பொழுதில் அதிக நேரத்தையும் மசூதியில் தியானத்தில் ஆழ்ந்திருப்பதிலேயே செலவு செய்தார் என்பதும் அவன் தாயார் எரிச்சலுடன் அவனை விரட்ட, அவன் அவரண்டையில் சென்று சாப்பிடக் கூப்பிடுகிறபோதெல்லாம் அங்கிருந்து இடம் பெயர்ந்து வரவே அவருக்கு மனம் வந்ததில்லை என்பதும் அவனுக்கு நினைவு இருக்கிறது.

காதர் பெரியவன் ஆன பின்னால், சொத்தும் சுகமும் தேடி அடைந்து அந்த ஜில்லாவிலேயே முதல் தரமான வியாபாரி என்ற அந்தஸ்து ஏற்பட்ட பின் தனது பால்ய காலத்தைப் பற்றித் தன் நண்பர்களிடம் கூறுகிறபோதெல்லாம் உணர்ச்சிவசப்பட்டுத் தனது தந்தையைப் பற்றி ஆக்ரோஷமான வார்த்தைகள் உதிர்ப்பான். 'அந்தச் சண்டாளன் என்னெ ஒருநாக் கூட இளுத்து அணைச்சுக்கிட்டது கிடையாது' என்பான். தன் தாயார் தனது தந்தையைப் பற்றிப் பிரஸ்தாபிக்கிற போதெல்லாம் 'மசூதி ஆந்தை மசூதி ஆந்தை' என்றே சொல்வது வழக்கம் என்று சொல்லிவிட்டுச் சிரிப்பான். 'பாவம்! அவ ஒரு

சொகமும் அனுபவிச்சது கிடையாது. அவளை உக்காத்தி வெச்சு அவ ஆசையெல்லாம் தீத்துப் போடணும் என்னுதான் வீட்டை விட்டு ஓடினேன். என் கையிலே நாலு காசு சேருதுக்குள்ளே அவ கண்ணெ மூடிட்டா' என்பான் அவன்.

சாக்குச் சாக்காகப் பணம் தேடித் தாயாருக்கு சகல சுகங்களும் அளித்து அதன் மூலம் தந்தைமீது ஏற்பட்டிருந்த வஞ்சத்தையும் தீர்த்துக்கொண்டுவிட வேண்டுமென்ற எண்ணத்துடனே காதர் தனது பதினொன்றாவது வயசில் ஊரை விட்டு ஓடினான்.

வாழ்க்கையில் முக்கியமாகத் தெரிந்துகொள்ள வேண்டிய ஒரு உண்மையை, காதர் தனது சிறு வயசிலேயே தெரிந்து கொண்டுவிட்டான். எல்லாத் தெய்வங்களிலும் பணத்தெய்வம் தான் சக்தி வாய்ந்தது என்றும், பணத்துக்கு சம்பந்தமில்லாத துறைகள் என்று கருதப்படும் இடங்களில்கூட பணநாயகம் ஓங்கி நிற்கிறது என்றும் புரிந்துகொண்டான். ஊர் பூராவும் தனது தந்தையை 'லூஸு' என்று கேலி செய்ததும், பி.வி. முதலாளியின் பக்தியை புகழ்ந்து பேசியதும் பணநாயகத்தின் காரியம் என்று அவனுக்குப்பட்டது. பின்னால் ஒரு சந்தர்ப்பத்தில் தெப்பத்திருவிழாவில் ஒரு பெண்ணைப் பார்த்து அவன் மனசைப் பறிகொடுக்க, ஐம்பது ரூபாய் பெற்றுக் கொண்டு அந்தப் பெண்ணின் தாயாரே பெண்ணை உள்ளே தள்ளி அறைக் கதவைத் தாளிட்டுக் கொள்ள, ஆடைகளும் சுருண்டு மூலைக்குப் போனபோது பணம் என்றால் என்ன என்பது அவனுக்கு நன்றாகப் புரிந்தது. பணபலம் கூடிவிட்டால் யாவும் தானே வந்து சேரும் என்றோ, அல்லது விலைக்கு வாங்கிக்கொள்ளலாம் என்றோ அவனுக்குப்பட்டது.

பங்களா, கார், தேயிலைத் தோட்டம், அன்றாடம் கோழிக்கறி, சதா சில்க் ஜிப்பா, தங்கச் செயின், கடிகாரம் என்று கற்பனைகள் விரிந்தன. பின்னால் அழகா ஒரு பெண் என்றும்கூடச் சேர்த்துக் கொண்டான் அவன். தன்னுடைய தாயாரையும்விட அழகான பெண்... நிறைவேறாமலா போகும்? அல்லாவின் கருணையிருந்தால் எல்லாம் நிறைவேறும். மேக்காமண்டபத்திலும் திருவிதாங்கோட்டிலும் எவ்வளவு பெண்கள் அழகு அழகாக... சில்சில்லென்று ஓசைப்படுத்தும் அழகான பாதங்களைக் கதவுத் திரைகளின் கீழ் அவன் எத்தனையோ தடவை பார்த்திருக்கிறான். பண பலம் பெற்றுவிட்டால் அங்கிருந்தே அவன் அடைந்துவிடலாம். அப்படிப்பட்ட ஒரு காலம் வரப்போகிறது என்றே அவன் நம்பினான்.

சொத்துச் சொம்பு சேர்ந்ததும் நாலா பக்கத்துக்கும் ஆள் அனுப்பித் தகப்பனாரை எங்கிருந்தேனும் தேடிப் பிடித்து இழுத்துக்கொண்டு வரச்சொல்ல வேண்டும் என்று அவன் திட்டம் போட்டான். பங்களாவில் தனியாக அவருக்கு ஒரு அறையை ஒதுக்கி வேளாவேளைக்குச் சாப்பாடும் போட ஏற்பாடு செய்துவிட்டால் சதா காலமும் தியானத்திலேயே ஈடுப்பட்டிருக்கட்டுமே அவர்! துணிமணிகளும் சில்லறைச் செலவுகளுக்குப் பணமும் கொடுத்துவிட வேண்டியது. ஆனால் தாயாருக்கும் அவருக்கும் உறவு என்பதும் பேச்சு வார்த்தை என்பதும் இனிமேல் ஏது? அவரை ஏறிட்டும் பார்க்க மாட்டாள் அவள். பார்க்கவும் வேண்டாம். தாயாரைப் பாலில் குளிப்பாட்டி சொகுஸாக வைத்துக்கொண்டிருப்பதை அவர் கண்ணால் பார்க்கட்டும். ஒரு அழகான ஸ்திரீயைக் கல்யாணம் செய்து கொண்டால் மட்டும் போதாது; அவளை வைத்துக் கொண்டாடவும் தெரிய வேண்டும். ஆனால் அவருடைய மந்தமான மூளை இதையெல்லாம் உணர்ந்துகொள்ளுமா என்ன? எட்டுமோ எட்டாதோ, செய்து விட வேண்டும் என்றே அவனுக்குப்பட்டது. அவனுடைய தந்தைக்கு எட்டாவிட்டாலும் ஊராருக்கு எட்டத்தான் செய்யும். தந்தையோடு ஒப்பிட்டு அவனைப் பாராட்டத்தான் செய்வார்கள். அந்த வார்த்தைகள் அவன் காதில் விழ வேண்டும். அது போதும் அவனுக்கு. அதோடு தன்னுடைய ஆரோக்கியம் உருக்குலைந்து போய்விடாத அளவுக்கு போகியாக இருக்க வேண்டும் என்றும் அவன் ஆசைப்பட்டான். வாழ்க்கையில் தேர்ந்தெடுத்த அழகான ஸ்திரீகளை அனுபவிக்க வேண்டும் என்றும் தீர்மானம் செய்து கொண்டான். இந்த உலகில் என்ன என்ன இன்ப அனுபவங்கள் உண்டோ, அல்லது இருப்பதாகச் சொல்லப்படுகிறதோ அவற்றைப் பற்றி சுய அனுபவத்தின் முடிவுகளைக் கொள்ள அவன் மனம் விழைந்தது.

பின்னால் பத்துப் பதினைந்து வருஷங்களில் காதர் என்ன என்ன செய்தான் என்பதை விவரிப்பது கஷ்டம். அந்தப் பதினைந்து வருஷ முயற்சிகளை அவனால்கூடக் கோர்வையாகச் சொல்லிவிட முடியாது. உலகில் ஒவ்வொரு பொருளிலும் ஒவ்வொரு சந்தர்ப்பத்திலும் ஒவ்வொரு நிகழ்ச்சியிலும் ஒவ்வொரு நெருக்கடியிலும் பணம் ஈட்டுவதற்கான ஒரு திட்டம் ஒளிந்து கொண்டிருப்பதாகவே அவனுக்குப் பட்டது. முதல் பார்வையிலேயே அதற்கு அப்பாற்பட்டதை ஒதுக்கிவிட்டு அதை மட்டும் பார்க்கவும் அவனால் முடிந்தது. அந்தப் பார்வையிலிருந்து யோசனையும், முயற்சியும், தோல்வியில் அயராத மன நிலையும், இங்கிதமான பேச்சும், குழைவும், துணிச்சலும் ஏற்பட்டன. யாரையும் கூச்சமின்றி அண்டத்

தெரிந்திருந்தது. காரியம் நிறைவேறியபின் அவர்களைப் பரிபூர்ணமாக மறக்க முடிந்தது. தர்மம் என்பது இரும்பு உலக்கை என்று எண்ணி அவன் தன்னை ஏமாற்றிக்கொள்ளவும் இல்லை.

தன் வாழ்நாளில் முழுசாக ஒரு ரூபாய் சம்பாதித்த கதையைப் பின்னால் தன் நண்பர்களிடம் அவன் ரசமாகச் சொல்வான். நூர்ஜஹான் ஓட்டலில் வேலை பார்த்துக் கொண்டிருந்தபோது குளக்கரையில் பல் விளக்க உமிக்கரி, பொட்டலம் ஒரு காசு என்று விற்று ஒரு முழு ரூபாயை உருவாக்கினான். ஒருநாள் உமியை அள்ளி மடியில் கட்டிக் கொள்ளும்போது முதலாளி அவனைக் கைப்பிடியாய்ப் பிடித்து வெளியேற்றியபோதுகூட ஒரு ரூபாய் கையிலிருந்த சந்தோஷம்தான் தனக்கு அதிகமாக இருந்தது என்றான்.

பன்னிரண்டு வயதிலிருந்து இருபது இருபத்திரண்டு வயது வரையிலும் அவன் ஈடுபட்ட துறைகள், செய்த தொழில்கள் எண்ணிக்கையில் அடங்கா. சுசீந்திரம் தேரோட்டத்தில் பலூனும் காற்றாடியும் விற்றான். கோலப்பன் ஆசாரி கடையில் படங்களுக்குச் சட்டம் மாட்டும் வேலை செய்தான். பீடி சுற்றினான். எம்.எஸ்.வி. சைக்கிள் மார்ட்டில் சைக்கிள் ரிப்பேர் செய்தான். திருவிதாங்கூர் ஏஜென்ஸியில் பத்திரிகை விநியோகம் செய்தான். தெருவோரம் சீப்பும் ஊசியும் கண்ணாடியும் விற்றான். அஜீரணத்துக்கு ‘சமனப் பிரகாசினி’ விற்றான். ஓட்டல் ரூம்களுக்கு பஸ் ஸ்டாண்டில் நின்று ஆள்பிடித்துக் கொடுத்து கமிஷன் பெற்றான். கடைசியில் தனது இருபத்திரண்டாவது வயசில் வள்ளிநாயகம் பிள்ளை ஜவுளிக் கடையில் வேலைக்கு அமர்ந்தான். அப்போது அவன் கையில் முந்நூறு ரூபாய்க்கு மேல் சேர்ந்திருந்தது.

ஜவுளிக் கடையில் வேலைக்குச் சேர்ந்தது அவனுடைய வாழ்க்கையில் ஒரு முக்கியமான திருப்பம். சுமார் ஐந்து வருடங்கள் அவன் அந்தக் கடையில் வேலை பார்த்தான். இந்த ஐந்து வருஷங்களும் அவனுடைய வளர்ச்சியில் ஒரு விசேஷப் பகுதியாகும். இந்தக் காலத்தில்தான் ஒருநிலையான வாழ்க்கை முறை அவனுக்குப் படிந்தது. ஊருக்கு ஊர் தொழிலுக்குத் தொழில் தாண்டிக்கொண்டிருந்த அவனுக்கு ஒரு குறிப்பிட்ட துறையை நன்றாக, அந்தத் துறையின் நுட்பங்கள் எல்லாவற்றையும் தெரிந்துகொள்ள வேண்டும் என்ற முனைப்பு ஏற்பட்டது. வெயிலிலும் மழையிலும் அலைந்து திரிவதை அவன் வெறுத்தான். இப்போது வேலை செய்வதற்கு அவனுக்கு நிழல் அவசியமாக இருந்தது.

மகாதானபுரம் கோபால அய்யர் ஒரு புதிய ஜவுளிக் கடை திறக்கப்போவதாகக் காதர் காதில் ஒரு செய்தி விழுந்தது. ஒரு வெள்ளிக்கிழமை கடை அடைப்பு நாள் அன்று காதர், கோபால அய்யரைப் போய்ப் பார்த்தான். மகாதானபுரம் வெள்ளாங்குடியில் வசூலுக்கு வந்ததாகச் சொல்லிக்கொண்டு சென்றான். பேச்சுக் கொடுத்துப் பார்த்ததில் காதில் விழுந்த செய்தி ஊர்ஜிதமானது மட்டுமல்ல, அவரையே நிதானிக்க முடிந்துவிட்டது அவனால். குறுக்கே இறங்கி வயல்காட்டு வழியாக பஸ் ஸ்டாண்டுக்கு வருகிறபோது தனக்குத் தானே சிரித்துக்கொண்டே வந்தான் அவன்.

திடீர் திடீரென்று காரியங்கள் செய்வதில் கோபால அய்யர் சமர்த்தர். சிறு வயதில் மிலிட்டரி சர்வீஸிலிருந்தவர். அதற்கான அவசியமே கிடையாது அவருக்கு. கிராமத்தில் அவருடைய தகப்பனார்தான் அப்போது முதல் நம்பர் செல்வந்தர். தகப்பனாரோடு சண்டை போட்டுக்கொண்டு தற்கொலை செய்து கொள்ளப்போவதாகக் கடிதம் எழுதி வைத்துவிட்டு வீட்டைவிட்டு ஓடினார். இரண்டாவது உலக மகாயுத்தம் நடந்துகொண்டிருந்த காலம் அது. நேராக மிலிட்டரியில் சென்று சேர்ந்துவிட்டார். தற்கொலை செய்து கொள்வதை விட பிரிட்டீஷ் சாம்ராஜ்ஜியத்துக்காகப் போராடிப் போர்க் களத்தில் உயிர்

துறப்பது மேல் என எண்ணி அவர் மனமாற்றம் கொள்ளவில்லை. கடிதம் எழுதுகிறபோது அவருக்கு அந்த உத்தேசம் கிடையாது. தான் தற்கொலை செய்து கொண்டு விட்டதாக எண்ணித் தனது தகப்பனாரும் தாயாரும் வருத்தப்பட வேண்டும் என்பதே அவருடைய நோக்கம். இதில் விசேஷமென்னவெனில் கடிதத்தைப் படித்துவிட்டு அவருடைய தகப்பனார் சிறிதும் கலங்கவில்லை. 'கோபாலனுடைய ஜாதகத்தில் இப்போது தற்கொலைக்குப் பிராப்தமில்லை' என்று விஷயத்தை அத்துடன் முடித்துவிட்டார் அவர். சில மாதங்களுக்குப் பின் கோபால அய்யர் சோட்டா நாக்பூரிலிருந்து பணம் கேட்டு எழுதியதாகவும், 'நீ தற்கொலை செய்துகொண்டுவிட்டதால் பணத்தை உன்னால் கையெழுத்துப்போட்டு வாங்க முடியாது' என்று அவருடைய தகப்பனார் பதில் எழுதியதாகவும் கிராமத்தில் சொல்வார்கள். அது எவ்வளவு தூரம் உண்மை என்பது தெரியவில்லை.

கோபால அய்யர் தனது முப்பதாவது வயதில் ஒரு நாள் விடிய ஏழு மணிக்கெல்லாம் மிலிட்டரி உடையுடனும், தொப்பி, கறுப்புக் கண்ணாடியுடனும் கிராமத்திற்கு வந்து சேர்ந்தார். உடம்பு நல்ல குண்டாகிவிட்டிருந்தது. வெயிலில் காய்ந்து நிறம் மங்கிவிட்டிருந்தது. பொழுதோடு வந்துவிட்ட வழுக்கை, தலையின் மத்தியப் பிரதேசத்தை எட்டியிருந்தது. நெருப்பில் வாட்டியெடுத்த மாதிரி உதடுகளும் கறுத்துப் போயிருந்தன. பேச்சிலும் ஹிம்சையின் நிழல் வீசிக்கொண்டிருந்தது.

கிராமத்துக்கு வந்து ஐந்தாறு வருஷங்கள் வரையிலும் அவருக்குப் பெண் கொடுக்க யாரும் முன் வரவில்லை. இதற்குள் அவருடைய தாயாரும் மறு வருஷம் தகப்பனாரும் போய்ச் சேர்ந்துவிட்டார்கள். 'இருக்கிற வரையிலும் ஒரு காசு தரமாட்டேன்னு சொல்லிண்டு இருந்தான் மனுஷன். இப்போ அவ்வளத்தையும் ஒண்ணுவிடாம வெச்சுட்டும் போயிருக்கான். என்னத்தைச் சொல்ல' என்று கோபால அய்யர் தனது தந்தையின் மறைவைப்பற்றி விமர்சனம் செய்தார் அப்போது.

மிலிட்டரி வாழ்க்கையில் படிந்த பழக்கங்களை அவரால் விட முடியவில்லை. சைவ உணவை நா ஆணித்தரமாக மறுத்து விட்டது. மதுபானங்களையும் அவ்வப்போது கேட்கத்தான் செய்தது. அவருடைய வாய்க்குப் பயந்து ஆண்கள் ஒதுங்கி விடுவார்கள். கிராமத்துப் பெண்டுகள் அவருடைய ரசிகைகள். அவருடைய பேச்சைக் கேட்டு வாய்விட்டுச் சிரிப்பார்கள். வாசலில் முட்டுக்குத்தி உட்கார்ந்து கொண்டு வருகிறவர்கள் போகிறவர்களை எல்லாம் கோட்டா செய்து கொண்டிருப்பார் அவர். கிராமத்துப் புரோகிதர் வீட்டுக்கு முன்னால் சென்று நின்றுகொண்டு, 'ஓய், நாராயண சாஸ்திரிகள்! ஒரு பூணூல்

இருந்தால் தாரும் ஓய். முதுகை வேற எந்த விதத்திலேயும் சௌகரியமா சொறிஞ்சுக்க முடியும்னு தோணலே' என்பார். பறைச்சி அரவலை, புல்லுக்கட்டோடு வந்தால், 'இந்தப் பாரு அரவலே, இன்னும் ஒரு வருஷம் பாக்கணும் இந்தப் பயக்கள் யாராவது பொண் தருவனான்னு; இல்லையின்னா ஒன் பொண்ணைத்தான் பண்ணிக்கப்போறேன். தீர்மானம் பண்ணியாச்சு' என்பார். பெண்கள் வாயைப் பொத்தியபடி வீட்டுக்குள் ஓடுவார்கள்.

இருந்தாலும் அரவலைக்குக் கோபால அய்யர் மாப்பிள்ளையாக சந்தர்ப்பம் ஏற்படவில்லை. வறுமை பிடுங்கும் தேசம்; பெண்களும் மலிவு. சோற்றுக்கு உத்திரவாதம் கிடைப்பதே பெரும் அதிருஷ்டம். 'பதினஞ்சு வயசுப் பொண், கிளி மாதிரி இருக்கு . . . நாப்பது வயது வழுக்கை மண்டைக்குத் தூக்கி கொடுக்கறேயேடி' என்று கேட்டபோது, ஆனந்தம் அம்மாள், 'இவளுக்குத் தாலி பாக்கியம் இருந்தா சிரஞ்சீவியா இருப்பன்; இல்லைன்னா பட்டுமுட்டாக்குப் போட்டுண்டு பாலுஞ்சாதம் சாப்பிடுவள்' என்று சொல்லிவிட்டாள்.

தன் கல்யாணத்துக்கு மதுரையில் ஒரு ஸிந்தி கடையில் ஜவுளி எடுக்கச் சென்றார் கோபால அய்யர். இதன் காரணமாக ஒரு நாலைந்து மணிநேரம் அந்த கடையிலிருக்க வேண்டிய அவசியம் ஏற்பட்டது அவருக்கு. உள்ளே நுழைந்ததுமே மெத்தை போட்ட பெரிய சோபாவில் அமர்ந்திருந்த தவுலத்ராமின் தோற்றம் அவரை வெகுவாகக் கவர்ந்துவிட்டது. மேலே மின்விசிறி சுழல தவுலத்ராம் ஒரு பெரிய சுருட்டைப் பல்லால் கடித்துப் பிடித்துக்கொண்டிருந்தார். கழுத்தில் போட்டிருந்த மெல்லிய தங்கச் செயின், பித்தான் போடாத வாயில் ஜிப்பாவின் வெளியே தொங்கிக்கொண்டிருந்தது. கண்கள் இரண்டிலும் செவ்வரி படர்ந்து கிடந்தது. அந்தச் சிவப்புக்கு என்ன அர்த்தம் என்பது கோபால அய்யருக்குத் தெரியும். இருந்தும் ஏதோ எண்ணெய் ஸ்நானம் செய்துவிட்டு வந்து உட்கார்ந்து கொண்டிருப்பது மாதிரி ஒரு நிதானம். நிதானமான பேச்சு; நிதானமான செய்கை. கண்கள் இரண்டும் சுழன்று சுழன்று பத்து இடம் பார்த்தன. கை பணம் வாங்கிப்போடுகையில் மனசு பில் தொகையைக் கூட்டிக்கொண்டிருந்தது. போனில் பேசுகிற போது தொண்டை சிரித்தது; முகம் சுளித்து ஏவலுக்குச் சமிக்ஞை காட்டியது; கடைப்பையனைக் கண்கள் முறைத்தன; நடுவில் வாடிக்கைக்கு ஒரு புன்முறுவல்; பாப்பாவுக்கு ஒரு கண் சிமிட்டல். ஒரு குழந்தை அழ, அவர் ஒரு சிறு பையனைப் பார்த்து முகஞ்சுளிக்க, அவன் வெளியே சென்று ஒரு பொட்டலம் பிஸ்கோத்துடன் திரும்பி வருகிறான். நாள் பூராவும் அங்கேயே உட்கார்ந்து

அவரையே கவனித்துக் கொண்டிருப்போமா என்று தோன்றியது கோபால அய்யருக்கு. திடீரென்று பம்பாயிலிருந்து போன் வந்தது. தவுலத்ராம் ஆங்கிலத்தில் பேச ஆரம்பித்தார். அவர் பேசிய தோரணை அவர் மனசைச் சொக்க வைத்துவிட்டது. 'மன்னன், மன்னன்' என்று மனசுக்குள் சொல்லிக்கொண்டார். கிராமத்துக்குச் சென்றதும் எல்லோரிடமும் இவனைப் பற்றிச் சொல்ல வேண்டும் என்று எண்ணினார். அதே சோபாவில் தான் உட்கார்ந்துகொண்டிருந்தால் எவ்வளவு ஆனந்தமாக இருக்கும் என்றும் அவரால் எண்ணாமல் இருக்க முடியவில்லை.

ரயிலில் வருகிறபோது 'துணிந்து முனை' என்ற, ஸ்டேஷனில் வாங்கிய ஆங்கிலப் புத்தகத்தைப் படித்துக்கொண்டே வந்தார். தீவிரமாகச் சிந்திக்கிறோம் என்ற எண்ணத்தில் தொடர்ந்து சிகரெட்டிலிருந்து சிகரெட்டைப் பற்ற வைத்துக் குடித்துக்கொண்டும் இருந்தார். அதிலுள்ள ஒவ்வொரு வரியும் அவர் மனசிலிருந்ததைக் கண்டு சொன்னதாகவே அவருக்குப் பட்டது. ஆமாம், துணிந்தவனுக்குத் தான் வாழ்வு. விடா முயற்சிதான் பலிக்கும். சந்தேகமே இல்லை. எதிர் பெஞ்சில் இருந்தவர்களிடம் வலியப் பேச்சுக்கொடுத்து, தன் மனசிலிருந்த எண்ணங்களுக்குப் பேச்சைத் திருப்பி, தனக்கு எதிராக அவர்களைப் பேச வைத்து, அவர்களுக்கு எதிராகத் தான் பேச ஆரம்பித்தார். 'வெள்ளைக்காரன் முன்னுக்கு வருகிறானே, முன்னுக்கு வருகிறானே என்று பொறாமைப்பட்டால் மட்டும் போராது. எதையும் துணிஞ்சு செய்பவன்கள் மன்னன்கள். நாம குளிருமே குளிருமே என்று குளிக்கவே மாட்டோம்' என்று இரைந்து கத்தினார்.

திருநெல்வேலி ஸ்டேஷனில் இறங்குகிறபோது அவருக்கு மனசில் ஒரு அழுத்தமான தீர்மானம் விழுந்துவிட்டது. நாகர்கோவிலுக்கு வருகிற வழியில் அரைத் தூக்கத்தில் பஸ்ஸிலும் அதே தியானம். '... அது சரி, நீ கெட்டிக்காரன் இல்லேன்னு சொல்லலே, எவ்வளவோ கெட்டிக்காரன்தான் நீ. உன் முகத்திலேயே அந்தக் களை சொட்டறதே. உன் கண்ணும் கையும் வாயும் துருதுருன்னு எத்தனை காரியம் பாக்கறது. உன் முகராசி ஆணையும் பொண்ணையும் மடக்கிக் கொண்டுவந்து உன் கடை வாசலிலே தள்ளத்தான் செய்யும். இல்லேன்னு சொல்லலே. லக்ஷ்மி விடிஞ்சு எழுந்தா ஒரு மரக்காலிலே தங்கக் காசையும் வெள்ளிக் காசையும் பாசியும் பருப்புமா கலந்து வெச்சுண்டு, உன் கால்மாட்டிலே உக்காந்து அரைப்படியாலே அளந்து அளந்து உன் பாதத்திலே கொட்டிண்டேதான் இருப்பள். இல்லேன்னு சொல்லலே. உனக்கு தசாநாதன் அப்டி. ஆனா அதுக்காக உனக்கு ஒருத்தனுக்குத் தான் அது லபிக்கும்னு ஆயுடாது. தெரிஞ்சவன், சாமர்த்தியமுள்ளவன்,

ஒரு நோக்கம், நாக் உள்ளவன், அங்கங்கே மொளச்சு முன்னுக்கு வந்துண்டுதான் இருப்பன். அவன் பாதத்திலே வேணும்னா ஆழாக்காலே, இல்லே போட்டும், உழக்காலே கொட்டுவனு வெச்சுக்கோயேன். அதனால் நீதான் ரொம்பக் கெட்டிக்காரன்னு நெனச்சுக்க வேண்டாம். என்ன விட்டா இல்லேங்கற நினைப்பு உனக்குன்னுல்லே, யாருக்குமே வறது அவ்வளவு சிலாக்கியமில்லெ. அதுக்குத்தான் சொல்றேன். இதோ இப்போ நானே ஒரு கடை போடறதாகத் தீர்மானம் பண்ணிண்டாச்சு. உடனே பூ! பெரிய வியாபாரமான்னு சொல்லிப் பரிகாசம் பண்ணிடப்படாது. ரொம்பப் பெரிய கடையில்லேன்னே வெச்சுக் கோயேன். ஏதோ ஐவேஜு இருக்கு. ரெண்டு கோட்டை விதைப்பாட்டை வித்துப் பேருக்குப் போடறேன், முதல்லேன்னு வெச்சுக்கோயேன். அட, காலமும் வேளையும் கூடி வந்துதுன்னா ஒரு தூக்குத்தூக்கும்னு வெய்யேன். பெருகித்துன்னா மேலும் போடறேன். என்ன, செய்யப் படாதாங்கறேன்? பத்து வருஷம் மிலிட்டரி சர்வீஸு இருக்கு. மணியா இங்கிலீஷு பேசுவேன். நீ நன்னாப் பேசலேன்னு சொல்ல வரலே. நன்னாத்தான் பேசறே நீ, உச்சரிப்பும் வெள்ளைக்காரன் மாதிரித்தான் இருக்கு. அதெ நெனச்சுக்கோ. நான் பேசினா அச்சு அசல் வெள்ளைக்காரன் பேச்சுத்தான்! என்ன செறேன்னு பாரேன். நாளைக்கு ஒரு ஹோளிப்பண்டிகை, ஒரு தீபாளீன்னா கன்யாகுமரி போவோம்னு குஷியா புறப்படமாட்டியா, பெண்டாட்டி கொழந்தைகளைக் கூட்டிண்டு? போற வழிதானே? நாகர்கோவில் வந்ததும் கோபால அய்யர் கடை எதுன்னு கேட்டுண்டு சித்தெ வந்துட்டுப் போயேன். என்னா? அப்படி செய்யப்படாதா, என்ன? எளப்பமா இருக்கோ ...? சரி இருக்கட்டுமே, உன்னெ மாதிரி இல்லாட்டாலும் உனக்குப் பாதியாவது இருக்கேனான்னு பாத்துட்டுத் தான் போயேன். என்ன நான் சொல்றது ...? கேப்பயா ...? கேப்பயா ...? கேப்பயாங்கறேன் ...? ரொம்ப கவுரவமோ ...?'

'சாமி தூக்கத்திலே என்ன புலப்பம்! மணிமேடை ... மணிமேடை' என்று குரல் கொடுத்தான் கண்டக்டர்.

கல்யாணமாகி ஒரு மாதங்கூட ஆகவில்லை. தேரூர் பத்தில் நாலுகோட்டை விதைப்பாட்டை விற்றார் கோபால அய்யர். நாகர்கோவிலில் கடை எடுத்தாகிவிட்டது என்று பேச்சும் கிளம்பிற்று. கொள்முதல் செய்ய வேண்டும். வியாபாரத்தில் பழக்கமுள்ள கையைத் தேடித்துப்புப் போட்டுக்கொண்டிருந்தார் அவர். ஒன்றிரண்டுபேர் காதர் பெயரைப் பிரஸ்தாபித்தார்கள். அவர்களும் வள்ளிநாயகம் பிள்ளை கடையிலிருந்து அவன் வருவது சந்தேகம் என்றே அபிப்பிராயப்பட்டார்கள்.

இந்தச் சந்தர்ப்பத்தில்தான் காதர் அய்யரைச் சென்று பார்த்தான். அவனுடைய அபிப்பிராயத்தை அய்யர் ஆராய்ந்த போது, 'மொதலாளி என்னைச் சொந்த மகன் கணக்க வைச்சுகிட்டு இருக்காரு, அவரு முகத்தெ முறிச்சுக்கிட்டு வரமுடியுமா? பின்ன என்ன? தை மாசத்திலேதான் நீங்களும் தோக்கணும்னு சொல்லுதிய. நாள் கெடக்கெ' என்று சொல்லிவிட்டுச் சென்றான்.

காதர் இரண்டு மூன்று நாட்கள் தீவிரமாக யோசித்தான். கப்பலிலிருந்து தோணிக்குள் குதிப்பது மாதிரிதான். அதிலும் பிள்ளைவாள் கடை நங்கூரம்போட்ட கப்பல். அய்யருடைய தோணி இரண்டு அலைக்கும் ஒரு காற்றுக்கும் ஈடு கொடுக்குமா என்பதுகூட சந்தேகம்தான். ரொம்பவும் வேண்டியவர்களின் அபிப்பிராயங்களை ஆராய்ந்தபோது வேண்டாம் என்று தடுத்தார்கள். அதற்கான காரணங்களும் காட்டினார்கள். காதருக்கும் தெரிந்த விஷயங்கள்தாம் அவை. அவர்கள் சொன்னதுபோல் பின்னால் வருந்த வேண்டிய ஒரு நிலைகூட ஏற்படலாம் என்றும் அவன் எண்ணினான். இருந்தாலும் பிள்ளைவாள் கடையிலிருந்து விலகுவது என்ற முடிவுக்கே அவன் வந்து சேர்ந்தான்.

அவனுடைய யோசனையைப் பிள்ளைவாளிடம் பிரஸ்தாபித்த போது அவருக்கு ஏற்பட்ட ஆச்சரியமும் ஏமாற்றமும் சொல்லி முடியாது. அவர் அப்போது அதை வெளியே காட்டிக் கொள்ளாமல், எதுவும் பேசாமல், 'வெள்ளிக்கிழமை காலை வீட்டுக்கு வா' என்று மட்டும் சொன்னார். கடையில் அப்போதே அவனிடம் பேச்சுக் கொடுத்தால் தனது தீர்மானத்தை உறுதிப்படுத்துகிற வார்த்தைகளை அவன் செலவழித்து விடக்கூடாதே என்று அவர் பயந்தார். மேலும் அவன் சம்பந்தமாக அவருடைய அந்தரங்கம் அவனுக்குத் தெரியாது. கடையில் அவனையும் பிற பையன்களைப் போலவே நடத்தும் பாவனைதான் அவர் என்றும் காட்டி வந்திருக்கிறார். அது அவசியமும்தானே? எல்லாம் வாய்விட்டுச் சொல்ல வேண்டிய சந்தர்ப்பம் வந்துவிட்டது. அதற்குமேல் அவன் தன்னுடைய தீர்மானத்தை வற்புறுத்த வேண்டிய அவசியம் ஏன் ஏற்படப் போகிறது என்று எண்ணினார் அவர்.

விதரணையாகப் பேசி விஷயங்களைப் புரிய வைத்தார் பிள்ளை.

'காதர், உனக்கு என் கதை பூராத் தெரியும். விசேஷமாட்டு எடுத்துச் சொல்லுதுக்கு ஒண்ணுமில்லே. கடையெப் பார்க்க மாட்டேன்னு சொல்லி ராசா மொரண்டுக்கிட்டு மதறாஸுக்கு

ஓடின வருஷம் யாவாரத்தே நிப்பாட்டிரலாமான்னு யோசிச்சேன். நீயும் கொள்முதலுக்குப் போறே வாறே, சரக்கு எடுக்கிறதிலேயும் ஒரு நோட்டம் உனக்கு ஏற்பட்டுப் போச்சு. சின்னப் பையன் மணியையும் பத்தோட படிப்பெ முடிச்சுப் போட்டு கடையிலே சேத்துடலாம். என் மேற்பார்வை முன்னப் பின்ன ஆயுப்போட்டாலும் நீ அவனை அணைச்சுக் கடையெ சாமர்த்தியமா நடத்திக்கிட்டுப் போயிருவேன்னே இன்னி மட்டும் நெனச்சுக்கிட்டு இருந்திருக்கேன் பார்த்துக்கோ. என் மேற்பார்வை நின்னதும் மொதப் பத்து வருஷம் உனக்கு லாபத்திலே ரூபாய்க்கி நாலணா பங்கு தரணும்னு எழுதி வெச்சிருக்கேன். இண்ணைக்குத் தேதியிலே வித்து முதலு என்னாங்குது உனக்குத் தெரியும். கணக்குப் பார்த்துக்கோ, அடுத்த வருஷம் மணி வந்துருதான். ஒரே இருப்பா காவல் இருந்து எனக்கு அலுத்துப் போச்சு. நீ தான் அவனெ ஏந்திக்கிட்டு விலாசத்துக்குத் தோஷமில்லாம கடையெ நடத்தணும் ஆமா . . .'

காதரின் குனிந்த தலை நிமிரவில்லை.

'மொத மொத கடைக்கு வந்த அண்ணைக்கு ஒரு டவலை ஒத்தையா விரிச்சுப்போட்டு மடக்கச் சொன்னேன். தெவங்கிப் போனே. 'போ'னு அனுப்பியிருவேன்னு நெனச்சுக் கண்ணிலெ நீரு முட்டிட்டு உனக்கு. அதையும் நெனச்சுப் பாரு. பொறந்தாலே எல்லாம் தெரிஞ்சுடும்னு சொல்லுதுக்கு வரலே. பின்னாலே நீயும் எவ்வளவோ தெரிஞ்சுக்கிட்டே. உன் சொந்தக் கடையா நெனச்சு உளைச்சுருக்கே. பம்பாய் பம்பாய்னு சொல்லி என்னை அனுப்ப வெச்சுப்போட்டே; அதிலிருந்து மொத்த யாவாரம் கொஞ்ச அபிவிருத்திதான். இல்லேண்ணு சொல்லலே. இருந்தாலும் நெனச்சுப்பாரு. பளகின இடத்தெ விடாகூடாதுன்னு சொல்லுவாங்க. கோபால அய்யரெ உனக்கு தெரியாது. ஒரு நிமிட்டிலே அதுக்குப் புத்தி மாறிடும். நாலு பேரு வேண்டியவங்க இருந்தாக் கேட்டுப்பாரு. மண் குதிரையெ நம்பி தண்ணியிலே எறங்காதே. இல்லை, உன் மனசிலே வருத்தம் ஏதாவது உண்டும்னா சொல்லிப்போடு. தீத்துப் போடலாம். பெரிய விஷயமில்லை . . . பணம்தான் குறின்னு நெனக்கிறவனில்லே நான் . . .'

காதர் முகத்தைப் பக்கவாட்டில் திருப்பிக்கொண்டு வாய் பேசாமல் நின்றான்.

'டைபாயிடுலே விளுந்தே; கடைப் பையன்களை விட்டுப் பார்க்கச் சொன்னேன். தினம் காலையிலே ஒரு மட்டம் சாயந்திரம் ஒரு மட்டம் டாக்டர்கிட்டே போன் பண்ணி கேப்பேன். தத்தெடுத்துக்கிடப்போறேளானு தமாஷ் பண்ணினாரு

அவரு. அவருக்குப் பில்லையும் மருந்துக் கடைப் பில்லையும் என் சொந்தக் கணக்கிலே பத்தெழுதிக்கிட்டேன். தொகை இவ்வளவுனு உங்கிட்டே இண்ணே வரையிலும் சொன்ன தில்லை... அடுத்தவனுக்கு இதெச் செய்ய மாட்டேங்குதும் உனக்குத் தெரியும். என் மனசிலே இருந்த நெனப்பு செய்ய வெச்சுது. இவ்வளவு நாளும் கூட இருந்துபோட்டு நடுக் கடலிலே தள்ளிட்டுப் போறால போயிட்டான்னு நெனச்சு நான் வருத்தப்படறது உனக்கு நல்லது இல்லே பாத்துக்க...'

காதர் தலை குனிந்தது.

'இந்தாப் பாரு! நீ இப்பம் வருத்தப்படுதுக்கு ஒண்ணுமில்லே. அவரு சக்கரையாப் பேசிக் கூப்பிட்டிருப்பாரு, உனக்கு சபலம் தட்டிட்டு. அவ்வளவுதான். இருக்கிற இடத்தைவிட அடுத்த இடம் பெரிசு எங்கிற நெனப்பு உனக்கு மட்டுமில்லே, யாருக்கும் உண்டாகத்தான் செய்யும் பார்த்துக்கோ. அது மனுஷ சுபாகம். இவ்வளவு நாளும் நாணயமாக உளைச்சுப்போட்டு இப்பம் நான் 'சீ'னு நெனைக்கும்படியா நடந்து போச்சேன்னு வருத்தப்படாதே. ஏதோ கெட்ட சொப்பனம்னு தொடச்சு எறிஞ்சுடுவேன். என் சுபாகம் உனக்குத் தெரியும். எதையும் மனசிலே வெச்சுட்டு காரியத்திலே காட்டறவனில்லே நான். மொகத்தேத் தொடச்சுக்கோ. போ, எண்ணைக்கும் போல வேலையெப் பொறுப்பாப் பாரு...'

காதர் மடமடவென்று நடந்துசென்று கதவைத் திறந்து கொண்டு வெளியே சென்றான்.

'பாவம்! நல்ல பய; யாரோ ஆசைகாட்டி புத்தியெக் குளப்பிட்டாங்க. ஒருத்தன் ஒரு எடத்திலே நின்னு முன்னுக்கு வர விடறாங்களா?' என்று தனக்குத்தானே உரக்கச் சொல்லிக் கொண்டார் பிள்ளை.

மறுநாள் காலை ஒன்பது மணிக்கு வள்ளிநாயகம் பிள்ளை தன் கடைக்குப் போன் பண்ணி கணக்குப்பிள்ளையைக் கூப்பிட்டு, 'லாரி ஆபீசுலேருந்து கட்டு எடுத்துக்கிட்டு வர ஆளு அனுப்புங்க; புளியங்குடிச் சேலைக்குக் காதரைக்கொண்டு விலை போடச் சொல்லுங்க' என்று சொன்னபோது 'காதர் இன்னும் கடைக்கு வரலேங்க' என்றார் கணக்குப்பிள்ளை.

வள்ளிநாயகம் பிள்ளை கடைக்கு வந்ததும் காதரின் அறைக்கு ஒரு ஆளை அனுப்பினார். அறை பூட்டியிருப்பதாகச் சொன்னான் பார்த்துவிட்டு வந்த பையன்.

அன்று மாலையே கொள்முதலுக்குக் கோபால அய்யருடன் காதர் சென்னை சென்றிருப்பதாகப் பிள்ளைக்குத் தகவல் கிடைத்தது.

ஆரம்பத்தில் கோபால அய்யருக்கு மிகுந்த உற்சாகம் ஏற்பட்டது. அலமாரியும் மேஜையும் புதிய பாஷனில் பளபளத்தன. வரிசையாக மின்விசிறிகள். மேஜையில் டெலிபோன். சுழலும் நாற்காலி ஒன்றும் வாங்கிப்போட்டுக்கொண்டார். வியாபாரம் நடந்துகொண்டிருந்தாலும் சரி, கடை காலியாக இருந்தாலும் சரி, சகல மின்விசிறிகளும் ஓடிக்கொண்டுதான் இருக்கும்; விளக்குகளும் எரிந்துகொண்டுதான் இருக்கும். 'தனியாக ஒவ்வொரு ஸ்விச்சையும் போட்டுக்கொண்டிருக்க முடியுமா? ஸ்விச்செல்லாம் போட்டு வைத்திருக்க வேண்டும்; கடை திறக்கிறபோது மெயினைப் போடணும்; கடை சாத்துகிறபோது மெயினை அணைக்கணும்' என்றார் கோபால அய்யர். பக்கத்திலிருக்கும் பையனை, எழுந்து போய் மணி அடித்துக் கூப்பிடவும் ஆரம்பித்தார். என் நண்பர், மூலக்கரைப்பட்டி ரெட்டியார் – அப்போது இவர் ஓட்டல், கோபாலய்யர் கடைக்கு அண்டையில் இருந்தது – 'நமக்கு நல்ல வியாபாரமும் நடக்கு: ஆனா, நம்ம கடையிலே கூட்டமும் இல்லே. காப்பி பலகாரம் சாப்பிடணும்னு வர்றவங்க சும்மனாச்சும் துணி பாக்கணும்னு அய்யர் கடையிலே நுழைஞ்சுடறாங்க' என்று சொல்லிவிட்டு இரண்டு கட்கங்களையும் துண்டால் துடைத்துக் கொண்டு சிரித்தது இன்னும் என் நினைவில் நிற்கிறது.

அய்யரோடு மிகவும் இணக்கமாகப் போய்க்கொண் டிருந்தான் காதர். அவருடைய அசட்டுத்தனமான யோசனை களையும்கூட மனப்பூர்வமாக எல்லாச் சந்தர்ப்பங்களிலும் எதிர்த்தான் என்று சொல்ல முடியாது. ஆனால் கடையில் முழுப் பொறுப்பையும் எடுத்துக்கொண்டு வேலை செய்தான். கொள் முதலுக்குப் போய் வந்தான். குறிப்பிட்ட தேதிகளில் தவறாமல் அய்யரிடம் கையெழுத்துப் பெற்றுத் தொலையூர் ஆசாமிகளுக்குச் செக் அனுப்பி வைத்தான். கடையில் பிற பையன்களை ஏவியும் தானே சரக்கு எடுத்துக் காட்டியும் ஊக்கத்துடன் வியாபாரம் செய்தான். கணக்கை மேற்பார்வையிட்டுக்கொண்டான். வருமான வரி ஆபீஸுக்கும் விற்பனை வரி ஆபீஸுக்கும் அவனே சென்று கணக்குக் காட்டினான்.

அய்யருக்கு அவன்மீது அபரிமிதமான நம்பிக்கை பிறந்தது. கடையைப் பற்றிய கவலையே அவசியமில்லை என்ற உறுதியும் பிறந்தது. ரெட்டியார் கடை மாடியில் பெரிய கைகளோடு அவரும் ஒரு கையாக உட்கார்ந்து சீட்டு விளையாட ஆரம்பித்தார். எப்பொழுதேனும் ஒரு தடவை எழுந்து வந்து கடையைப் பார்த்துவிட்டுப் போவார். 'நீங்க கவலைப்படாம நிம்மதியா இருங்க. நான் கவனிச்சுக் கிடறேனே' என்று காதர் அடிக்கடி அவரிடம் சொல்வான். முதல் வருஷம் நல்ல லாபமும் வந்தது.

ஒரு புளியமரத்தின் கதை

ஆனால் போகப் போகக் கோபால அய்யருக்குத் தன் கடையைப் பற்றி ஒன்றும் தெரியாது என்ற நிலை ஏற்பட்டு விட்டது. ஏதாவது சந்தேகம் நிவர்த்தி செய்துகொள்ள வேண்டுமென்றால் காதர் வரவேண்டும். வாடிக்கையின் விசாரிப்புக்கும் காதர் இருந்தால்தான் அவரால் பதில் சொல்ல முடியும். பாக்கி கேட்பவர்களுக்குச் செக் கொடுக்க வேண்டுமா வேண்டாமா என்பதை அவன்தான் தீர்மானிக்க வேண்டும். இது மிகவும் கேவலமான நிலை என்ற எண்ணமும் ஒரு தாழ்வு மனப்பான்மையும் சிறுகச் சிறுக அவரை உறுத்தவும் ஆரம்பித்தது. ஒரு நாள் ஒரு தொலையூர் ஆசாமி காதர் இல்லாத சமயம் கடைக்கு வந்தவன், அவரிடம், 'முதலாளி இல்லீங்களா?... அப்புறமா வாறேன்னு சொல்லிடுங்க' என்று சொல்லி விட்டு நகர்ந்தான். அய்யருக்கு முகத்தில் ரத்தம் குத்திற்று. 'இந்தாப்பா இங்கே வா'ன்னு கையைத் தட்டினார்.

ஆசாமி வந்தான்.

'யாரு முதலாளீன்னு பேசறே?'

'இங்க இருப்பாரே செவப்பா ஒருத்தரு. கொள்முதலுக்கு வாறாரே.'

'இங்கே வாய்யா.'

ஆசாமி உள்ளே நுழைந்தான்.

'எங்கே வந்தே?'

'சாம்பிள் கொண்ணாந்துருக்கேன்.'

'காட்டு.'

சாம்பிள்களை மேஜைமீது பரப்பினான்.

'ஒவ்வொண்ணிலையும் ரெண்டு ரெண்டு பீஸு போடு' என்றார் அய்யர்.

'எதிலே போடச் சொல்றீங்க?'

'இப்போ காட்டினையே...'

'பூராவிலேயுமா?'

"பூராவிலேயும்தான்."

'அளியுங்களா?'

'நீ ஏன் அதெக் கேக்கறே?'

'ஒரு பேச்சுக்குக் கேட்டேனுங்க.'

‘ஒரு பேச்சுக்கும் கேட்க வேண்டாம். ஆர்டர் எழுது, கையெழுத்துப் போடறேன்.’

அதிருஷ்டவசமாக அந்தச் சரக்குகளில் ஒரு பாதி வேகமாக அழிந்தது. மறுபாதி அப்படியே இருந்தது. அதை அழிக்க அய்யர் பெரும் சிரத்தை எடுத்துக்கொண்டார். வாடிக்கை வந்தால் அவர் ஆர்டர் கொடுத்த சரக்குகளை மட்டும் அவரே எடுத்துக் காட்ட ஆரம்பித்தார்.

ஒருநாள் காதர் சாப்பிடப் போயிருந்த சமயம்.

‘நீங்க இல்லாத சமயத்திலே காதர் அண்ணாச்சி அந்தச் சரக்கை எடுத்துக் காட்டவும் மாட்டேங்காரு; எங்களெ எடுத்துக் காட்டவும் விடமாட்டேங்காரு’ என்று கடைப் பையன் ஒருவன் அய்யரிடம் சொன்னான்.

‘இப்பொச் சொல்றேன் கேட்டுக்குங்கோ. யாரு வந்தாலும், நம்ம சரக்கத்தான் மொதல்லே காட்டணும். அவன் சரக்கே காட்டினாலும் சரி, காட்டாவழியாப் போனாலும் சரி’ என்று உத்தரவு போட்டார்.

அன்றிலிருந்து அய்யர் ஆசனத்திலிருந்து அந்தப் பக்கம் இந்தப் பக்கம் நகருவதில்லை. ‘இந்தப் பயலெ என்ன செய்யறேன் பாரு’ என்று மனசுக்குள் அடிக்கடி சொல்லிக்கொண்டார். கொள்முதலுக்கும் அந்த தடவை அவரே போனார். சென்னை கிடங்குத் தெருவில், காதர் அதுவரையிலும் கொள்முதல் செய்த சரக்குகளுக்குத் தனியாக ரொக்கப்பணம் கமிஷன் பெற்றுவந்திருக்கிறான் என்பதும் அப்போது அவருக்குத் தெரியவந்தது. ஒரு பெரிய விலாசத்திலிருந்து விலகி ஓட்டல் நடத்திக்கொண்டிருந்த திருநெல்வேலி பிள்ளை ஒருவர் இந்த சமாசாரத்தை அய்யர் காதில் போட்டார். தன்னுடைய பழைய முதலாளி அந்த ஏற்பாட்டுக்கு இணங்காததால் காதர் ஒரு தடவை கூட அந்த விலாசத்தில் கொள்முதல் செய்யவில்லை என்றும் அவர் சொன்னார். அந்தத் தடவை அய்யர் ஏராளமாகக் கொள்முதல் செய்தார். வழக்கமாகக் காதர் கொள்முதல் செய்வதைவிடவும் இரண்டு பங்கு கொள்முதல் செய்தார் என்று சொல்ல வேண்டும். தீபாவளிக்குச் சரக்குகளை விலைபோட்டு விற்பனை செய்துவிட வேண்டுமென்ற எண்ணத்தில் தனி லாரியொன்றை அமர்த்தி சென்னையிலிருந்து சரக்குகளை அனுப்பி வைத்துவிட்டுத் திருவனந்தபுரத்துக்குப் பறந்துவந்து அங்கிருந்து ஒரு டாக்சியை அமர்த்திக் கொண்டு கடை வாசலில் வந்து இறங்கினார்.

அந்த வருஷம் தீபாவளி சீஸனில் அய்யருக்கு வியாபாரம் அமோகமாக நடந்தது. வாடிக்கைக்காரர் உள்ளே நுழைய

இடமில்லாமல் கடைப் படிகளில் நின்றுகொண்டிருந்தனர். தீபாவளிக்கு இரண்டு நாட்களுக்கு முன் உள்ளே நுழைய முண்டியடிக்கவும் ஆரம்பித்துவிட்டனர். ஏதோ தானம் கொடுப்பதுபோல் பட்டார்கள் ஜனங்கள். கோபால அய்யர் மேஜை முன்னால் எழுந்து நின்று கொண்டிருந்தார். கூல்டிரிங்கும் காபியும் டீயும் ஓட்டல் பையன்கள் கொண்டு வருவதும் காலி தம்ளர்களை எடுத்துச் செல்வதுமாக இருந்தனர். அய்யருக்குத் தவுலத்ராமின் முகம் நினைவில் மலர்ந்தது. அவன் வந்து கடை முன்னால் நின்று பார்ப்பது போல ஒரு பிரமை. 'என்ன முழிக்கிறாய்! ஒண்ணுமில்லே. வியாபாரம் நடக்கிறது. நீ பாக்காத வியாபாரமா? ஏதோ சுமாரா நடக்கறது. ஆமாம். எல்லாம் ஆண்டவன் கிருபை. அவன் கிருபை இருந்தாத்தான் நடக்கும் ஒவ்வொண்ணும். என் சாமர்த்தியம்னு நெனச்சுக்காதே. எல்லாம் அவன் கிருபை.'

அய்யர் தொடர்ந்து கொள்முதலுக்குப் போய்வந்தார். அந்த வருஷம் ஸ்டாக் எடுத்தபோது சுமார் ஐம்பதினாயிரம் ரூபாய்க்குக் கையிருப்புச் சரக்கு இருப்பது தெரியவந்தது. இந்தச் சமயத்தில் அய்யர் கொள்முதலை நிதானப்படுத்த முயன்றார். முடியவில்லை. 'என்னா ஸாமி நாலாயிரம் ஐயாயிரம்னு எடுத்து வெச்சது போக, ஆயிரம் ரெண்டாயிரம்னு வாங்கறேளே' என்ற மொத்த வியாபாரிகளின் குத்தலை அவரால் சகிக்க முடியவில்லை. கெத்விடாமல் வீம்புக்கேனும் தொடர்ந்து ஏராளமாகக் கொள்முதல் செய்துவந்தார். தன்னை மானசீகமாக அறுத்துக்கொண்டு கடமைக்கு அழுதுகொண்டிருந்த காதர் பேரில் அவருக்கு ஒரு குரோதம் பிறந்தது. சதா அவன் மனசுக்குள் சிரிப்பதாக ஒரு எண்ணம். 'சிரி, சிரி. ஆடி முப்பதோட என் ஜாதகத்திலே சனி போறது. அப்புறம் தெரியும். கையிலே புடிக்க முடியாது' என்று முணுமுணுத்துக்கொண்டே இருந்தார். பின்னர் சில மாதங்களுக்கு தவணை போட்டுச் செக் கொடுக்க ஆரம்பித்தார். பாங்கில் பணம் அடைத்துவிட வேண்டும் என்ற ஆத்திரத்திலும், வந்த வாடிக்கையை விடக் கூடாது என்ற எண்ணத்திலும் கேட்ட விலைக்குச் சரக்குகளை விற்கவும் ஆரம்பித்தார். அப்படியிருந்தும் ஒரு தடவை ஒரு செக் திரும்பிச் சென்றுவிட்டது. அரைமணி நேரத்தில் கிடங்குத் தெரு பூராவும் புசுபுசுவென்று செய்தி பரவிவிட்டது. ஏஜண்டுகள் ஒருவர் பின் ஒருவராகப் புறப்பட்டு வரத் தொடங்கிவிட்டார்கள். இப்போது அந்த ஏஜெண்டுகளுக்கு எங்கிருந்தோ வேறு முகம் வந்துவிட்டது! வேறு குரல் வந்து விட்டது! குழைவும் கூழைக் கும்பிடுமாகச் சுற்றிச் சுற்றி வந்தவர்கள்தான். 'படி, பாத்து வாங்கோ; வாசல், குனிஞ்சு போங்கோ; ஹாண்ட் பாக்கை எங் கையிலே தாங்க ஸாமி' எல்லாம் போய்விட்டது. 'புது ஸ்வீட் ஸாமி' என்று

வாழை இலையில் மடக்கிக் கொண்டு வந்து தந்தவர்கள், 'ஸாமி மனுஷனாப் பொறந்தா கொஞ்சம் ரோஷம் மானம் வேணும்' என்று சொல்ல ஆரம்பித்துவிட்டார்கள். பாங்குக்காரர்கள் ஜீவகாருண்யம் பார்க்காமல் கடன் வசதியை நிறுத்திக்கொண்டு கடனுக்கும் வட்டிக்கும் கோர்ட்டில் கேஸ் போட்டார்கள். அடமானத்திலிருந்த வயல்களை விற்றார் அய்யர். மனைவியின் நகைகளை யாரிடமோ கொடுத்துக் காதர் கொஞ்சம் பணம் புரட்டிக்கொண்டு வந்தான். கடன்காரர்களுக்குப் பயந்து அய்யர் வீட்டோடு அடைந்து கிடந்தார். காலையில் வீட்டு வாசலில் கூடிநின்று வெளியே வர முடியாதபடி ஏஜெண்டுகள் மறிக்க ஆரம்பித்துவிட்டார்கள்.

கடையை விற்றுவிடுவதுதான் நல்லது என்று அய்யரின் நண்பர்கள் யோசனை கூறினார்கள். எப்படியேனும் இழுத்து அடிக்காமல் விஷயம் முடிந்துவிட்டால் போதும் என்று அவருக்கும் தோன்ற ஆரம்பித்தது.

கொழும்புப்பணக்காரரான மேலப்பாளையம் சாயிபு ஒருவர் தன்னுடன் கூட்டு வியாபாரம் செய்ய முன் வந்திருப்பதாயும் அவருக்கே விற்பதானால் தான் அவருடன் சேர்ந்து கொள்ள முடியும் என்றும் காதர் அய்யரிடம் சொன்னான். அய்யர் ஒப்புக்கொண்டார்.

முதல் தவணையாக ரூபாய் இருபத்தையாயிரம் கொடுப்பதாயும், பின்னால் மாதமொன்றுக்கு ஏழுநூறு ரூபாயாக இருபத்திமூன்று மாதங்கள் கொடுத்துவர வேண்டுமென்றும், மாதத் தொகைக்கு ஒன்று வட்டி போட்டுக்கொள்ள வேண்டு மென்றும் பேசி முடிக்கப்பட்டது.

கோபால அய்யர் மகாதானபுரம் போய்ச் சேர்ந்தார்.

சில நாட்களுக்கெல்லாம் கடை முழுக்க முழுக்க காதருக்குத்தான் சொந்தமென்பதும், முதலில் அளித்த பணம் பூராவும் ரொக்கப் பணமாக அவன் கைவசம் வைத்துக் கொண்டிருந்ததுதான் என்பதும் அய்யருக்குத் தெரியவந்தது.

அப்துல் காதர் முதலாளியானான். அவனுடைய லட்சியம் நிறைவேறிவிட்டது.

வள்ளிநாயகம் பிள்ளை கடையை விட்டு கோபால அய்யருடன் சேர்ந்துகொண்டது புத்திசாலித்தனமான காரியமாகவே அவனுக்குப்பட்டது. தனது கூரிய புத்தியையும் தீர்க்க தரிசனத்தையும் எண்ணி அவனே வியந்து கொண்டான்.

9

புளியமரத்தடி ஸ்டேஷனரிக் கடை அப்துல்காதருக்கு மனைவி வழியில் வந்த சொத்து. காதர் தனது இளமையில் கனவு கண்டது போலவே ஒரு செல்வந்தரின் ஓரே மகளைத் திருமணம் செய்துகொள்ளச் சந்தர்ப்பம் ஏற்பட்டது.

களக்காட்டிலிருந்து தனது இளம் வயதிலேயே சிங்கப்பூர் சென்று தனது ஐம்பதாவது வயதில் சில லகரங்களோடு திரும்பி வந்தார் ஜனாப் அப்துல் அஸீஸ். ஜனாப் அப்துல் அஸீஸ் தனது வாழ்நாளின் மீதியில் பூர்ண ஓய்வெடுத்து ஹாயாகக் காலம் தள்ள வேண்டும் என்ற எண்ணத்தோடும் அதற்கான கனவுகளோடும்தான் களக்காடு வந்து சேர்ந்தார். சிறுவயசிலிருந்தே ஓடியாடி வேலை செய்திருந்த அவருக்கு ஓய்வு என்பது ஒரு தண்டனையாகப்பட அதிக காலம் வேண்டிவரவில்லை. கையிலிருந்த ரொக்கப் பணத்தை நல்ல வாய்ப்பான காலி மனைகளில் முதலீடு செய்தால் காலப்போக்கில் விலை ஏறுகிறபோது அபரிமிதமான லாபம் பெறலாம் என்ற உத்தேசத்துடன் நீலகண்டன் போற்றியிடமிருந்து புளியமர ஜங்ஷனில், ஸென்ட் ஒன்றுக்கு எண்பது ரூபாய் என்று கொஞ்சம் இடத்தை வாங்கிப் போட்டார். பின்னால் அதே இடத்தில் ஒரு கடையைக் கட்டி வாடகைக்கு விடலாம் என்ற அபிலாஷை முளைத்தது. கட்டிட வேலை நடந்துகொண்டிருக்கிறபோதே பலர் களக்காடுக்கு வீடு தேடி வந்து வாடகைக்குக் கேட்டதானது அந்த இடத்துக்கு ஏற்பட்டு வரும் மவுஸை அவருக்கு உணர்த்தியது. ‘சும்மாதானே சோம்பியிருந்து அவஸ்தைப்படுகிறோம்; நாமே ஏதாவது செய்து பார்த்தால் என்ன?’ என்ற யோசனை கிளம்பிற்று. கடை கட்டி முடித்ததும் வெளியே நின்று பார்ப்பவனுக்குக் கடையே காலி என்று தோன்றும்படி பேருக்கு சாமானை வாங்கிப்

போட்டுக் கொண்டு உட்கார்ந்தார். பொழுது நன்றாகப் போயிற்று. புளியமர ஜங்ஷன். கேட்பானேன்? காலையிலும் மாலையிலும் தினசரிப் பேப்பர்கள் வந்து விழும். ஏவலுக்குப் பக்கத்தில் பையன்கள். அடுத்தாற் போல் சினிமா தியேட்டர். மேலும் இரண்டு எட்டு வைத்தால் மிலிட்டரி ஓட்டல். அரசியல் விவாதத்துக்கு முஸ்லீம் லீக் நண்பர்கள்.

இருந்தாலும் வியாபாரம் பிடிபடவில்லை. அவருடைய அரசியல் சார்பு ஒரு காரணம். படியேறியதுமே ஜனாப் ஜின்னா சாகிபுவின் பெரிய படம்தான் கடைக்குள் கண்களுக்குப் புலப்படும். தேசியவாதிகளின் பகிஷ்கரிப்புக்கு வேறு என்ன காரணம் வேண்டும்? சாமான்கள் மலிவான விலைக்குத் தான் விற்றுப் பார்க்கட்டுமே அவர். அதோடு ஜனாப் அப்துல் அஸீஸிடம் பேச்சில் நைச்சியம் சிறிதும் கிடையாது. இரண்டாவது மனைவியிடம் மூத்த தாரத்தின் குணங்களைப் புகழ்ந்து பேசுகிற கிழட்டுக் கணவன் மாதிரி வருகிறவர்களிடம் எல்லாம் சிங்கப்பூர்ப் பெருமைகளை அளப்பதும் இந்தியாவை ஏளனம் பண்ணுவதுமே வேலையாகிப் போய்விட்டது அவருக்கு. வியாபாரம் வேரோடாததில் ஆச்சரியம் எதுவுமில்லை.

இந்த நிலையில்தான் அப்துல் காதருக்கும் ஜனாப் அப்துல் அஸீஸுக்கும் தொடர்பு ஏற்பட்டது. காதர் கடைக்கு அப்துல் அஸீஸ் துணி வாங்க வந்ததில் பரிச்சயம் ஆரம்பமாயிற்று. காதருடைய வியாபார புத்தியும் தளுக்கான பேச்சும் அவரை வெகுவாகக் கவர்ந்தன. அடிக்கடி வேலையில்லாத வேளையில் எல்லாம் அவன் கடைக்குப் போகும் பழக்கமும் நாளாவட்டத்தில் ஏற்படலாயிற்று. பின்னால் ஒரு சந்தர்ப்பத்தில் பாங்கிலிருந்து 'வே பில்' எடுப்பதற்குக் கையிருப்பு கொஞ்சம் கட்டைப்பட்டபோது காதர் வந்து கேட்கவும் 'நம் இனத்தான் தானே' என்ற எண்ணத்தில் அவர் கொஞ்சம் பணம் தந்து உதவினார். மற்றொரு சந்தர்ப்பத்தில் இரண்டு மாத வாய்தாவுக்கு காதர் பணம் கேட்டுவிட்டபோதும் அவர் தயக்கத்தை வெளியே காட்டிக்கொள்ளாமல் பணத்தைக் கொடுத்தனுப்பத் தான் செய்தார். சிறிது நேரத்திற்கெல்லாம் ஒன்று வட்டி போட்டு ஒரு புரோநோட்டை எழுதிக் கொடுத்து அனுப்பி விட்டான் காதர். அஸீஸுக்கு இதில் அபார திருப்தி ஏற்பட்டது. சரியாக அறுபதாவது நாள், முதல், வட்டி சகிதம் வந்துசேர்ந்தது. இவ்வாறு ஒன்றிரண்டு சந்தர்ப்பங்கள் ஏற்பட்டது. பின்னால் வியாபார ரீதியிலேயே கடன் கொடுப்பதும் வாங்குவதும் என்று ஆயிற்று. முதலும் வட்டியும் குறித்த தேதியில் வந்து சேர்ந்ததும் ஜனாப் பெரிசாகச் சிரித்துவிட்டு, 'அடேயப்பா ஒரு நா பிந்திடப்படாது, இல்லையா? உடனே நம்பரு பதிச்சுடுவேன்!'

என்று சொல்லிவிட்டுப் பணத்தை சந்தோஷத்துடன் வாங்கிப் பெட்டியில் பூட்டிக்கொள்வார்.

வாரா வாரம் களக்காட்டுக்குப் போகிறபோதெல்லாம் அஸீஸால் தன் மனைவியிடம் காதரைப் பற்றிப் பேசாமலிருக்க முடியாது என்று ஆகிவிட்டது. அஸீஸின் மனைவிக்கு அதன் அர்த்தம் நன்றாகப் புரிந்தது. தன் கணவன் சொல்கிற அளவுக்குக் காதர் அழகனாக இருப்பானா என்று மட்டும் அவள் சந்தேகப்பட்டுக்கொண்டிருந்தாள்.

ஒருநாள் அந்திவேளையில் காதர் அப்துல் அஸீஸ் கடைக்கு அவசர அவசரமாக வந்தான்.

'ஒரு ப்ளான் கலக்குதுக்காக வந்தேன் மாமா' என்று சொல்லிக் கொண்டே அவன் பேச்சை ஆரம்பித்தான்.

பம்பாய் குவாலிட்டி டுபாக்கோ கம்பனியைச் சேர்ந்த பிரதிநிதிகள் அன்று டவுனுக்கு வந்திருந்தார்கள். டவுனில் ஏஜெண்டு ஒருவரை அமர்த்த வேண்டும் என்பதே வருகையின் உத்தேசம். அதற்குள் பலர் அவர்களை மொய்க்கவும் ஆரம்பித் திருந்தார்கள். அப்துல் அஸீஸ் முயற்சி செய்து ஏஜென்ஸியைப் பெற்றுக்கொள்ள வேண்டும் என்று வற்புறுத்தினான் காதர்.

'ஆத்தாடி! நம்மால் முடியாது' என்றார் ஜனாப் எடுத்த எடுப்பிலேயே.

'மாமா யோசிக்காதீங்க. இந்த மாதிரி லக்கி சான்ஸ் அடிக்கடி வந்துகிட்டு இருக்காது. ரெண்டு வருஷம் கொஞ்சம் மொனஞ்சு பாடுபட்டேள்னு உண்டும்னா அப்புறம் காச்சு உலுப்ப ஆரம்பிச்சுடும்.'

'தொரட்டேல்லாம் என்னால் முடியாதப்பா, இந்த வயசுக்கு மேலே. விளம்பரம் பண்ணணும். கடை கடையாப் போய்ப் பல்லைக் காட்டணும். துணை ஏஜெண்டுகளைப் போடணும். கிடங்கு எடுக்கணும். ஸ்டாக் எம்பாங்க செக்கிங் எம்பாங்க, வாற பயக்களை எல்லாம் எண்ணெய் தேச்சுக் குளுப்பாட்டணும். பெரிய தொரட்டு.'

'மாமா, நல்ல சரக்கு. மார்க்கெட்டுக்குப் புடிச்சுகிட்டுன்னா மளமளன்னு வந்துடும். மலபார்லே எல்லாம் ஒட்டகம் தவிர வேறே ஒண்ணையும் கண்ணெடுத்துப் பார்க்க மாட்டாங்க . . .'

'அதெல்லாம் நீ சொல்லுது சரி. ஊதற பயவுளுக்குத் திடீர் திடீர்னு புத்தி பேதலிச்சுக்கிட்டே இருக்கும். ஒட்டகத்தை விட்டுப் போட்டு ஒரு நொடியிலே குதிரை குதிரைனு சுத்த ஆரம்பிச்சுடுவானுக. நாம பாலைவனத்திலே இந்த ஒட்டகத்தை நம்பிப் போய்க்கிட்டு இருப்போம் . . .'

‘மாமா விளையாடாதீங்க. நீங்க ம்னு ஒரு வார்த்தை சொன்னாப் போதும். இந்த நாற்காலியை விட்டு எந்திரிக்க வேண்டாம். நான் முடிச்சுக்கிட்டு வாறேன். கையிலே ரொக்கமா வெச்சுக்கிட்டு இருக்கீங்க. நாலு காசெ இதிலே போட்டீங்கனு உண்டும்னா நம்ம ஆளுக பத்துப்பேரு பொளச்சுப் போகும். இப்பமே குடியிருக்க விடறானில்லை. எல்லாத்தையும் அடுத்தவனுக கையிலேயே குடுத்துப் போட்டு நின்னோம்னு சொன்னா சோப்பு சீப்பு கண்ணாடி தகர டப்பாவுக்குத் தான் லாயக்குன்னு ஸ்திரப்படுத்திடுவானுக. எளப்பம் கொஞ்ச மில்லே…’

‘இவ்வளவு ஆத்திரப்படுதியே, அப்பம் உனக்கே முடிச்சுக் கிடலாமே?’

‘தெரிஞ்சிருந்தும் இந்த மாதிரி கேலி செய்றீங்களே? என் மடியிலே கனம் இருந்தா இந்த விஷயத்தையே உங்ககிட்டே வந்து சொல்ல மாட்டேனே.’

‘உனக்கு என்னுது அவ்வளவு தட்டா? சும்மா கதவிடாதே.’

‘உங்க வட்டிக்கணக்கெ திருப்பிப் பாருங்க. என்ன மாமா இது? புரளற யாவாரத்திலேருந்து பத்து இருபதுன்னு தூக்கிட்டேன்னு சொன்னா அங்கே பள்ளம் விளுந்துடாது. என்ன மாமா நீங்க…’

‘அப்பொ ஒரு காரியம் செய். நீ எடு. நான் பணம் தர்றேன்.’

‘கிண்டலா பேசறீங்க?’

‘கிண்டலுமில்லே சுண்டலுமில்லே. உனக்குச் சௌகரியம் போல தவணை போட்டு நோட்டு எழுதிக் கொண்டா. பணம் தர்றேன். வட்டி உன்னாலே எவ்வளவு முடியுமோ அவ்வளவு போட்டுக்கோ… பேச்சில்லே அதெப்பத்தி.’

‘என்ன சொல்றீங்க நீங்க?’

‘என்ன சொல்றேன், என்ன சொல்றேன்னு திரும்பத் திரும்பக் கேட்டா என்ன சொல்லுதுக்கு? பணமிருத்தா எடுத்துப் போடுவேன்னு சொல்லுதே. பணம் தாறேன்னு சொல்லியாச்சு. அதுக்கு மேலே போட்டு ஏன் பிராணனே வாங்குதே…’

‘கடை?’

‘இதுதான்.’

‘நீங்க?’

'நான் ஒரு மூலையிலே இருந்துக்கிடறேன். தொலையாத யாவாரம்! கூலியெக் கூப்பிட்டு ரெண்டு டிரங்குப் பெட்டியிலே தூக்கிவிட்டாலும் போச்சு.'

காதரால் ரோட்டில் நடந்து செல்ல முடியவில்லை. பஞ்சுக் கைகள் பாதங்களை ஏந்துவதுபோல் இருந்தது. திடீரென்று தனது தந்தை ஞாபகம் வந்தது. அவருடைய ஓயாத பிரார்த்தனையின் விளைவே என்று எண்ணினான். அவருடைய முகம் மனசில் நிழலாடவும் கண்கள் நிறைந்தன.

எடுத்த காரியத்தைக் காதர் வெற்றிகரமாக முடித்து விட்டான். பிரதிநிதிகளை அன்றிரவே கன்னியாகுமரி காஸ்மோ பாலிட்டன் ஓட்டலுக்கு அழைத்துச் சென்றது அவன் காட்டிய முதல் சாமர்த்தியம். இதனால் கையில் வக்கில்லாமல் சபலம் காரணமாகச் சுற்றிச் சுற்றி வந்துகொண்டிருந்த விருதாக் கூட்டம் அறுபட்டுப் போய்விட்டது. பிரதிநிதிகளுக்குக் காதர் தாசானு தாசனாக நின்று ஆசார உபசாரங்கள் செய்தான். அவர்களுடைய தேவைகளை எல்லாம் சாதுரியமாகவும் சூட்சுமமாகவும் மனதறிந்து ஒன்றுவிடாமல் நிறைவேற்றிக் கொடுத்தான். உல்லாசமான பேர்வழி என்றாலும் காரியத்தில் கண்ணாக இருப்பான் என்ற எண்ணமே அவர்களுக்கு ஏற்பட்டது. இளைஞன் ஆனதால் ஓடியாடி வேலை பார்ப்பான் என்றும் அவர்கள் நம்பிக்கை கொண்டார்கள். ஆனால் சகல பேச்சு வார்த்தைகளும் முடிந்த பின்பு, சொந்தப் பணத்தையே டிபாசிட்டாகக் கட்டவேண்டும் என்றும், அதற்கு அப்பொழுதே பாங்கு பாஸ் புத்தகத்தையும் காட்டவேண்டும் என்றும் துரை சொன்னபோது காதர் அசந்து போனான். எதிர்பாராமல் அவன்மேல் ஒரு மரண அடி விழுந்துவிட்டது.

'மாமா பணம் தராரு. போராதா?' என்று கேட்டான் காதர்.

'சொந்த மாமாவா?'

'தாய்க்கு ஒண்ணுவிட்ட அண்ணன். வாப்பா கணக்க. எதையும் அவருகிட்டே கலந்துக்கிட்டுத்தான் செய்யுது.'

துரையிடம் சொல்லிப் பார்த்தார்கள் கூட வந்திருந்தவர்கள்.

துரை ஒப்புக்கொள்ளவில்லை.

இருபத்திநாலு மணிநேரம் டயம் கேட்டுவிட்டுக் காதர் திரும்பினான்.

மறுநாள் காலை ஜனாப் அப்துல் அஸீஸ் அவனைப் பார்த்து விசாரித்தபோது, 'அநேகமாக முடிஞ்ச மாதிரிதான். ஒப்பந்தம் தயாராகணும். கையெளுத்து மட்டும் நூறு எடத்திலே

போட வேண்டிருக்கும் போலிருக்குது. அவ்வளவு காயிதம் வெச்சக்கிட்டு இருக்காங்க...' என்றான்.

'காதர், வேறொரு சமாசாரம் சொல்லுதுக்கு வந்தேன்' என்று ஜனாப் பேச்சை ஆரம்பித்தார்.

'என்ன?'

'ஒண்ணுமில்லே. இங்கே வந்து ஒங்கிட்டேப் பளகின நாளு தொட்டு வீட்டுக்குப் போனா உன் பேச்சு அடிக்கடி என் வாயிலெ வந்துடும் பாத்துக்க. ஒரு நா என்னறியாமலே உன் பேரே அடிக்கடி சொல்லியிருப்பேன் போலிருக்கு. "வாய்க்கு வாய் அவரு பேரையே சொல்லிக்கிட்டு இருக்கேளே, மாப்ளெ ஆக்கிக்கிடப் போறேளா"னு கேட்டுப்போட்டா என் பெஞ்சாதி. "ஆமாம், அப்படித்தான் வெச்சுக்கோயேன்"னு சொல்லிப் போட்டேன். அவ அதெ அப்படியே எடுத்துக்கிட்டா போலிருக்குது. சுருக்கமாட்டுச் சொல்லுதேனே. இந்த வருஷமே முடிக்கணும்னு சொல்லுதா...'

'என்ன மாமா இது? பயித்தாரப் பேச்சாட்டு இருக்கு!'

'கொஞ்சம்போல பைத்தியம்னு நெனச்சுக்கிடேன்.'

'என்ன மாமா இது? இப்பம் நம்ம பயிலுவ பி.ஏ.ன்னும் எம்.ஏ.ன்னும் டிக்கிரி வாங்கிக்கிட்டு வாறானுவ. பத்தாயிரம் இருபதினாயிரம் செலவளிச்சு பெரிய கொப்பாப் புடிப்பீங்களா...'

'காதரு, நானும் யாவாரத்திலேதான் பணம் பாத்தேன் பாத்துக்க. நீ உன்னெக் குறைச்சுப் பேசிக்கிட்டா நானும் கொறஞ்சு போயிடுவேன்னு நெனச்சுக்க.'

காதர் யோசனையில் ஆழ்ந்தான்.

'என்ன, பொண்ணு பாக்கணும்னு நெனப்பா?' என்று கேட்டார் ஜனாப்.

'என்ன மாமா இல்லாத வளக்கம் எல்லாம் சொல்றீங்க.'

'அதெல்லாம் ஒரு பக்கத்திலே ஒதுக்கி வய்யி, தரித்திரம் புடிச்ச ஜாதியெப் பத்தி எங்கிட்டேப் பேசாதே. நம்ம பொண்ணு முக்காட்டுப் பூச்சீன்னு நெனச்சுக்கிட்டு இருக்கியோவ்? நம்ம ஆளிலே எந்தப் பயலாவது பெஞ்சாதி குளந்தயெ கப்பலில்லே ஏத்திருக்கானுவளா? முப்பது வருஷத்துக்கு முன்னாலே கூட்டிக்கிட்டுப் போனேன். ஊர் கூடி எதுத்தானுங்க. போடா நாறப்பயக்களா, அங்கே சீனாக்காரிக்குப் பொறத் தால அலையுதாங்க உங்க மாப்ளமாரும் மக்கமாரும்னு சொல்லிப் போட்டு ஏறிட்டேன் கப்பலு. அங்கே வளந்த குட்டி. காதரு வந்திருக்கான்னு சொன்னா டீ கொண்ணாந்து வெச்சுப்

போட்டு ஒரு பார்வையிலே உன் ஜாதகத்தையும் எளுதிக்கிட்டுப் போயிரும். அப்படியாப்பட்ட குட்டி அது.'

அன்று சாயங்காலம் காதர் களக்காடு சென்றான். பெண்ணின் தோற்றம் அவனுக்குக் கட்டோடு பிடிக்கவில்லை. பெண் தன் தகப்பனைக் கொண்டிருந்தால் பேரழகியாக இருந்திருக்க வேண்டும். தாயைக் கொண்டிருந்தாலும் இவ்வளவு அவலட்சணமாக இருக்க வேண்டிய அவசியமில்லை. காதருக்குத் தன் தாயாரின் நினைவு வந்தது. கிருஷ்ணன்கோவில் தெப்பத்திருவிழாவில் மோகித்து ஐம்பது ரூபாய் பெற்றுக் கொண்டு தாய் அளித்த மகளின் நிர்வாணத் தோற்றம் நினைவுக்கு வந்தது. பின்னால் அவன் அனுபவித்திருந்த எத்தனையோ பெண்களின் அழகு அழகான முகங்களும் அங்கங்களும் நினைவுக்கு வந்தன. ஏதோ ஒருவிதமான துக்கம் நெஞ்சிலிருந்து ஒரு பேரலையாக எழுந்து தொண்டையை அடைத்தது. வேலை ஓடாமல் ஸ்தம்பித்துத் தனது கடையின் பின்னால் ஒரு முக்காலியில் உட்கார்ந்து கொண்டிருந்தான். கன்னியாகுமரியிலிருந்து அப்போது போன் வந்தது. 'நாளைக் காலை வந்து தகவல் சொல்லிவிடுகிறேன். அதற்குமேல் பிந்தாது' என்று காதர் பதில் சொன்னான்.

காதர், ஜனாப் அப்துல் அஸீஸின் கடையைப் பார்க்க ஓடினான். 'மாமா, வாய்க்கு வந்தது கைக்கு எட்டாது' என்று விஷயத்தைப் பூராவும் சொன்னான்.

ஜனாப் அப்துல் அஸீஸ் சிறிது நேரம் மௌனமாக இருந்து விட்டு, 'காதரு பயப்படுதுக்கு ஒண்ணுமில்லே. நாளைக் காலேலே பத்து மணிக்கு ஒங்கையிலே பாஸ் புக்கே தாறேன்' என்றார்.

'என்ன ?'

'ஓம்பேரிலேதான் ! இனிமே நான் ஒண்ணு நீ ஒண்ணுனு நெனக்கறதா ? நல்ல யாவாரமாச்சு போ.'

காதருக்கு என்ன பதில் பேசுவது என்பதே தெரியவில்லை. அவனுக்கு வாய் அடைத்துவிட்டது. அப்படியே அசையாமல் உட்கார்ந்துகொண்டிருந்தான்.

'காதரு, உனக்கு பீபீயெப் புடிச்சுருக்கா ?' என்று கேட்டார் ஜனாப்.

காதர் பதில் சொல்லவில்லை.

அப்துல் காதர் புளியமர ஜங்ஷனுக்கு வந்து சேர்ந்தான்.

10

தாமு கைது செய்யப்பட்ட செய்தி அன்றைய 'திருவிதாங்கூர் நேச'னின் முன்பக்கத்தில் கொட்டை எழுத்தில் பிரசுரமாகியிருந்தது. இதனால் ஊரே பரபரப்படைந்துவிட்டது. மாலை வேளைகளில் புளியமர ஜங்ஷனிலும், மணிமேடை லாலா மிட்டாய்க்கடை முன்னாலும், வடசேரி சந்தை மேட்டிலும், கோட்டாறு கம்போளத்திலும், அரசியல் இளைஞர்களும், அரசியலின் புதிய திசை மாற்றங்களில் ஒதுங்கிவிட நேர்ந்த பழைய சுதந்திரத் தியாகிகளும், செய்தியையும் வதந்திகளையும் தொடர்ந்து நிகழப்போகும் மோசமானதும் பயங்கரமானதுமான விளைவுகள்பற்றிப் பேசினார்கள். தாமுவுக்கு ஒரு அரசியல் பின்னணியும், வெற்றிலை பாக்குக் கடைக்காரர்கள் சங்கத்தின் காரியதரிசி என்ற ஹோதாவில் அவர்கள் மத்தியில் அபரிமிதமான செல்வாக்கும், ஜில்லாவிற்குள் ஜனத்தொகையில் குறைவு என்றாலும் கட்டுப்பாடோடு ஒன்றுபட்டு நிற்பதில் வல்லவர்கள் என்று பெயரெடுத்திருந்த ஒரு மைனாரிட்டி சமுதாயப் பின்னணியும் இருந்தபடியால் தொடர்ந்து பல மோசமான விளைவுகளை எதிர்பார்த்துக்கொள்ள வேண்டியது தான் என்று லோக்கல் அரசியல் ஹேஷ்யர்கள் மூலைக்குமூலை சிறுகுழுக்களுக்குத்தலைமைதாங்கி நின்று பேசுகையில் அபிப்பிராயப்பட்டார்கள். மறுநாள் வெ.பா. சங்கத்தின் பின்துணையோடு ஹர்த்தாலும் கடை அடைப்பும் நகரசபைத் திடலில் கண்டனக் கூட்டமும் நடைபெறும் என்றும் செய்திகள் பரவின. அன்று இரவு பன்னிரண்டு மணிக்கு வெ.பா. சங்கத்தின் அவசரக்கூட்டம் நடைபெறப் போவதாயும், சட்டசபைக் கூட்டத்தில் கலந்து கொள்ள திருவனந்தபுரம் சென்றிருந்த எம். எல். ஏ. தலைவரை அழைத்துவர வாடகைக் காரில் ஆட்கள் சென்றிருப்பதாயும் தெரியவந்தது. தாமு

கைது செய்யப்பட்ட ஒருமணி நேரத்திற்குள் காதர் கடையின் 'ஷோ கேஸுகள்' சுக்கு நூறாக உடைபட்டன என்னும் செய்தி முதலில் ஊரெங்கும் பரவிற்று என்றாலும் பின்னால் அது ஊர்ஜிதம் செய்யப்படவில்லை. வெறும் புரளி என்பதும் வெளிப்பட்டது. ஆனால் தொடர்ந்து இரண்டு மூன்று நாட்கள் காதர் கடைக்கு வராமல் தலைமறைவாக இருந்துவிட்டதைப் பலர் கிண்டல் தொனிக்க வருணித்தார்கள். ஒரு பதற்ற நிலைமை ஏற்பட்டுவிட்டதில் உள்ளூர உற்சாகம் அடைந்த மாதிரியே பலரும் பேசினார்கள். மூன்றாவது நாள் காலை தாமு ஜாமீனில் வெளியே வந்தான். கோர்ட்டு வாசலில் சுமார் ஐந்நூறு வியாபாரிகள் கூடிநின்று அவனை மாலைபோட்டு அழைத்துச் சென்றார்கள். 'திருவிதாங்கூர் நேச'னில் தாமுவின் படமும் வெளிவந்தது.

என்னுடைய பங்கு செலுத்தப்படுவதற்குச் சந்தர்ப்பம் இல்லாதவாறு இந்தியா சுதந்திரம் பெற்றுவிட்டதானது எனக்கு மிகுந்த ஏமாற்றத்தைத் தந்திருந்த சமயம் அது. இதன் விளைவு தானோ என்னவோ, நண்பர்களுடன் நானும் தாமு சம்பவத்தின் விளைவுகளிலும், அது சம்பந்தமான செய்திகளிலும் மிகுந்த அக்கறை செலுத்தலானேன். மாலை வேளைகளில் பஜார் ஓரங்களில் நின்று கூடிக்கூடிப் பேசும் குழுக்களில் நானும் வேண்டாத விருந்தாளியாக ஒண்டிக்கொண்டேன். என் மீது அங்கு கவிந்த பெரியவர்களின் அலட்சிய பார்வையை அப்பொழுது அவ்வளவாக எனக்குப் பொருட்படுத்தத் தெரிந்திருக்கவில்லை. நண்பர்களுக்கு எட்டாத செய்திகளைச் சேகரித்து அவர்களுக்கு அவற்றை முதலில் அறிவிப்பவனாய் இருக்க வேண்டுமென்றே அப்பொழுது ஆசைப்பட்டேன். இது போன்ற விவகாரங்களைப் பேசும்போது பெரியவர்களுக்கு ஏற்படும் முகபாவங்களைக் கூர்ந்து கவனித்து நானும் முடிந்த வரையிலும் அம்முகபாவங்களை என் முகத்திலும் மிளிர விட்டுக் கொண்டேன். அவர்களுடைய வார்த்தைச் சேர்க்கைகளையும் அபிப்பிராயங்களையும் என்னுடைய சரக்குப் போலவே எங்கும் பிரஸ்தாபித்துக் கொண்டு சென்றேன். ஒரு பொறுப்புள்ள மனிதனாகவும், சீரழியும் நிலைமைகளுக்குக் கவலைப்படுபவனாகவும் காட்டிக்கொள்ள வேண்டியது எனக்கு அந்த வயசில் ஏதோ ஒருவிதத்தில் தேவையாக இருந்தது.

இதனால் தாமுவுக்கும் காதருக்கும் ஏற்பட்ட விரோதத்தின் பூர்வீக வரலாற்றையும், அதையொட்டி அவர்களுக்குள் அவ்வப்போது ஏற்பட்டிருந்த உரசல்களையும் பலர் வாய்மூலமாகவும் சிறுகச்சிறுகச் சேகரித்துக் கொண்டு வந்தேன். அன்றாட சேகரங்களை, பின்கட்டில் பெரிய மனிதனாய்

அமர்ந்து என் சகோதரிகள் முன்னால் அவிழ்க்கையில் என்னை அறியாமலே கொஞ்சம் மிகைப்படுத்தியே அவிழ்த்துக் கொண்டு சென்றேன். வீரசாகசங்கள் சோடைதட்டிப் போகாமல் சேர்த்தும் சரிக்கட்டியும் சொல்லலானேன். ஒவ்வொன்றும் என் ஆசைப்படி எப்படி இருந்திருக்க வேண்டும் அல்லது எப்படி நிகழ்ந்திருக்க வேண்டும் என்று கற்பனை செய்துகொண்டேனோ அவ்வாறே நிகழ்ந்ததாயும், இருந்ததாகவும் சொல்வதில் அப்பொழுது என் மனசு மிகுந்த திருப்தி அடைந்தது.

இப்பொழுது பல வருடங்களுக்குப் பின்னால் அந்தக் கதையையெல்லாம் உங்களுக்குச் சொல்கிறபோதும் அந்த மனோபாவத்திலிருந்து அல்லது பலஹீனத்திலிருந்து, பூரண விடுதலை தேடிக் கொண்டுவிட்டேன் என்று சொல்ல முடியாது. உலக வழக்கைக் கற்பனைக்குள் வகைப்படுத்துவது சாத்தியமற்ற காரியமாக இருக்க, கற்பனைக்குள் உலகத்தைத் திணித்துத் திருப்தி தேடிக்கொள்வதே நாம் செய்யக்கூடியதாய் இருக்கிறது. கடைசி வரையிலும் நம் முயற்சிகள் அனைத்தும் செருப்புக்குக் காலை வெட்டுகிற காரியமாகத்தான் இருக்கும் போலும்.

இருந்தாலும் என்ன? இப்பொழுது இந்தப் பாவத்திற்குக் கலை என்ற போர்வையும் அதனால் மன்னிப்பும் ஏற்பட்டு விட்டதே. மேலும் உங்களுக்குத்தான் ஒவ்வொன்றையும் அந்த அந்த நிமிஷத்தில் நம்புவதாகப் பாவனை ஏற்படுத்திக் கொள்ளவும், படித்து, அதிலிருந்து கிடைக்கும் இன்பத்தை மட்டும் சுவீகரித்துக் கொண்டு, அத்தனையும் பொய் என்று ஒதுக்கித் தள்ளவும் தெரிந்துதானே இருக்கிறது. அதனால் பாதகமில்லை.

தாமு சகோதரர்கள் ஐந்து பேர். சொந்த ஊர் குழித்துறை. இவர்களுடைய விதவைத் தாயார் நாணு வைத்தியனுடன் – வயிற்றுவலிக்கு சிலகாலம் இவன் கீழ் சிகிச்சை பெற்றுக்கொண் டிருந்தாளாம் – ஊரைவிட்டு ஓடியபொழுது குழந்தைகள் அனாதைகளாகிவிட்டார்கள். தாயார், தாழ்ந்த ஜாதிக்கார னோடு ஓடிவிட்டதில் அவமானம் வேறு. அப்பொழுதுதான் எஸ்டேட்டிலிருந்து வரும் லாரியை நிப்பாட்டி அதில் தனது நாலு தம்பிகளையும் தூக்கிப் போட்டுக்கொண்டு நாகர்கோவிலுக்கு வந்து சேர்ந்தானாம் மூத்தவன் செல்லப்பன். இதில் மூன்று பேரைத்தான் எனக்குத் தெரியும். செல்லப்பனுக்குக் கடையைக் கவனித்துக்கொள்வது தவிர வேறு அக்கறைகள் கிடையாது. தாமு ஆகஸ்டு தியாகி. மணிமேடை ஜங்ஷனில் தன் தலை முண்டாசை அவிழ்க்க மறுத்து போலீஸ் குண்டாந் தடிக்கு ஆளானவன். இச்சம்பவத்தையொட்டித்தான் அவனுடைய பெயர் ஊர் முழுக்கத் தெரியவந்தது. அந்த நாட்களில் தாமு

கடையிலிருந்து ஒரு சக்கரத்திற்குப் பழம் வாங்கித் தின்பதை ஒரு தேசீயத் தொண்டாகத்தான் ஒவ்வொருவருமே மதித்தார்கள். மாணவர்கள் நூறு கடை தாண்டிப் போவார்கள் அவன் கடைக்கு.

இவர்கள் பேரில் உள்ளூர எனக்கு ஏற்பட்ட கவர்ச்சி மற்றொன்று. செல்லப்பன்–தாமு இருவருக்குமாக ஏக மனைவி. இந்த ஏற்பாட்டில் எனக்கு இனந்தெரியாத புதுமையும் குறுகுறுப்பும் ஏற்பட்டது. அவ்வப்பொழுது வயோதிகர்கள் பலர் சம்பாத்தியம் பிளவுபட்டுப் போகாமலிருக்க அது ஒரு விவேகமான ஏற்பாடு என்று பாராட்டிப் பேசியதும் என் காதில் விழுந்திருந்தது. இதனால் இல்லற வாழ்வில் சங்கடங்கள் உண்டா என்று விசாரித்தபொழுது இல்லையென்றே தெரியவந்தது. தாமு கடைக்கு நிரை பலகைகள் கிடையாது. காந்திஜி உயிர் துறந்த அன்று கரும் போர்வையைத் தொங்க விட்டுத்தான் கடையை மறைத்தார்கள். கடை திறக்கப்பட்ட பின் அன்றுதான் முதன் முதலாக அடைக்கப்பட்டதாம். இன்று பகல் செல்லப்பனுக்கு ட்யூட்டி என்றால் இரவு ட்யூட்டி தாமுவுக்கு. இவர்கள் இருவரையும் ஒன்றாகப் பார்த்தது பழநிக்கு ஒரு தடவை குழந்தைக்கு முடியிறக்கப் போனபோதுதான் என்று அண்ணி தன்னிடம் சொல்லியிருக்கிறாள் என்று சுகுமாரன் என்னிடம் சொன்னான். சுகுமாரன், தாமு சகோதரர்களில் கடைக்குட்டி. என்னுடன் படித்துக்கொண்டிருந்தான். இவர்களுடைய குடும்ப விவகாரங்களைப் பற்றித் தெரிந்துகொள்ள வேண்டுமென்று உள்ளூர நமைச்சல் எடுத்துக்கொண்டிருந்ததால் சுகுமாரனிடம் நான் மிகவும் நெருக்கமாகப் பழகினேன். சாவர்க்கரின் ‘எரிமலை’ வாங்கப் போகும் சாக்கில் ஒருநாள் இவர்கள் வீட்டுக்குச் சென்றிருந்ததும் பசுமையாக நினைவில் நிற்கிறது. வாட்டசாட்டமாக இருந்தாள் சுகுமாரனின் அண்ணி. அநியாய உடம்பு. அநியாயப் பூரிப்பு. ‘அண்ணங்க ரெண்டு பேரும் போட்டி போட்டு ஊட்டும். நல்லா வெட்டுவா அண்ணி’ என்றான் சுகுமாரன். அவள் சாப்பிடுவதை வேற்று மனிதர்கள் யாரும் பார்க்கக்கூடாது என்று அண்ணன்மார்கள் கண்டிப்புப் பண்ணியிருந்தார்களாம். பிரசவத்துக்குப் பின் போஷணை என்று ஆரம்பித்துக் குடிப்பழக்கமும் அண்ணியைப் பிடித்துக்கொண்டு விட்டது என்று சுகுமாரன் என்னிடம் சொன்னான். ‘காந்திஜி குடிக்கக்கூடாதுன்னு சொல்லிக்கிட்டு இருக்குது தெரியுமா?’ என்று தாமு அண்ணா கேட்டால், அண்ணி, “அது ஆம்புளைகளுக்கு” அப்டீன்னு சொல்லிப்போடுவா’ என்றும் சுகுமாரன் சொன்னான். சில குழந்தைகள் செல்லப்பன் ஜாடையிலும் சில குழந்தைகள் தாமு ஜாடையிலும் பிறந்திருந்தன. தாய் ஜாடையில் பிறந்திருந்த குழந்தைகள் புதிராக

அங்குமிங்கும் ஓடி விளையாடிக்கொண்டிருந்தன. அந்தக் குழந்தைகளைப் பார்த்த பொழுது எனக்குப் பரிதாபமாகவும் ஆச்சரியமாகவும் இருந்தது அப்போது. இப்பொழுது இத்தனை வருட விவேகத்திற்குப் பிறகு, கற்பும் நம் கற்பனையளவு ஸ்தாபிதமாகி விடவில்லை என்று தெரிகையில், ஜனனத்திற்குத் தாய்தான் மறுக்க முடியாத ஆதாரம் என்பது தெரிகிறது. தந்தை என்பது தாயின் வாக்குமூலத்தில் நாம் வைக்கும் நம்பிக்கை தவிர வேறு என்ன?

தாமு கடையின் வியாபார ராசி வெகு பிரசித்த மானது. எப்பொழுதும் கடை முன்னால் பத்துபேர் நின்று கொண்டிருப்பார்கள். அடுத்த கடையில் பூவன் பழம் பணத்திற்கு எட்டு என்றால் இங்கு ஆறு. பேரம் கிடையாது. அடுத்த கடை விலையைப் பற்றிப் பிரஸ்தாபித்தால், ‘அங்கேயே வாங்கிக் கொள்ளலாமே’ என்ற பதிலடிதான் அண்ணன் தம்பி இருவர் வாயிலும் வரும். என்னதான் கூட்டம் நின்றாலும், என்னதான் அவசரங்கள் தெரிவிக்கப்பட்டாலும் அதெல்லாம் காதில் விழுந்த பாவனையே கொள்ளாது, எப்பொழுதும் போல் மிக மந்தமாகச் சாமான்களை எடுத்துத் தரும் பாணி இருவரிடமும் ஒரே மாதிரி படிந்திருந்தது. இருந்தாலும் அங்குதான் கூட்டம். இதற்கு இருவருக்குமே, வெளியே சொல்லிக்கொள்ளா விட்டாலும், ‘அவளுடைய யோகம்’ என்ற எண்ணமுண்டு.

புளியமர ஜங்ஷன் கலகலப்பின் முக்கிய அம்சமாகத் திகழ்ந்தது தாமுவின் கடை.

தாமுவுக்குமேல் வியாபாரம் நடந்த கடை அந்த சுற்று வட்டாரத்தில் காதருடைய கடைதான். மாமனாரிடமிருந்து நல்ல முகூர்த்தத்தில்தான் காதருக்குக் கடை கை மாறிவந்தது. அவன் மொத்தமாகவும் சில்லறையாகவும் ஸ்டேஷனரி ஆரம்பித்தான். வியாபாரம் வேரோடி வளர்ந்தது. ஜவுளிக் கடையை ‘குட்வில்’லோடு மோகவிலைக்கு விற்றுவிட்டு அந்தப் பணத்தையும் புளியமர ஜங்ஷன் கடையில் போட்டான். அதிக லாபத்துக்கு ஆசைப்படாமல் சொற்ப லாபத்துக்குச் சரக்கை வெளியே தள்ளும் சுபாவம் அவனுக்கு. கடை எப்பொழுதும் ஜேஜே என்றிருக்க வேண்டும். இரவு எண்ணிப் பார்க்கிறபொழுது பெட்டியில் இரண்டாயிரம் மூவாயிரம் விழுந்திருக்க வேண்டும். அதிலிருந்து கிடைக்கும் லாபம் என்ன என்பது அவனுக்கு இரண்டாம் பட்சம்தான்.

காதர், பீபி, ஜனாப் அப்துல் அஸீஸ் மூன்றுபேரும் கோட்டாறில் ஒரு பங்களா எடுத்துக் குடிபுகுந்தார்கள். கல்யாணம் முடிந்த ஆரம்ப வாரங்களிலேயே பீபியை நினைத்தாலே குமட்டுகிற வெறுப்புக்குக் காதர் ஆளாகிவிட்டிருந்தான்.

அவளுடைய அங்கங்கள் அவனிடம் எல்லையில்லாத கசப்பை ஏற்படுத்தின. அவள் இறந்து போய்விட வேண்டும் என்று உள்ளூர ஆசைப்பட ஆரம்பித்தான். கால்கட்டு ஒழிந்து, மனசுக்கு இசைவாய்ப் புதுத் தாம்பத்தியம் தேடிக்கொண்டு, பொழுதோடு இன்ப வாழ்வுக்கு அடிகோலிவிட வேண்டுமென்று துடித்தான். அதெல்லாம் வெறும் கனவு என்பதும் அவனுக்குத் தெரிந்திருந்தது. கணவனுக்கும் மனைவிக்குமிடையில் சச்சரவும் சண்டையும் வசையும் அன்றாட விவகாரமாகிவிட்டன. ஒருநாள் பூர்ண கர்ப்பிணியான தன் மகள்மீது விழுந்த ராட்சசத்தனமான அடியைக் கண்கொண்டு பார்க்கச் சகிக்காமல், அப்துல் அஸீஸ் களக்காட்டுக்கே புறப்பட்டுச் சென்றுவிட்டார். அங்குச் சென்றபின் தன் முதல் தாரத்தை இழந்திருந்த நிலையில் தனியாக இருக்க மாச்சப்பட்டு மறு விவாகமும் செய்து கொண்டார். அவருடைய புதிய மனைவியை ஒருதடவை பார்க்க நேர்ந்த காதருக்குப் பொறாமையும் வயிற்றெரிச்சலும் பீறிட்டுக் கொண்டு வந்தன. கிழட்டு முண்டத்துக்கு இவ்வளவு அழகான பெண் கேட்கிறதா என்று கத்திக்கொண்டே பீபியை விழுந்து அறைந்தான். 'அவளை இங்கே கூட்டிக்கொண்டு வா' என்று கத்தினான். பீபிக்குப் புருஷன் குடித்துவிட்டுப் புலம்புவது பழக்கமாகிப்போயிருந்தது. கண்ணைக் குத்திக் கொண்டாலும் கண்ணீர் வராது என்ற நிலைமையை அவள் அடைந்துவிட்டிருந்தாள்.

குடும்ப வாழ்க்கையில் அடைந்த தோல்வி காதரின் வியாபாரத்திற்கு மிகவும் அனுகூலமாய் அமைந்தது. கவலையை மறக்க சதாகாலமும் கடையிலேயே பழிக் கிடையாய்க் கிடக்க ஆரம்பித்தான். அதில் தனக்குத்தானே ஒரு வெறியை ஏற்படுத்திக்கொண்டு, யாருடனோ வஞ்சம் தீர்ப்பதுபோல் ஓய்வு ஒழிச்சலின்றி வேலை செய்தான். ஓய்வை எண்ணிப் பயப்பட ஆரம்பித்து, அது ஏற்படுவதற்கு முன்னரே புதிய வேலைகளைத் துருவிக் கண்டுபிடிக்க ஆரம்பித்தான். குடிப்பழக்கம் இருந்ததால் இரவு நிம்மதியாகத் தூங்க முடிந்தது. தன்னைப் பற்றித் தன்னுடைய மதிப்பீட்டில் துரதிருஷ்டசாலி என்றிருந்தாலும், பிறர் தன்னை மகா அதிருஷ்டக்காரன் என்று எண்ணுவதை நினைத்துத் திருப்திப்பட ஆரம்பித்தான். பஜாரில் தன்னையொத்த வியாபாரிகள் தன்மீது பொறாமைப்படுகிறார்கள் என்று கவலை தோய்ந்த நிரபராதியின் முகத்தோடு தன் நண்பர்களிடம் குறைப்பட்டுக்கொண்டான் என்றாலும் அதில் உள்ளூர ஒரு திருப்தியிருந்தது. அவர்கள் மேலும் பொறாமைத் தீயில் வேகும்படியான வெற்றிகளைத் தான் தொடர்ந்து தேடிவிட வேண்டுமென முனைந்தான். அவனுடன் போட்டிபோட்டுத் தோற்றுப் போனவர்கள் வேறு வகை தெரியாமல்

ஒரு புளியமரத்தின் கதை

'கோபாலய்யரை ஏமாற்றிய முதல்தானே?' என்று பூர்வீக வரலாற்றைக் கிளறிக் குத்திப் பேசி வந்தது அவன் காதிலும் விழுந்தது. இதற்குள் கோபால அய்யர் காலம் ஆகி விட்டிருந்தார். அவர் குடும்பத்திற்கு மாதம் ஐம்பது ரூபாய் தர ஆரம்பித்தான் காதர். முதல் தேதி முதல் ஜோலியாகப் பணத்தைக் கடைப் பையனிடம் மகாதானபுரத்திற்குக் கொடுத்தனுப்பி விடுவான். இதற்கு ஒரு தடவை கூட விடுதல் ஏற்படவிடவில்லை அவன். கோபால அய்யர் உயிரோடிருந்தால் மாதா மாதம் இவ்வளவு தொகை குடும்பச் செலவுக்குக் கிடைக்கும் என்பதற்கு எவ்வித உத்தரவாதமும் இல்லையென்று அக்கிரகாரத்தில் எல்லோரும் பேசிக்கொண்டார்கள். கோபால அய்யர் சம்சாரம்கூட காதரை வாய்க்கு வாய் புகழ்ந்து பேச ஆரம்பித்தாள். பிறர் முதலை அபகரித்துக்கொண்ட யாரும் இது போன்ற ஒரு புண்ணிய காரியத்தைச் செய்தது இல்லை என்ற அளவில் காதரும் பாராட்டத் தகுதியானவன்தான்.

காதரை இந்த அளவுக்குத் தூக்கிவிட்டது அவன் மாமனார் தயவில் அவனுக்குக் கிடைத்த சிகரெட் ஏஜென்ஸி என்றுதான் சொல்லவேண்டும். திருநாள் கூட்டத்திலும், சந்தைக்கடைகளிலும், லாரிமேல் ஒலிபெருக்கியில் ஒருமணி நேரம் ஒட்டக மார்க்கின் அருமை பெருமைகளைப் புகழ்ந்து பேசிய பின்னர் கூட்டத்தைப் பார்த்து இலவசமாய் சிகரெட்டை அள்ளி வீசிய காலம் போக, பார்வதிபுரத்திலிருந்து ஆனைப்பாலம் வரையிலும் சகல வெற்றிலை பாக்குக் கடை வியாபாரிகளும் கடையில் முண்டி மோத வேண்டிய காலம் வந்துவிட்டது. பலர் தன் கடை தேடி வந்து காத்துக் கிடப்பதானது காதரிடம் ஒரு அலட்சிய பாவத்தையும் மமதையையும் ஏற்படுத்தியது. அவன் பேச்சில் அன்று வரையிலும் அவனிடம் இணை பிரியாது ஒட்டிக்கொண்டிருந்த நிதானம் குலைந்தது. மூன்று மைல் சைக்கிள் மிதித்து வந்து சேருகிறவனை ஏதாவது அற்ப அசௌகரியங்களைச் சொல்லி, 'அப்பொழுது வா, இப்பொழுது வா' என்று விரட்ட ஆரம்பித்தான். 'பவுன் கிடைக்கணும்னு சொன்னா விளையாட்டா? பொறுமையாட்டு நின்னு வாங்கிக்கிட்டுப் போக வேண்டியதுதான்.' இந்த வார்த்தைகளை அவன் வாய் அன்றாடம் மந்திரம் போல் நூறு தடவை உச்சரிக்க ஆரம்பித்தது. நாள் போகப்போக, வெ.பா. வியாபாரிகள் சங்கம் உருவான பின்பு, சாக்குப் போக்குச் சொல்லி காதர் திருப்பியனுப்புகிற வியாபாரி தாமுவைக் கூட்டிக் கொண்டு வருவது என்ற ஒரு வழக்கம் ஏற்பட்டுவிட்டது. தாமு பேரில் காதருக்கு உள்ளூர ஒரு பயம் இருந்தது. அடாபிடிக்காரன், விரோதம் பண்ணிக்கொள்ளாமல் அணைத்துக்கொண்டு போக வேண்டும் என எண்ணினான்.

ஒருதடவை இதுபோல்தான் ஆறுமுகம் என்ற வியாபாரிக்குத் தாமு சிபார்சு செய்ய வந்தான். அன்றிருந்த மனநிலையில் பணிந்து போய்விடக்கூடாது என்ற வைராக்கியம் பிறந்து மனசு நிமிர்ந்தது காதருக்கு. 'உங்களுக்கு மச்சான்தான். அதற்காக நானே சரக்கு எடுத்துத் தர முடியுமா? ஆள் வரட்டும்' என்றான். தாமு கையை ஓங்கிக்கொண்டு காதரை அடிக்கப் போய்விட்டான். கணக்குப் பிள்ளை வந்து குறுக்கே விழுந்ததால் அன்று காதர் அடிபடாமல் தப்பினான். யோசித்துச் சொன்ன வார்த்தைகள் அல்ல அவை. நாட்பட்ட புழுக்கமும் கோபமும் அன்று குத்தலாய் வாய்தவறி வெளியே வந்துவிட்டன. ஆறுமுகத்தின் விதவைச் சகோதரியோடு தாமு கொண்டிருந்த ரகசியத் தொடர்பைக் குத்திக் காட்டியபோது தாமுவுக்குக் கண் தலை தெரியாத கோபம் மூண்டுவிட்டது. சண்டை வலுத்ததும் காதர் பேச்சை மாற்றினான். ஆறுமுகம் கணக்கில் அவன் வேறு சாமான்கள் வாங்கியதில் கொஞ்சம் பழைய பாக்கி இருந்தது. அதைத் தீர்க்கட்டும், சரக்குத் தருகிறேன் என்றான் காதர். 'பழைய பாக்கியில்லாதவர்களுக்குத்தான் சரக்குக் கிடைக்குமோ?' என்று தாமு கேட்டான். 'அது என் இஷ்டம்' என்றான் காதர். தாமு அவனை முறைத்துப் பார்த்துவிட்டுக் கடையைவிட்டு இறங்கிச் சென்றான். இந்தச் சம்பவம் களக்காட்டில் ஜனாப் அப்துல் அஸீஸ் காதில் விழுந்ததும் அவர் மெனக்கெட்டுப் புறப்பட்டு வந்து, காதர் கடைவாசலில் நின்று கொண்டு —காதர் அப்பொழுது கடையில் இருக்கவில்லை — பெயர் சொல்லாமல்

ஒரு புளியமரத்தின் கதை

சில பிச்சைக்காரப் பயல்களைத் திட்டிப் பேச ஆரம்பித்தார். தாமுவின் ஜாதியைப் பற்றிக்கூட அவர் மறைமுகமாகவும் தரக்குறைவாகவும் பேசிவிட்டு சாயங்காலம் பஸ்ஸுக்குக் களக்காடு சென்றார். கோப உணர்ச்சிக்கு ஆட்பட்டிருந்ததால் தன்னுடைய மகளைப் பார்க்க வேண்டுமென்ற ஞாபகம்கூட அவருக்கு அன்று ஏற்படவில்லை.

தாமுவுக்கும் காதருக்கும் இதிலிருந்துதான் விரோதம் பிறந்தது. தொடர்ந்து பல்வேறு சந்தர்ப்பங்களில் அவர்களுக் கிடையே மனக்கசப்பு வளர்ந்தது. பல்வேறு சந்தர்ப்பங்களில் இவர்கள் பரஸ்பரம் மோதிக்கொண்டார்கள்; உரசிக்கொண் டார்கள்; குத்திப் பேசிக்கொண்டார்கள். அந்தச் சம்பவங்கள் எல்லாம் நான் ஒன்றுவிடாமல் அந்நாட்களில் சேகரித்து வைத்திருந்தேன். என்றாலும் இப்பொழுது பல சம்பவங்கள் என் நினைவில் இல்லை. இருந்தாலும் யோசித்துப் பார்க்கிற பொழுது ஒரேஒரு சம்பவம் மட்டும் என் நினைவுக்கு வருகிறது.

எங்களூரில் மதுவிலக்கு அமுலுக்கு வந்த பின்பு உயர்ந்த மது வகைகள் வெளியில் வாங்க முடிவது அபூர்வமாகிவிடவே, அநேகருக்கு வாரந்தோறும் கொல்லம் போய் வரும் சிரமம் ஏற்பட்டுவிட்டது. தனக்குச் சௌகரியப்படாத சந்தர்ப்பங்களில் காதர் கூலி ஐயப்பனை அனுப்புவது வழக்கம். ஒரு சமயம் கூலி ஐயப்பனைத் தாமு கையும் களவுமாகக் காதர் கடைவாசலில் வைத்துப் பிடித்து, பாட்டில்களோடு போலீஸில் ஒப்படைத்துவிட்டான். தனது மனைவிக்காகத் தன்னிடமிருந்து தாமு ஒழுங்காகச் சரக்கு வாங்கிச் செல்வது வழக்கம் என்றும், இரண்டொரு தடவைகள் அவனுக்குத் தர அசௌகரியப்பட்டு விட்டதாலேயே அவன் தன்னைக் காட்டிக் கொடுக்க முயற்சி செய்தான் என்றும் காதர் எல்லோரிடமும் சொல்ல ஆரம்பித்தான். கையிலிருக்கும் பாட்டிலைச் சன்னல் வழி தூக்கிக் காட்டினால்தான் மனைவி இரவு கதவைத் திறப்பாள் என்று சொல்லியே தாமு தன்னிடம் எத்தனையோ தடவைக் கெஞ்சிக் கேட்டு வாங்கிக்கொண்டு போயிருக்கிறான் என்றும் காதர் யதார்த்தம் போல் வருணித்தான். ‘என் பேரிலேதான் தப்பு. எத்தனை நாளைக்குத் தான் அண்ணன் திண்ணையிலே படுத்துக்கிட்டு உறங்கும்?’ என்றும் காதர் தாமுவின் நண்பர்களிடம் சொன்னான். காதரைப் பற்றித் தாமுவிடம் பேசினால், ‘அவன் சுக்காவும் முறமுமாட்டு கடைத்திண்ணையுலே உட்கார்ந்து பீடி சுத்துதெ இந்தக் கண்ணாலே பார்த்துப்போட்டுச் செத்தாத் தான் என் நெஞ்சு வேகும்’ என்று தன் நெஞ்சில் பட்டென்று அறைந்து கொண்டு சொல்ல ஆரம்பித்தான். ‘அவன் அப்பனுக்கு மசூதி முற்றம் பெருக்குற வேலை. இப்பம் அவன் காரிலே

கையை விரிச்சு சாஞ்சு கிடந்துக்கிட்டுப் போறாம்லா? அப்பம் மண்டைக்கனம் கொஞ்சம் ஏறத்தானே செய்யும்?' என்பான்.

வெகுநாள் விரோதம் எத்தனை காலம்தான் உள்ளூரப் புகைந்து அற்ப உரசல்களும் மோதல்களும் அதற்குப் போக்கிடமாக அமைந்து விட முடியும்?

ஒருநாள் அது பகிரங்கமாக வெடித்தது.

பார்லிமெண்டில் பட்ஜெட் செஷன் ஆரம்பிப்பதற்கு இரண்டொரு வாரங்களுக்கு முன் திடீரென்று பஜாரில் சிகரெட் தட்டுப்பாடு ஏற்பட்டது. விலை மளமளவென்று மேலே ஏற ஆரம்பித்தது. காதர் தன் கடையைத் திறப்பதற்கு முன்னால் சைக்கிளில் சாய்ந்து கொண்டும், புளியமரத்தடியில் கூடி நின்றுகொண்டும் பல வியாபாரிகள் தவம்செய்ய ஆரம்பித்தார்கள். காதர் சிகரெட் சப்ளையைப் படீரென்று குறைத்தான். வசூலாகாமல் கிடந்த பாக்கிகளை வசூல் செய்வதற்கு இது தக்க தருணமாகப்பட்டது அவனுக்கு. 'ஒரு காசு பாக்கியில்லாமல் தீர்ப்பவர்களுக்குத்தான் சரக்குத் தருவேன்' என்று சொல்ல ஆரம்பித்தான். ஒவ்வொருவருடைய கணக்கிலும் நூறு இருநூறு என்று பாக்கியிருந்தது. அவ்வளவு பணத்திற்குத் திடீரென்று அவர்கள் எங்கே போவார்கள்? ஒருநாள் நூற்றுக்கணக்கான வியாபாரிகள் கடைவாசலில் காத்துக்கொண்டிருக்கும் பொழுது தாமு மடமடவென்று தனது கடையை விட்டு இறங்கி வந்து, 'நான் தரேண்டே சரக்கு. என் பொறந்தால வாங்க' என்று காதர் கடை மாடியைப் பார்க்கப் படியேறிச் சென்றான். தப்தப் பென்று பெரும் ஓசையைக் கிளப்பிக்கொண்டு அந்த மர ஏணி வழியே வியாபாரிகளும் மேலே ஏறிச் சென்றார்கள். காதர் போலீஸுக்குப் போன் பண்ணினான். நாலைந்து பெரியவர்கள் குறுக்கிட்டு தாமுவை சமாதானம் செய்தார்கள். போலீஸ் வரும்போது கூட்டம் கலைந்து போயிருந்தது. இன்ஸ்பெக்டர் காதரின் நண்பர். குறுக்கும் மறுக்கும் நடந்து கடை வாசலில் கூடியிருந்த பொறுக்கிகளையும் கூலிகளையும் விரட்டிவிட்டு, 'புத்திசாலித்தனமா வியாபாரம் பண்ணணும்னா ஸ்டாக்கை வேறு இடத்துக்கு மாத்து, மடையனா இருக்கிறாயே' என்று காதரிடம் அந்தரங்கமாகச் சொல்லிவிட்டுச் சென்றார். அன்று இரவு மாடி அறைகள் காலியாகிவிட்டன. மறுநாள் காலையில் வந்த வியாபாரிகளிடம் சாவியை மேஜைமீது விட்டெறிந்து, 'எவ்வளவு வேணா எடுத்துக்கிட்டு போங்க' என்று சொல்லி நல்ல பிள்ளையாக நடந்து கொண்டான் காதர். தாமுவுக்கு மட்டும் இரண்டு பெட்டி தனியாகக் கொடுத்தனுப்பினான். 'அவனுக்குக் கிடைக்கணும்னு தான் அவன் துள்ளுதான்.

உங்களைக் காப்பாத்தணும்னு அவனுக்குத் தலையிலே வண்டியா ஓடுது? மத்தவங்களுக்கும் பாதியாவது கொடுக்க வேண்டாமா? என்று கேட்டால், இருக்கதெப் பூராவும் எங்கிட்டே தள்ளு என்கிறான் அவன்' என்று மற்ற வியாபாரிகள் எல்லோரிடமும் கிண்டிவிட்டுப் பார்த்தான் காதர். ஆனால் தாமு பேரில் வெ.பா. வியாபாரிகள் கொண்டிருந்த நம்பிக்கையைக் காதரால் உலைக்க முடியவில்லை.

கூலி ஐயப்பன் ஜெயிலிலிருந்தபொழுது தாமு அவனுக்காக வேறு ஆள் மூலம் நல்ல வக்கீல் அமர்த்தி ரகசியமாகக் கேஸை நடத்தினான். அவன் வெளியே வந்ததும் அவனைத் தன் பக்கம் அணைத்துக் கொண்டுவிட்டால், காதர் கடையில் நெடுநாள் கூலியாளும் பல்வேறு காரியங்களுக்குக் காதரின் அந்தரங்கக் காரியதரிசியுமான அவன் மூலம் பல சூட்சுமங்களைத் தெரிந்துகொள்ளலாம், எதற்கும் அவன் தன் பக்கமிருக்கட்டும், என்று திட்டமிட்டு வேலை செய்தான். தன்னை ஜாமீனில் இட்டுச் செல்ல காதர் வரவில்லை என்னும் பொழுதே, வெளியே வந்ததும் தாமுவோடு சேர்ந்துகொண்டு விட வேண்டும் என்று பொருமிக்கொண்டிருந்த ஐயப்பனுக்குத் தாமு பணம் செலவழித்துத் தனக்காகக் கேஸும் நடத்துகிறான் என்று தெரிந்ததும் அவன்மீது அபாரமான அபிமான உணர்ச்சி ஏற்பட்டது. சர்க்கார் தரப்பு சாட்சியங்கள் பலஹீனமாக இருந்ததால் ஐயப்பனுக்கு விடுதலை கிடைத்தது.

விடுதலை பெற்று வந்த கூலி ஐயப்பன் நேராகத் தாமு கடைக்கு வந்து ஒரு சிகரெட்டைப் பற்றவைத்துக்கொண்டு காதர் கடைப் படியேறி உள்ளே நுழைந்தான். உதட்டில் சிகரெட் தொங்க காதர் முன்னால் நின்றுகொண்டு, 'ஒரு டின் பவுடர் கேட்டா?' என்றான் அவன்.

காதர் தலை நிமிர்ந்து பார்த்தான். ஐயப்பன் நின்ற கோலமே அவனைப் பெரும் வியப்பில் ஆழ்த்திற்று.

'யாரு?' என்று கேட்டான் காதர்.

'ராணி' என்றான் கூலி ஐயப்பன்.

'எந்த ராணி?'

'கீளத்தெரு ராணி. அண்ணைக்குப் புலியக்குறிச்சி டி.பி.க்கு கூட்டிக்கிட்டு வந்தேம்லா, அவதான்' என்றான் அவன்.

காதர் முகம் சிவந்தது. அவன் பதில் பேசவில்லை. தலையைக் கவிழ்த்துக்கொண்டு கணக்கு பார்ப்பது மாதிரி பாவனை செய்ய ஆரம்பித்தான்.

கடைப் பையன்கள் விஷயம் புரியாமல் மேஜையை யொட்டி வந்து நின்றுகொண்டார்கள்.

'பரமேச்வரி, செல்லம்மை, கிருஷ்ணம்மை, பங்கஜம் எல்லோரும் ஆளுக்கு ஒரு டப்பா பவுடர் கேக்கறாங்க. உங்க மொதலாளி மொகத்தையெல்லாம் எச்சிலாக்கிப் போட்டு அவரு பாட்டுக்குப் போயுட்டாரு. கேட்டு வாங்கிட்டு வா, பூசிக்கிட – அப்படீன்னு சொல்றாங்க' என்றான் ஐயப்பன்.

காதர் தலைத் தூக்கி அவனை முறைத்தான்.

'மங்களாத்தெரு மேரி – அவ மகா கள்ளியில்லா; அண்ணைக்கே சொன்னேன், அவ வேண்டாம்னு – ரெண்டு டின் கேக்கா.'

கடைப்பையன்கள் தங்கள் ஆசனங்களைப் பார்க்க நழுவினார்கள்.

காதர் வாய் பேசாமல் எழுந்திருந்து மாடிக்குச் சென்றான். அவன் முகம் சுண்டிப்போய்விட்டது.

அன்றிலிருந்து கூலி ஐயப்பன் தாமு கடை வாசலில் பழிகிடையாய்க் கிடந்தான். தாமுவின் சகாக்கள் கடை முன்னால் கூடினால், 'ஐயப்பா, அண்ணைக்கு என்னடேய் காதர் பயகிட்டேப் போய் கேட்டே . . . என்னுது? எண்ணெயா, சீப்பா? சொல்லுடேய்... சொல்லு...' என்பான் தாமு. உடனே கூலி ஐயப்பன் அதைச் சொல்ல ஆரம்பிப்பான். அவன் ஒவ்வொரு தடவை சொல்லுகிற பொழுதும் தாமு அப்போது தான் அந்தச் சம்பவத்தை முதன்முதலாவதாகக் கேட்பது மாதிரிக் கடகடவென்று சத்தம்போட்டுச் சிரிப்பான். அவன் அந்தச் சம்பவத்தைச் சொல்லி முடித்ததும், 'சீ, அதிகப்பிரசங்கி. வாய்க் கொளுப்பு மிஞ்சிப் போச்சு பயலுக்கு' என்று அவன் முதுகில் செல்லமாக அறைவான் தாமு. ஒரு நாய் தன் எஜமானன் ஷொட்டை ஏற்றுக்கொள்வது போல் கூலி ஐயப்பன் அதைச் சந்தோஷத்துடன் முதுகை வளைத்து ஏற்றுக்கொள்வான். நண்பர்கள் கலைந்து சென்றதும் தாமு எட்டணாவை வெளியே போட்டு, 'போ, போயி காப்பி குடிச்சுட்டு வா' என்பான். ஐயப்பன் அதை எடுத்துக்கொண்டு செல்வான்.

காதர் சிகரெட் சப்ளையைக் குறைத்தபொழுது வெ.பா. சங்கத்தின் காரியக் கமிட்டிக் கூட்டம் அவசரமாகக் கூட்டப்பட்டது. அந்தக் கூட்டத்தில் தாமு ஆவேசமாகப் பேசினான். சங்கத்தின் சார்பில் காதருக்கு ஒரு எச்சரிக்கைக் கடிதம் அனுப்ப வேண்டும் என்று சிலர் அபிப்பிராயப்பட்டதைக் கோழைத்தனமான காரியம் என்றும், சங்கத்தின் கவுரவத்திற்கே

இழுக்கென்றும் அவன் கண்டித்தான். தேர்ந்தெடுக்கப்படும் குழு ஒன்று காதரைப் பேட்டிகண்டு பேச வேண்டும் என்று சிலர் அபிப்பிராயப்பட்டதையும் அவனால் ஒப்புக் கொள்ள முடியவில்லை. சிகரெட் கம்பெனியின் பம்பாய்த் தலைமைக் காரியாலயத்திற்கு நிலைமையை அறிவித்து, அவர்கள் பிரதிநிதியை வரவழைத்துக் காதரின் அட்டூழியத்தை அவர்களுக்கு எடுத்துச் சொல்லி ஏஜென்ஸியையே அவனை விட்டு எடுத்துவிடுவதற்காக முயல வேண்டும் என்பதை வற்புறுத்தித் தனது முடிவை விரிவாக அலசிப் பேசினான். 'பிரிட்டீஷ் ஏகாதிபத்தியத்திற்கே அடிபணிய மறுத்த நாம் கேவலம் ஒரு சோட்டா முதலாளிக்கு அடிமைப்படுவது கேவலமல்லவா?' என்று அவன் கேட்டபொழுது அங்கத்தினர்கள் கரகோஷம் செய்து அதை ஆமோதித்தனர். ஏஜென்ஸி தனக்குக் கிடைக்க வேண்டும் என்பது தன்னுடைய திட்டமல்ல என்றும், காதர் அதை இழக்க நேர்ந்தால் சங்க அங்கத்தினர் எவருக்காகவும் அதைப் பெற்றுத் தர தான் உடல் பொருள் ஆவி மூன்றையும் இழந்து பாடுபடத் தயார் என்றும் அவன் உணர்ச்சிவசப்பட்டுச் சொன்னபோது, தலைவர் ராஜபாண்டிய நாடார் எழுந்திருந்து, அது போன்ற ஒரு சந்தேகம் யாருடைய மனசிலும் தலைகாட்டாமல் இருக்கும்போது தாமு அவ்வாறு பேசுவது தன்னுடைய மனசைப் புண்படுத்துவதாக இருக்கிறது என்று அங்கத்தினர்கள் சார்பில் சொல்லவும், தாமு அதற்கு வருத்தம் தெரிவித்துக் கொண்டான். உணர்ச்சிவசப்பட்டுப் பேசிவிடுவது தன்னுடைய பலஹீனம் என்று சொல்லி மன்னிப்பும் கேட்டுக்கொண்டான்.

பம்பாய்த் தலைமைக் காரியாலயத்திற்குச் சுமார் முந்நூறு வியாபாரிகளின் பெயர் சொல்லித் தந்தி அடிக்கப்பட்டது. இருபத்திநாலு மணி நேரத்திற்குள் ஒரு விசேஷப் பிரதிநிதியை அனுப்பிவைப்பதாகக் கம்பெனியிலிருந்து சங்கத்துக்குப் பதில் தந்தியும் வந்து சேர்ந்தது.

விமானத்தில் திருவனந்தபுரம் வந்து சேர்ந்த பிரதிநிதியை வரவேற்க காதர் சென்றிருந்தான். தாமுவும் அவன் கூட்டாளிகளும், 'திருவிதாங்கூர் நேசன்' நிருபர் இசக்கியும் மற்றொரு காரில் வந்திருந்தனர். தாமு சங்கத்தின் சார்பில் பிரதிநிதிக்கு ரோஜா மாலை அணிவித்து வரவேற்றான்.

காதர் கடையின் மாடியில் விசாரணை ஆரம்பமாயிற்று. தனியறையில் வியாபாரிகள் ஒருவர் பின் ஒருவராகச் சென்று வாக்குமூலம் அளித்தார்கள். பிரதிநிதி ஒவ்வொருவருடைய குறைகளையும் டயரியில் விரிவாகக் குறித்துக்கொண்டார். கணக்கில் விற்றதாகக் காட்டப்பட்டிருக்கும் சரக்குகள்

விற்கப்படவில்லையென்றும், அவை ரகசியக் கிடங்குகளில் சேமிக்கப்பட்டிருக்கின்றன என்றும், இரண்டு நாள் அவகாசம் அளிக்கப்படுமென்றால் துப்புத் துலக்கி அந்த இடத்தைக் கண்டுபிடித்துச் சொல்வதாகவும் தாமு வாக்குமூலம் அளித்தான். விசாரணை முடிவடைந்தது.

கணக்கில் சந்தேகம் எதுவும் கிளப்ப முடியாமல் ஒப்புக் கொள்ளும்படி ஆகிவிட்டது காதருக்குப் பரம திருப்தியை அளித்திருந்தது. பிரதிநிதி வந்து சேருவதற்குத் தலைக்குநாள் தானும் கணக்குப்பிள்ளையும் இரவு விடியவிடியக் கண் விழித்தது வீணாகிவிடவில்லை என்று காதர் மனசுக்குள் மிகுந்த சந்தோஷம் அடைந்தான். பழைய பாக்கியை வசூலிக்க ஏஜென்ஸியைப் பயன்படுத்திக் கொள்ளக்கூடாது எனப் பிரதிநிதி எச்சரிக்கை செய்ததை அவன் அப்படியே ஒப்புக்கொண்டான். இனிமேல் இதுபோன்ற தவறுகள் தன் தரப்பில் ஏற்படாதவாறு கவனமாக இருப்பதாயும் உத்திரவாதமளித்தான். மொத்தத்தில் விஷயம், அதிகபட்சம் கம்பெனியிலிருந்து ஒரு எச்சரிக்கைக் கடிதம் பெறுவதோடு முடிவடைந்து விடுவதற்கான சூழ்நிலைதான் இருந்தது.

ஆனால் அன்று சாயங்காலம் சுமார் ஆறு மணிக்குக் காதரின் கடை வாசலில் அமர்ந்து புளியமர ஜங்ஷனைப் பார்த்தபடி சுருட்டுப் பிடித்துக்கொண்டிருந்த பிரதிநிதி, திடீரென்று நிமிர்ந்து உட்கார்ந்து, ‘காதர், கன்னியாகுமரி வரையிலும் போய்விட்டு வந்தால் என்ன ?’ என்று கேட்டார்.

‘தாராளமாகப் போகலாமே. காரை வரவழைக்கிறேன்’ என்ற சொல்லிவிட்டுக் காதர் போனைக் கையில் எடுத்தான்.

‘உங்கள் காரில் வேண்டாம். நிலைமை மோசமாக இருக்கிறது. வீண் பேச்சுக்கு இடம் வைத்துக்கொள்ள வேண்டாம்’ என்று சொல்லிக்கொண்டே பிரதிநிதி எழுந்திருந்து கடைப் படிகளில் இறங்கிக் கையைத் தட்டினார்.

டாக்சி வந்து நின்றது.

காதரும் பிரதிநிதியும் பின்சீட்டில் ஏறிக்கொண்டதும் தாமுவின் கடை வாசலிலிருந்து கூலி ஐயப்பன் வந்து முன் சீட்டில் டிரைவர் பக்கத்தில் உட்கார்ந்துகொண்டான்.

‘டே, கீழே இறங்கு’ என்றான் காதர்.

‘கிளீனர் முதலாளி’ என்றான் டிரைவர்.

‘நமக்கு என்ன ? இருந்துவிட்டுப் போகட்டுமே’ என்றார் பிரதிநிதி.

கார் கொட்டாரம் பழத்தோட்டத்தைத் தாண்டியதும் ஒரு பழைய கட்டிடத்தின் முன்னால் நின்றது.

'ஏன் இங்கே நிறுத்தறே?' என்று காதர் கேட்டதற்கு டிரைவர் பதில் சொல்லவில்லை.

'பேசாமல் என் பின்னால் வா' என்று பிரதிநிதி பதில் சொல்லி விட்டுக் காரைவிட்டுக் கீழே இறங்கினார்.

அந்தக் கட்டிடத்தின் படியேறி, சாத்தியிருந்த கதவு முன்னால் நின்றுகொண்டு, 'சாவியை எடுத்துக் கதவைத் திற' என்றார் பிரதிநிதி, காதரைப் பார்த்து.

காதர் தயங்கினான்.

'இப்பொழுது விஷயம் நமக்குள் இருக்கிறது. மறுத்தாய் என்றால் போலீஸுக்குத் தகவல் தெரிவிக்கக் கம்பெனி உத்தரவு. புத்திசாலித்தனமாக நடந்துகொள்' என்றார் பிரதிநிதி.

காதர் கதவைத் திறந்தான்.

சிகரெட் ஏஜென்ஸி காதருக்கு ரத்தாகிவிட்டதாக மூன்றாவது நாள் கம்பெனியிலிருந்து தகவல் வந்தது. இந்தச் செய்தி வெ.பா. சங்கத்தின் மூலம் தெரிவிக்கப்பட்டு 'திருவிதாங்கூர் நேச'னின் முன் பக்கத்தில் வெளியாயிற்று. மூன்று நாட்கள் கன்னியாகுமரி 'காஸ்மோ பாலிட்டன்' ஓட்டலின் மேல்மாடி அறை ஒன்றில் போதம் மீள மீள குடித்தபடி மெத்தையில் புரண்டு கொண்டிருந்தான் காதர்.

நாலாவது நாள் அவன் கடைக்கு வருகிறபொழுது, 'ஒட்டக மார்க் சிகரெட் – மொத்த வியாபாரம்' என்ற போர்டு தாமு கடையில் தொங்கிக்கொண்டிருந்தது.

முன் விரோதங்கள் இப்படியிருக்க, தன் கடை போர்டு உடைந்ததும், தாமுதான் விஷமம் செய்திருப்பான் என்று காதர் சந்தேகப்பட்டது தவறு என்று சொல்லமுடியுமென்று தோன்றவில்லை. தாமுவைப் பற்றித் தனக்குள்ள சந்தேகத்தைக் காதர் போலீஸிடம் சொன்னபோது, அவர்கள் அதை வெகு முக்கியமாக எடுத்துக்கொண்டதாகக் காதரிடம் காட்டிக் கொண்டார்கள் என்றாலும் போலீஸ் தாமுவின்மேல் பல வருடங்களாகப் பேணி வந்த விரோதத்திற்கு வஞ்சம் தீர்த்துக் கொள்ள இதை ஒரு நல்ல சந்தர்ப்பமாக எடுத்துக் கொண்டார்கள் என்றுதான் தாமுவின் நண்பர்கள் – வெளியே சொல்லாவிட்டாலும் – அந்தரங்கமாக நம்பினார்கள். சுதந்திரப் போராட்டக் காலத்தில் அவன் பல்வேறு சந்தர்ப்பங்களில் போலீஸைத் திரணமாக மதித்துப் பகைத்துக்கொண்டது

ஒருபுறமிருக்க, ஒரு போலீஸ் சிப்பாயோ ஹெட்கான்ஸ்டபிளோ தாமு கடைக்குச் சென்று, ஒரு மட்டிப்பழத்தையோ ஒரு பீடியையோ ஓசியாகப் பெற்றுவிட முடியாது என்பது பஜாரிலுள்ள எல்லோருக்கும் தெரிந்த விஷயம்தான்.

முனிசிபாலிட்டி கொடுத்த புகார் மனு ஸ்டேஷனுக்கு வந்ததும், நகரசபைத் தலைவரை இன்ஸ்பெக்டர் நேரில் சென்று கண்டார். தலைவர் நகரசபைத் தோட்டிகள்மீது தனக்குள்ள சந்தேகத்தை இன்ஸ்பெக்டரிடம் தெரிவித்தார்.

போலீஸ் இரண்டு கேஸ்களை ஜோடித்தது. புளியமரத்தில் கல்லெறிந்தது தோட்டிகள்தான் என்றும், அந்தச் சந்தர்ப்பத்தைப் பயன்படுத்திக்கொண்டு அவர்கள்மேல் பழி சுமந்துவிடுமென்ற நம்பிக்கையில், ஆள்வைத்து தாமு காதர் கடை போர்டை உடைத்தான் என்றும் அவர்கள் நம்பி அதற்கு அனுசரணையாகக் கேஸ் ஜோடித்தனர். கூலி ஐயப்பனைத்தான் தாமு பயன் படுத்திக்கொண்டிருப்பான் என்பது போலீஸாரின் தீர்மானம்.

தாமு ஜாமீனில் வெளிவந்த மறுநாள், தொழிற்சங்க வேலைகளில் வக்கீல் ஜனார்த்தனத்துடன் முழு மூச்சாக வேலை செய்துவந்த தோட்டித் தொழிலாளி தோழர் மாடசாமியைப் போலீஸ் கைது செய்தது. தோட்டிச்சிகளைச் சங்கத்தில் இணைப்பதில் தனது கணவருக்கு உறுதுணையாக நின்று வேலை செய்துவந்த மாடசாமியின் மனைவி மாடத்தியையும் போலீஸ் கைது செய்தது. அப்பொழுது மாடத்தி நிறைமாதக் கர்ப்பிணியாக இருந்தபடியால் கைது செய்யப்பட்டதும் ஆம்புலன்ஸில் சர்க்கார் பிரசவ ஆஸ்பத்திரிக்கு அழைத்துச் செல்லப்பட்டாள். கட்டில் அருகே பெண் போலீஸ் காவல் நிற்க ஒரு வாரத்திற்குப்பின் மாடத்திக்கு சுகப்பிரசவம் ஆயிற்று.

கூலி ஐயப்பன் பேரில் வாரண்டு பிறப்பிக்கப்பட்டிருந்தது. அவன் போலீசார் கையில் அகப்படவில்லை. தலைமறைவாகச் சுற்றிக்கொண்டிருந்தான்.

11

இளம் வக்கீலும் தொழிற்சங்கப் பிரமுகரு மான ஜனார்த்தனத்தின் (சாத்து) முயற்சி காரணமாக மாடசாமி ஜாமீனில் வெளியே வந்தான். அன்று மாலையே போலீஸ் அடக்குமுறையை எதிர்த்து முனிசிப்பல் திடலில் ஒரு கண்டனக் கூட்டமும் நடைபெற்றது. மாடத்தியை ஜாமீனில் இறக்க முயற்சி எதுவும் எடுத்துக்கொள்ளப்படவில்லை. பிரசவத்திற்குப்பின் அவசியமான பேணல், சர்க்கார் தயவில் நடந்து கொண்டிருப்பதைக் கெடுத்துக்கொள்ள வேண்டாம் என்று வக்கீல் அபிப்பிராயப்பட்டதை மாடசாமியும் ஏற்றுக் கொண்டான். மாடசாமி தம்பதிகள் பேரில் பதிவு செய்யப்பட்டிருக்கும் வழக்கை வாபஸ் பெறாத வரையிலும் தோட்டித் தொழிலாளர்கள் உடனடியாகப் பரிபூர்ண வேலைநிறுத்தத்தில் குதிக்க நேரிடும் என வக்கீல் ஜனார்த்தனம் பொதுக்கூட்டத்தில் எச்சரிக்கை விடுத்ததாகவும் ‘திருவிதாங்கூர் நேச’னில் செய்தி வெளியாயிற்று. தோட்டிகளுக்கு உடனடியாகச் சம்பளத்தை உயர்த்த வேண்டிய அவசியத்தை வற்புறுத்தி அன்றைய ‘திருவிதாங்கூர் நேசன்’ தலையங்கமும் தீட்டியிருந்தது. அது இசக்கியின் பேனா என்பதும் தெளிவாகத் தெரிந்தது. புரட்சித் தீ, புரட்சித் தீ என்று அந்த இரண்டு பத்திகளில் எத்தனை தடவைதான் வரும்! ஒரு தீயணைக்கும் என்ஜினைப் பக்கத்தில் வைத்துக்கொண்டுதான் அதுபோன்ற தலையங்கம் ஒன்றை எழுதியிருக்க முடியுமென்று தோன்றுகிறது.

சம்பள உயர்வு கோரித் தோட்டிகள் சங்கம் ஏற்கனவே முனிசிபாலிட்டிக்கு ஒரு யாதாஸ்து சமர்ப்பித்திருந்தது. மேற்படி பிரச்னையை வற்புறுத்தத் தோட்டிகள் வேலை நிறுத்தத்தில் ஈடுபடக் கூடுமென எதிர்பார்த்துத் தந்திரமாய் அதை முறியடிக்கும் நோக்கத்துடன் தொழிற்சங்க

முதுகெலும்புகள்மீது வீண்பழி சுமத்தி அவர்களைக் களத்திலிருந்து அப்புறப்படுத்துவதற்காகவே மாடசாமி தம்பதிகள் கைது செய்யப்பட்டார்கள் என்று இளம் வக்கீல் ஜனார்த்தனம் அன்று பொதுக்கூட்டத்தில் – மாடசாமியின் தலைமையில் – விளக்கம் தந்ததாகவும் 'திருவிதாங்கூர் நேசன்' ரிப்போர்ட் செய்திருந்தது. உண்மையோ பொய்யோ, நம்பும்படியாகத்தான் இருந்தது அந்தக் குற்றச்சாட்டு. துடைநடுங்கி முனிசிபாலிட்டி இன்ன திரியாவரம் தான் செய்யும் என்று சொல்ல முடியாது. பயத்தினாலேயே மகாபாதகமான காரியத்தைச் செய்துவிடும் அது.

கூலி ஐயப்பன் மறைந்தே போய்விட்டான். போலீஸ் அவனைச் சக்கர வளையமாய்த் தேடிக்கொண்டு வந்தது. காதர் கடை போர்டு உடைந்து, தாமு கைதாகி ஜாமீனில் வெளியே வந்து, தோழியர் மாடத்திக்கு அரசாங்கத்தின் கண்காணிப்பில் ஒரு குழந்தை பிறந்து, மாடசாமி தலைமையில் இளம் வக்கீல் ஜனார்த்தனம் முழங்கி, 'திருவிதாங்கூர் நேசன்' தலையங்கம் எனும் அக்கினிக் குழம்பைக் கால் திருத்திவிட்டு – இவ்வாறெல்லாம் சம்பவங்களின் சலசலப்புக் காட்டியவாறு காலம் அர்த்த புஷ்டியோடு ஐந்தாறு வாரங்களை விழுங்கிய பின்னரும் ஒரு சோதாப்பயலைப் பிடிக்க முடியாமல் போலீஸ் படை திணறிக்கொண்டிருந்தது பலருடைய பேச்சிலும் கேலிப் பொருளாய் ஆகிவிட்டது.

கூலி ஐயப்பன் கடுக்கரைக் கிராமம் தாண்டி ரகசிய மலைப்பாதை வழியாகப் பாண்டிக்குள் (திருநெல்வேலிச் சீமை) புகுந்துவிட்டான் என்றுதான் பலரும் சொன்னார்கள். பாண்டிப் போலீசின் ஒத்துழைப்புக் கிடைக்காத வரையிலும் திருவிதாங்கூர் போலீஸ் அவனைப் பிடிப்பது சிரமம் என்றும் பலர் கருதினார்கள். சிலர் அவன் இலங்கைக்கே கப்பலேறியிருக்கக்கூடுமென்று துப்புத் துலக்கிவிட்டது போல் சொன்னார்கள். தாமு எப்படியோ ரகசியமாக அனுப்பி வைத்துவிட்டதாகப் பேச்சு. அப்படியும் இருக்கலாம். தாமு அசகாய சூரன். எதையும் வெற்றிகரமாகச் செய்து முடிக்க சாமர்த்தியமும் தைரியமும் கொண்டவன். கூலி ஐயப்பனைப்பற்றித் துப்புத் தருகிறவர்களுக்குப் பரிசு அளிப்பதாகச் சொல்லி விளம்பரம் ஒன்று அவன் படத்துடன் 'திருவிதாங்கூர் நேச'னில் வெளிவந்ததாகக் கூட யாரோ சொன்னார்கள். ஆனால் அந்த விளம்பரத்தைப் பார்த்த நினைவு எனக்கில்லை.

தாமு என்ற பெயர் பத்தாண்டுகளுக்குப் பின் மீண்டும் எல்லோருடைய வாயிலும் அடிபட ஆரம்பித்துவிட்டது. ஆகஸ்டு புரட்சியின்போது அவனுடைய பெயர் எப்படி அடிபட்டதோ அதே மாதிரி மீண்டும். அந்நாட்களில் அவனுடைய துணிச்சலை

வியந்து பேசாதவர்கள் யார்? இல்லையென்றால் ஒரு போலீஸ் மேலதிகாரி (டி.எஸ்.பி. அச்சுதன் நாயர் என்று ஞாபகம்) முண்டாசை அவிழ்க்கச் சொன்னால், அவிழ்த்துக் கையில் சுருட்டிக்கொள்ளமாட்டானா ஒருவன்! கழுத்தையா அறுத்துக்கொள்ளச் சொன்னார்? மேற்கொண்டு நடந்ததை மணிமேடை ஜங்ஷனில் கூட்டம் சுற்றிவரக் கூடிநின்று பார்த்துக் கொண்டுதான் இருந்தது. பட்டப்பகல் பத்து மணி, கீழே உருட்டித் தள்ளி நாலு சப்–இன்ஸ்பெக்டர்கள் மூலைக்கு ஒருவராக நின்று கொண்டு மாறிமாறி பூட்ஸ் காலால் உதைத்து நலுங்குப் பந்தாக உருட்டவில்லையா? கடைசி வரையிலும் அவன் முண்டாசை அவிழ்க்க மறுத்து விட்டான் என்பது உண்மைதான். மிகையே அல்ல. அவன் வலி தாங்க மாட்டாமல் துடிதுடித்து உருண்டபொழுது முண்டாசு தானாக அவிழ்ந்து ஒரு பக்கமாக ஓடிப்போய்விட்டது வேறு விஷயம். அதை மீண்டும் எடுத்துத் தலையில் சுற்றிக் கொள்ள அவன் ரத்த வாந்தியெடுத்தவாறே சிமிண்டு ரோட்டில் நகர்ந்து நகர்ந்து ஊர்ந்தான் எனச் சிலர் பேச்சை விட்டுப் பார்த்தது மிகை. சாட்சியாக நின்றவர்களே சொல்லக் கேட்டிருக்கிறேன். 'பாரத மாதாவுக்கு ஜே' என்று நினைவு தப்புவது வரையிலும் கத்தினானே தவிர அவன் கைகள் முண்டாசை அவிழ்க்கவில்லை. இந்தச் சம்பவத்திற்குப் பின்னால் எங்களூரில் 'ஆகஸ்டு தியாகி' என்று மொட்டையாகச் சொன்னாலே அது தாமு வைத்தான் குறிக்கும் என்ற நிலைமை ஏற்பட்டுவிட்டது. இளைஞர்களுக்கு அவனைவிடவும் மேலாக எண்ணும்படி ஒரு லட்சிய உருவம் அன்று எங்களூரில் இருக்கவுமில்லை. அதோடு அவன் தலையில் முண்டாசும் நிரந்தரமாகிவிட்டது. முக்கியமாக நாலு பேர் கூடுகிற இடங்களுக்கு வருகிறபொழுதும், பொதுக்கூட்டங்களில் பேசவோ தலைமை வகிக்கவோ நேருகிற பொழுதும், அவனுடைய தலையில் முண்டாசு சுற்றப்பட்டிருக்கும். அன்று என்னுடன் படித்துக்கொண்டிருந்த சில அரட்டைகள் தாமு தன் முண்டாசை காந்திஜியின் படத்தைக் கண்டால் மட்டும் அவிழ்த்து இடுப்பில் சுற்றிக் கொண்டுவிடுவான் என்று சொல்வதுண்டு. அது – அன்றும் இன்றும் – அவர்களுடைய சொந்தச் சரக்காகவே என் மனசுக்குப்பட்டிருக்கிறது. இதே போல் அநேக விஷயங்களில் புதுச் சரடு விடுவதற்கு ஏதாவது ஒன்று அவர்களுக்கு உதயமாகிக் கொண்டுதான் இருந்தது.

இருந்தாலும் கடைசியில் சுதந்திரம் வந்து சேர்ந்தபொழுது ஒரு சூன்யத்திற்குள் விழுந்துவிட்டது போலவே இருந்தது தாமுவுக்கு. தன்னுடைய பெயரும் புகழும் வெகுவிரைவில் மங்கி வருவதுபோல் அவனுக்குத் தோன்றிற்று. ஜனங்களுக்கு ஏற்படுகிற

திடீர் ஆவேசத்தை விடவும் அதிகமாக இருந்தது அவர்களுடைய ஞாபக மறதி. யார் அந்த எம்.கே. காந்தி என்று அவர்கள் எந்த நிமிஷத்திலும் கேட்டுவிடலாம் என்று தோன்றுகிறபொழுது தன்னுடைய பெயரை நினைவில் வைத்துக் கொள்ளாதது அவனுக்கு வியப்பைத் தரவில்லை. இருந்தாலும் விசனமும் குறையுணர்ச்சியும் ஏற்பட்டன. புகழ் என்பதுதான் என்ன? நமக்குத் தெரியாதவர்களும் நம்மைத் தெரிந்து வைத்திருப்பதிலுள்ள சுகம்தானே? அனுபவித்துப் பார்த்தவர்களுக்குத்தான் அதன் அருமை தெரியும். அபார சுகம்தான் அது. சந்தேகமே இல்லை. ரோட்டில் நடந்து செல்கிறபொழுது பின்னாலிருந்து தன்னைச் சுட்டிக்காட்டி இன்னார் எனக் குசுகுசுத்து அறிமுகப்படுத்தும் குரல் காதில் விழுந்தும், விழாத பாவனையில் சென்றுவிடுகிற சுகம் லேசானதா? புகைப்படத்தோடு பேச்சு தினசரிகளில் பிரசுரமாகிற பொழுது ஒரு பேரானந்த நிலை ஏற்படத்தான் செய்கிறது. மேலுக்கு எல்லாம் துறந்துவிட்டதுபோல் காட்டிக் கொள்வது யாரால்தான் முடியாது? சுகம் சுகம்தான். கழுத்தில் மாலை விழுகிறபொழுது புல்லரிக்கத்தான் செய்கிறது. கரகோஷம் காதில் விழுகிறபொழுதும் அப்படித்தான். இது போன்ற இன்ப அனுபவங்களுக்கு ஆளானவன் அல்லவா தாமு? நன்றாக ஆளானவன். தன்னுடைய படத்தை ஒரு கார்ட்டூனிஸ்ட் எப்படிப் போடுவான் என்பதைப் பார்த்துவிட வேண்டுமென்ற அவனுடைய ஆசை மட்டும் நிறைவேறவே இல்லை. இருந்தாலும் அரசியல் வானில் திடீரென்று ஒரு நாள் அவன் சுடர் விட்டுப் பிரகாசிக்கிறபொழுது, கார்ட்டூனிஸ்டுகள் திணறக் கூடாது என்பதற்காகச் சில ஆடை அலங்காரங்களையும் சில உதட்டுப் பிதுக்கல்களையும் அவன் ஆதியிலிருந்து கடைசி வரையிலும் ஒரே மாதிரி காப்பாற்றிக்கொண்டும் வந்திருந்தான். இவ்வாறு எல்லாம் அவன் அநேகம் கனவுகள் விரித்து வருகிறபொழுதுதான் சற்றும் எதிர்பாராமல் இந்தியாவுக்குச் சுதந்திரம் வந்து சேர்ந்தது. ஒரு மேடையில் வீராவேசத்துடன் பேசிக்கொண்டிருந்தபொழுது முன்னெச்சரிக்கையின்றித் தூக்கி எறியப்பட்டது போல் உணர்ந்தான் தாமு. அவனும் அவனையொத்த போராட்டக்காரர்களும் திடீரென்று ஒரு நாள் காலையில் கண் விழித்துப் பார்க்கிறபொழுது வெறும் பிரஜைகள் ஆகிவிட்டிருந்தார்கள். ஜனங்களும் எதையோ பறிகொடுத்தது போலவும், தங்களைப் புரிந்துகொள்ள முடியாத ஏதோ ஒரு ஏமாற்றத்திற்கு ஆட்பட்டு அலைந்து கொண்டிருப்பது போலவும் தாமுவுக்குப்பட்டது. மேற்கொண்டு செய்ய வேண்டியது என்ன என்பது யாருக்குமே மட்டுப்படாதது போலவே இருந்தது. ஒருவித ஸ்தம்பிப்பு ஏற்பட்டுவிட்டதாக உணர்ந்தான் தாமு.

தினவு எடுக்கும் நாக்கை இனிமேல் எங்கே போய் உரைப்பது? காசு கொடுத்தால்கூடக் கட்டிய மனைவி தனக்கு ஒரு ஜே போடுவாள் என்று தோன்றவில்லை.

தாமு ஒரு தீவிர சோஷலிஸ்டு மனோபாவம் கொண்டான். இதன் மூலம் கொஞ்சம் விமர்சனப் புத்தியையும், போராட்டப் பாரம்பரியத்தையும் காப்பாற்ற முடிந்ததுபோல் தோன்றிற்று. இந்தியாவுக்குச் சுதந்திரம் கிடைத்துவிட்டது என்றாலும் இன்னும் கொஞ்சம் வேலை பாக்கிக் கிடக்கிறது என்றும், புரட்சிக்காகத் தேசத்தை ஆயத்தப்படுத்த வேண்டிய மகத்தான பணி தன் தலையில் சுமந்து விட்டதுபோல் ஒரு கவலையுடனும் கோபத்துடனும் பேசினான் தாமு. ஆனால் நாள் போகப் போக ஒன்றும் எடுபடவில்லை என்பது அவனுக்கே தோன்ற ஆரம்பித்துவிட்டது. ஒரு சோர்வுணர்ச்சிக்கு ஆளாகி அதிலிருந்து தப்பித்துக்கொள்ள வேறு மார்க்கமின்றி பழைய படி வியாபாரத்தில் வந்து விழுந்தான். அவனுடைய அண்ணன் செல்லப்பனுக்கு இதில் பரம திருப்தி. வியாபாரம் இருவர் கவனத்திலும் நன்றாகத் தழைத்தது. கையிலும் நாலு காசு சேர்ந்தது. பின்னால் வெகுநாட்கள் அல்லலின்றிக் கல்லாப் பெட்டியருகே சிவனே என்று விழுந்து கிடந்தான் அவன். பின்னர் வெற்றிலை பாக்குக் கடைக்காரர்களின் சங்கம் உருவான பொழுது நண்பர்களுடைய வற்புறுத்தலின் பேரில் அதன் காரியதரிசி ஆனான். வியாபாரத்தில் முழுக்க முழுக்கத் தன்னை ஐக்கியப்படுத்திக் கொண்டபின்பும், காசு கையில் சிறுகச் சிறுகச் சேர்ந்து வரும் சுகமும் பிற சுகங்களுக்குக் குறைந்தது அல்ல என்று உணர ஆரம்பித்த பின்பும், சில சமயம், பேரும் புகழுமாயிருந்த பழைய நாட்களைப் பற்றிய நினைவுகள் அவனுடைய மனசில் மிளிரும். தன்னிரக்க உணர்ச்சி மேலிடும். அப்பொழுது எல்லாம் யார் பக்கத்தில் நிற்கிறார்களோ அவர்களிடம், 'இப்பம் அரசியலு ரொம்பவும் சீரளிஞ்சு கட்ட மண்ணால்லா போயுட்டு. அப்பம் இப்படியா?... ஒரு அந்தஸ்து உண்டுமில்லா...' என்று பேசி ஆத்ம திருப்தி தேடிக்கொள்வான். இவ்வாறு அவனுடைய நாட்களும் ஒருவாறு உருண்டுகொண்டு வந்தன.

பழைய பிரதாபம் மற்றொரு ரூபத்தில் மீண்டும் திரும்புமெனத் தாமு எதிர்ப்பார்த்தவனே அல்ல. இதைத்தான் அதிருஷ்டம் என்று சொல்லவேண்டும். காதரைப்போல் கறுப்புச் சந்தைக்காரன் ஒருவனை அல்ல, ஆயிரம் பேரை முச்சந்திக்கு இழுத்து வருவேன் என்று முனிசிப்பல் திடலில் முழங்கினான் தாமு. அவ்வாறு முழங்கித் தீர வேண்டிய சூழ்நிலை அதற்குள் உருவாகி விட்டிருந்தது என்றுதான் சொல்லவேண்டும். கோர்ட்டில் இருந்து ஜாமீனில் வெளியே வந்தபொழுது தன்னை

சுந்தர ராமசாமி

எதிர்கொண்டழைக்க சுமார் ஐந்நூறு வியாபாரிகள் மாலையும் கையுமாக நின்றுகொண்டிருப்பார்கள் என்று அவன் சற்றும் எதிர்பார்க்கவில்லை. புல்லரித்தது அவனுக்கு. பாரத மாதா 'மகனே, மீண்டும் என்னிடம் வா' என்று கருணைமுகம் காட்டி அழைப்பது போலவே இருந்தது. நெஞ்சு தழுதழுத்தது.

அன்று அவனுடைய பேச்சு காடேறிவிட்டது என்று விசிறிகளான அவனுடைய நண்பர்களே மனசுக்குள் எண்ணிக் கொண்டார்கள். கொஞ்சம் அட்டகாசமாகவே பேசினான். அவ்வாறு வாய்விட்டுக் கத்தி எவ்வளவு நாட்கள் ஆகிவிட்டன! உதாரணமாக, தோட்டிகள் பிரச்னையைத் தொட்டு அவன் பேசியிருக்க வேண்டிய அவசியமே இல்லை. ஆனால் அவனோ தோட்டிகளிடத்தில் முனிசிபாலிட்டி வாலாட்டினால் வரவிருக்கும் தேர்தலில் முனிசிப்பல் தலைவர் எம். சி. ஜோசப்பு கட்டிவைத்த பணத்தை இழக்க நேரிடுமென்றும், தோழர் மாடசாமிக்காக அவர் தனது நாற்காலியைக் காலி செய்ய நேருமென்றும் பேசினான். முதலாளிகளின் அட்டூழியத்தைப் பற்றி அவன் பேசியபொழுது சில பெயர்களை அம்பலப்படுத்தியிருக்க வேண்டாமென்று பலருக்கும் தோன்றிற்று. நூறு வியாபாரிகளின் ரகசியக் கிடங்குகள் எங்கெங்கு இருக்கின்றன என்ற தகவல் தனக்குத் தெரியுமென்றும், அவ்விடங்களைச் சோதனைபோட போலீஸ் இலாகா தயார்தானா என்றும் அவன் கேட்டான். ஒரு இடதுசாரி என்ற எண்ணத்தைப் பரவலாக ஏற்படுத்திவிட்டு இப்பொழுது வலதுசாரிகளுடன் கூடிக் குலவி வரும் நேருஜி தனது ஸ்தானத்தை இழக்கப் போகும் நாட்கள் வெகுதூரத்தில் இல்லையென்றும் அவன் எச்சரிக்கை செய்தான். இக்கருத்தைக் கவனமாகக் குறிப்பெடுத்து மேலிடத்திற்கு அனுப்பிவைக்குமாறு கூட்டத்திற்கு வந்திருந்த சி. ஐ. டி. களிடம் அவன் கேட்டுக்கொண்டபொழுது ஜனங்கள் கரகோஷம் செய்தனர். அன்றையப் பேச்சைக் கடைசிவரையிலும் நின்று கேட்டுக்கொண்டிருந்தவர்களில் நானும் ஒருவன். சாவுமணி என்ற வார்த்தை தான் அன்று அவன் பேச்சில் அதிகமாக அடிபட்டது என்று ஞாபகம்.

தாமுவின் நாட்கள் திரும்பிவிட்டன.

தன்னுடைய வாழ்நாளிலேயே இதுதான் பொற்காலம் என்று தோன்றிற்று தாமுவுக்கு. சிகரெட்டு ஏஜென்ஸி கைக்கு வந்த பின்பு தன்னிடம் பணம் சேர்ந்து வந்த வேகம் அவனையே வியப்பில் ஆழ்த்துவதாக இருந்தது. ஏஜென்ஸி தன் பெயருக்கு மாறியபொழுது சில வெற்றிலை பாக்குக் கடைக்காரர்கள் –அவனுடைய நண்பர்கள் தான் – ரகசிய முணுமுணுப்புக்கு ஆளானது அவன் காதிலும் விழுந்தது. தான் காதரைக் காட்டிக்

கொடுத்ததே சுயநலத்தின் அடிப்படையில்தான் எனத்தொடர்ந்து விமர்சனம் கிளம்பும் என்றும் அவன் எதிர்பார்த்தான். ஆனால் தாமு திடீரென்று ஒருநாள் கைது செய்யப்பட்டபொழுது, ஜனங்களுக்கு அவன் கறுப்புச் சந்தையை அம்பலப்படுத்தும் வீரனாகி, பெயரும் புகழும் ஏற்பட்டுவிடவே, நண்பர்களுடைய முணுமுணுப்பு அப்படியே அடங்கிப் போய் விட்டது.

தாமுவுக்கு ஆங்காங்கு வரவேற்புக் கூட்டங்கள் நடை பெற்றன. 'திருவிதாங்கூர் நேசன்' இது சம்பந்தமான செய்திகளை வெகு முக்கியத்துவம் அளித்து வெளியிட்டு வந்தது. வரவிருக்கும் முனிசிப்பல் தேர்தலில் தாமு போட்டியிடக் கூடுமென்றும் அவன் விசேஷ சிரமமின்றித் தலைவர் பதவிக்கு வரக்கூடுமென்றும் பலரும் சொல்ல ஆரம்பித்தனர். மாடசாமியும் ஒரு வார்டில் நிற்கக்கூடுமென்ற பேச்சு அடிபட்டது.

12

காலை மணி பத்துதான் இருக்கும். அதற்குள் பொசுக்கல் ஆரம்பமாகிவிட்டது. பெண்கள் தங்கள் வீட்டுப்படி தாண்டி சிறிது தூரம் வருவதற்குள் அவர்களுடைய நெடுநேர அலங்கார உழைப்பு வீணாகி, வீடு திரும்பும் மாலைகளின் சோர்வுத் தோற்றம் கொள்ளும்படி ஆகிவிடுகிறது. கல்லூரி களிலும் பள்ளிகளிலும் முதல்மணி அடிக்கும் நேரம் நெருங்கிவிட்டதால் பரபரப்பும் சந்தடியும் இடைவேளை ஓய்வுக்குச் சற்று ஒதுங்கியதுபோல் காட்சி தருகின்றன தெருக்கள். ஒரு தற்காலிக சூன்யம் எங்கும் பரவியிருந்தது. பிந்திப்போன மாணவ மாணவிகள் பரக்கப் பரக்க விரைந்து கொண்டிருந்தனர். மாணவிகள் முகத்தில் மறு நிமிஷம் அழுகை துருத்தி விடுமென்று தோன்றுகிறது.

காலேஜ் ரோடு வழியாக மணிமேடை ஜங்ஷன் நோக்கி இசக்கி வந்துகொண்டிருந்தான். அவனுக்கு மட்டும் நிலா காய்கிறது போலிருக்கிறது. ஆடியாடியும், கும்பிடுகள் அநேகம் போட்டும், நின்று பேசியும், இழுத்து நிற்க வைத்துப் பேசியும், அட்டகாசமாகச் சிரித்தும் அவன் வந்துகொண் டிருக்கிறான். செய்திகளை லபக்கென்று பிடித்துவிட விரையும் பாய்ச்சல் புறப்பாடு அல்ல இது என்பது தெளிவு. அநேக சமயங்களில் அவன் அவசரமானவன். பிறருக்குத் தன் அவசரத்தை உணர்த்தும் அவசரம் அவனுடையது. அது அவன் ஒரு தினசரியின் ஊழியன் என்பதில் அவனுக்குக் கிடைக்கக் கூடிய கவுரவத்தின் முக்கியமான அம்சம். இவ்வாறு தென்றல்போல் புறப்பட்டு வருகிற சந்தர்ப்பங்களும் அருமையிலும் அருமையாய் வாய்ப்பதுண்டு. இன்று அவ்வாறேதான். ஒரு ஜர்னலிஸ்டு என்பதோடு ஒரு கலைஞனுமான தான், அலுவல் மிகுந்த நாட்களின் சில பொழுதை இவ்வாறு ஒதுக்கி, சிருஷ்டி இலக்கியத்திற்கும் தன்னைத் தயார்

செய்துகொள்ள வேண்டிய அவசியமும் உண்டு என்பதை உணர்ந்தவன் அவன். அவ்வாறு புறப்பட்டு வருகிறபொழுது சில அரிய நோக்குகள் ஏற்பட்டு, சில அரிய காட்சிகள் பார்வைக்கு இலக்காகி, அதிலிருந்து சில அரிய கருத்துக்களும் தனக்கு உதயமாவதுண்டு என, தன்னைப் பார்க்க வருகிற வாசக விசிறிகளிடமும், இளம் எழுத்தாளர்களிடமும் அவன் சொல்வது வழக்கம். அடுத்து வரவிருப்பதே அவனுடைய மகோன்னதமான சிருஷ்டி என்றும் அவன் வாசகர்களுக்குச் சொல்லிவந்தான். வாசகர்களுக்கு அது படிக்கக் கிடைக்கப்போவதில்லை. அது அச்சேறி முடிந்ததும் தடைசெய்யப்பட்டு விடுமென்பதில் அவனுக்குச் சிறிதும் சந்தேகமிருக்கவில்லை. இது சம்பந்தமான செய்திகள் தினசரிகளின் முன் பக்கங்களைப் பிடித்துக்கொள்ள, சட்டசபையிலும் அச்சிருஷ்டி பெரும் சர்ச்சைகளை எழுப்பத்தான் செய்யும். அதிகாரிகளுக்குத் தலைவலிதான். மந்திரிகளுக்கும் தலைவலி தான். ஆனால் இதெல்லாம் தவிர்க்க முடியாத விஷயங்கள். துப்பாக்கிக்குள்ளிருந்து 'டுமீல்' என்ற சப்தத்தைக் கிளப்பிக் கொண்டு வெளியே வருவது இலவம் பஞ்சாக இருக்க முடியாது.

அன்று காலையில் அவனுக்குச் சலவைத் துணிகள் வந்திருந்தன. இரண்டு தினங்களாகத் துவண்டதும் சற்று அழுக்குப் படிந்ததுமான கோலத்தோடுதான் அவன் வெளியே சுற்றி வர நேர்ந்தது. இன்று அதற்கு ஒரு பரிகாரம் போலவும் மனசிலிருந்த குறையுணர்ச்சியைத் தீர்த்துக்கொள்வது போலவும் கதர் வெண்ணிற ஆடைகள் அணிந்து வெளியே வந்தான். சலவைத் துணிகள் வந்து சேருகிற நாட்களில் அவனுடைய கலையுள்ளம் கண் விழித்துப் பார்க்கும். அந்நாட்களில் ஒரு கலைஞனாக அவன் வெளியே உலாவி வருவது வழக்கமான காரியம்தான். ஆகவே அன்றைய புறப்பாட்டைத் தீர்மானித்தது, அன்று காலையில் வந்து சேர்ந்த சலவைத் துணிகள்தான் என்று சொல்வது இரண்டும் இரண்டும் நாலு என்று சொல்வது போலவே ஆகும்.

அவன் ஒரு எலும்புக் குச்சி. அவனுடைய சரீரவாகு அப்படி. தாடை ஒட்டி மண்டை விரிந்து, சைக்கிள் ஸீட் மாதிரி மூஞ்சி. முகத்தைப் பார்த்ததுமே ஆழக்குழிக்குள் விழுந்து விட்ட விழிகள் நம் பார்வையை உறுத்தும். அவை வெகுவாக இடுங்கினவை. விழிகள் இருக்கவேண்டிய இடத்தில் உளியால் ஒரு இழுப்பு இழுத்து எடுத்தது போலவே இருக்கும். அவன் சிரிக்கும்பொழுது கண்கள் பூர்ணமாக மறைந்துவிடுகின்றன. அவன் உண்மையாகவும் பொய்யாகவும் ரொம்பவும் சிரிப்பவன் ஆதலால் அவனுடைய கண்களை அபூர்வமாகத் தான் பார்க்க முடிகிறது.

சுந்தர ராமசாமி

பக்கவாட்டில் மூன்று தையல்கொண்ட மலையாளத்துப் பாணியில் ஜிப்பா அணிந்திருக்கிறான் அவன். நல்ல தொள தொளப்பானது. ஒரு கைக்குட்டையைக் கழுத்தில் சுற்றிக் கொண்டிருக்கிறான். முடிச்சு, கழுத்துக்குக் கீழே துருத்தியிருக்கும் எலும்புக்குழியில் பாந்தமாகப் புதைந்து கிடக்கிறது. கையில் ஒரு கறுப்புத் தோல்பையும் 'திருவிதாங்கூர் நேச'னின் அன்றையப் பிரதிகளும் இருக்கின்றன.

அவன் 'எக்ஸெல்ஸியர் பிரஸை'த் தாண்டி வருகிற பொழுது அதன் உரிமையாளர் பிரான்சிஸ் அச்சகத்தின் வாசல்படியில் நின்றுகொண்டிருந்தார். அவரைக் கண்டதும் இரு கரங்களையும் நெற்றிப் பொட்டு வரையிலும் தூக்கி பவித்திரமாக வணக்கம் கூறினான் இசக்கி.

'வாடேய் வா' என்றார் பிரான்சிஸ்.

'அண்ணாச்சியெக் கண்டால ஓர்மை வருது. ஒரு சின்ன உபகாரம் பண்ணணும்' என்று ஆரம்பித்தான் இசக்கி.

'அதெல்லாம் இருக்கட்டும் டேய். நேத்து உன் பேப்பரிலே நம்ம பிரஸு விளம்பரம் ஒண்ணு வந்திருக்கே. ஏய் இசக்கி, நீ எங்கிட்டேயே வேலை வைக்கப் பாக்குதியா?' என்று கேட்டுக் கொண்டே அவனுடைய வலது கையை லபக்கென்று பற்றி முதுகுப் பக்கமாகத் திருகினார் பிரான்சிஸ்.

தோள்பட்டை கழன்றுவிட இடம் கொடுக்காமல் சரேரென்று பின் திரும்பி முதுகை அவருக்குக் காட்டியபடி நின்றுகொண்டான் இசக்கி.

'அண்ணேய், அண்ணேய், கையெ விடு சொல்லுதேன். யெப்பா... யெப்பா... நொம்பலம் தாங்க முடியலியே...'

பிரான்சிஸ் தன் கரங்களைக் கால்வாசி தளர்த்தினார்.

தோள்பட்டை வழி தலையைத் திருப்பியவாறு, 'கையெ விடு அண்ணேய், சொல்லுதேன்' என்று கெஞ்சினான் இசக்கி.

பிரான்சிஸ் கையை விட்டார்.

'விளம்பரம் போட்டது நான்தான் அண்ணாச்சி. மத்தவன் ஒரு புது பிரஸு தோக்கப் போறான்னு நேத்து நூஸ் வந்தது. அந்தாலெ, இந்தக் கட்டத்திலே கொஞ்சம் விளம்பரம் பண்ணுது உங்களுக்கு ஏந்தலா இருக்குமிண்ணு நெனச்சு... தெரிஞ்சா?'

'யாருடேய் மத்தவன்?'

'மைக்கேலு, உங்ககிட்டேயிருந்து பிரிஞ்சு போனாமில்லா.'

'ஏய், நீ என்னைப் பத்தி பெத்த அம்மை கணக்கல்ல விசாரப்படுதே. உடம்பு இளைச்சுப் போயுருமே, இப்படி ஊர்க்கவலையை அள்ளிப் போட்டுக்கிட்டா...'

‘உங்களுக்கு என் மனசிலே எப்பவுமே ஸ்பெஷலாட்டு ஒரு இடமுண்டு அண்ணாச்சி. உங்களாணை.’ இசக்கி வலது கையை உயர்த்தி பிரான்சிஸின் தலையைத் தொட்டான்.

‘இன்னா பாரு. நேரா அந்தப் பய மைக்கேலப் போயிப் பாரு. உன் பழைய மொதலாளி ஆடிட்டாரு, நீ பிரஸு தோக்கப் போறேன்னு தெரிஞ்சதும் அப்டீன்னு சொல்லி அவங்ககிட்டையும் ஒரு விளம்பரம் வாங்கிப் போடு.’

‘சீச்சீ, அது எச்சுப் புத்தியில்லா!’

‘அதைத்தானே நானும் சொல்லுதேன்.’

‘அது இந்த ரத்தத்திலே கிடையாது அண்ணாச்சி’ என்று தனது வலது கையைத் தூக்கிக் காட்டினான் இசக்கி.

‘கையிலே என்னுது டேய், சொறியா? ஏய், கண்டமானம் வங்கு புடிச்சுட்டே! சீக்காபோட்டு எண்ணை தேச்சுக் குளியுடேய்... விரலே காட்டு...’

‘கிண்டலு இருக்கட்டும் அண்ணேய். ஒரு உபகாரம் செய்யணும். ஒரு அரைக்காப் பவுண்டு கானா வேணும்.’

‘கானாவா? அரைக்கா பவுண்டா? எதுக்கு டேய்?’

‘ஒரு புடி புடிக்கப் போறேன் இண்ணைக்கு.’

‘யாரை டேய்?’

‘கல்வி மந்திரியெ. போற போக்கு சரியாட்டுப் படலெ. ஸ்கூலுக்குப் போற பயக்களெக் கெடுத்துப்புடுவானுவ போலிருக்கு.’

‘அதுக்கு?’

‘கல்வி, கல்வீன்னு கண்டமானம் வருமில்லா? அதுதான். ககரம் தட்டுப்பாடு.’

‘ஒற்றுப் புள்ளிக்கு அச்சு இருக்காடேய்? இல்லைண்ணு சொன்னா கலவீ, கலவீன்னு போட்டு அடிச்சுப்போடு! குடி முழுகியா போகும்?’

நிற்கும் இடம், சூழ்நிலை இவற்றை மறந்து அபிநயங்களுடன் ஆர்ப்பாட்டமாகச் சிரித்து ஓய்ந்தான் இசக்கி. பேச்சு, விளம்பரத்தைத் தாண்டி வந்துவிட்டதை உறுதிப்படுத்துகிற உற்சாகமும் அதில் கலந்திருந்தது.

அச்சகத்தைச் சேர்ந்த ஒரு பையன் வலது கையில் காபியுடனும், இடது கையில் பார்சலுடனும் உள்ளே சென்றான்.

‘அண்ணேய், எனக்குக் கிடையாதா?’ என்று கேட்டுக் கொண்டே சப்புக் கொட்டினான் இசக்கி.

‘வா, வா’ என்று பிரான்சிஸ் இசக்கியை இழுத்து அணைத்தவாறு அச்சகத்திற்குள் நுழைந்தார்.

‘வேண்டாம் அண்ணேய். வயிறு ஃபுள்ளா இருக்கு. தாங்ஸ். போறேன்’ என்று பிரான்சிஸின் அன்புப் பிடியிலிருந்து விடுவித்துக் கொண்டு மேலே சென்றான் இசக்கி.

இசக்கி மணிமேடை ஜங்ஷனுக்கு வந்து சேர்ந்தான். ஒவ்வொரு கடைக் கல்லாப்பெட்டிக்கும் ஒரு கும்பிடு போட்டுக் கொண்டே வந்தான். ஜங்ஷனின் திருப்பத்தில் நின்று, பத்திரிகைக் கடைகளில் தொங்கிக்கொண்டிருந்த சஞ்சிகைகளின் மேலட்டைகளில் பார்வையைப் பதித்தான். ‘கள்ளவாளிப் பயக்களா! குட்டிகளுக்கு ஆபாசப் படத்தேப் போட்டுக் காசு சேக்குதேளா. இருங்க, வெச்சிருக்கேன் உங்களுக்கு. நைநைன்னு நச்சுருதேன்’ என்று அவன் மனசு முணுமுணுத்தது. அப்படியே அந்தக் கடைவாசலை நெருங்கி மிக்க உரிமையோடு ஒரு ஆங்கிலத் தினசரியை எடுத்து விரித்து முன் பக்கத்தை அலட்சியமாகப் பார்த்தான். அவன் எழுதி அனுப்பிய செய்திகளைச் சுமாராகவாவது போடத் தெரிந்திருக்கிறதா இவர்களுக்கு என்று மேற்பார்வை செய்வது போலவே இருந்தது அது. அப்பொழுது ‘எலிக்குஞ்சு’ என்ற குழந்தைகள் பத்திரிகை வாங்க நிஜார் அணிந்திருந்த இரு சிறுவர்கள் கடைவாசலில் வந்து நின்றனர். அவர்கள் வந்த காரியத்தை மறந்து இசக்கி முகத்தையே பார்த்துக் கொண்டு நின்றனர். தன்னை இனங் கண்டு கொண்டுவிட்ட ஆச்சரியப் பார்வைதான் அது என்ற உணர்வு இசக்கிக்கு ஏற்பட்டது. அவன் புருவத்தை நெரித்து அசுவாரஸ்யத்தை வெளியே காட்டிக்கொண்டு தலையங்கப் பக்கத்தைத் திருப்பி, மேலிருந்து அடிவரையிலும் ஒரு பார்வை பார்த்தான். அவன் புருவங்கள் மேலும் நெரிந்தன. அப்படியே அலட்சியமாகவும் அவசரமாகவும் பத்திரிகையை நாலாக மடித்தான். ஏஜெண்டு கைநீட்டிப் பத்திரிகையை வாங்கி வியாபாரத்திற்குத் தோதாய் ஒழுங்காக அதை மடித்துக் கொண்டே இசக்கியின் முகத்தைப் பார்த்துச் சிரித்தான். ‘இந்தப் பயக்களுக்கு லீடர் எழுதுதுக்கு பாயிண்ட்ஸு இல்லே அண்ணாச்சி, உளத்துதானுவ! இங்கிலீஷும் இங்கிலீஷாட்டுத் தான் இருக்கு’ என்று சொல்லிக்கொண்டே, தன் முன்னால் நின்றுகொண்டிருந்த சிறுவர்களைப் பார்த்து ஒரு அருமைப் பாவத்துடன் சிரித்தான் இசக்கி. சிறுவர்களின் கனவு கலைந்தது. அவர்கள் வெட்கத்துடன் சிரித்தபடி காசைக் கொடுத்துப் பத்திரிகையை வாங்கிக்கொண்டு சென்றனர்.

இசக்கி மணிமேடையைத் தாண்டி பஜார் வழியாகப் புளியமர ஜங்ஷனை நோக்கி வந்தான். தாமுவின் கடைக்குப் போகலாமே என்ற எண்ணம் அப்போது அவன் மனசில் உதித்தது. அங்குச் சென்றால் மேற்கொண்டு நிலவரங்கள் என்ன என்பது தெரியவரும். புதிய புற்றுகளிலிருந்து புதிய பாம்புகள் கிளம்பியிருக்கின்றனவா என்பது தெரியும்.

இசக்கி புளியமர ஜங்ஷனுக்கு வந்தான். புளியமரத்தின் மறு பக்கத்தில் ஓரளவு மறைந்து நின்றபடி தாமுவின் கடையைக் கவனித்தான். தாமு கடையில் ஒரே கூட்டமாக இருந்தது. வாசலில் ஏராளம் சைக்கிள்கள் நிறுத்தி வைக்கப்பட்டிருந்தன. சிகரெட்டு விநியோகம் நடைபெறுகிற நாள் என்று அனுமானித்துக் கொண்டான். செல்லப்பன் இரும்புப்பெட்டியருகே நின்று கொண்டிருப்பது தெரிந்தது. அவன் தங்கநிறத்தில் கதர் ஸில்க் ஜிப்பா அணிந்திருந்தான். வாயில் ஒரு சுருட்டு. 'அடி சக்கே!' என்று மனசுக்குள் முணுமுணுத்தான் இசக்கி.

தாமுவைக் காணாதது இசக்கிக்கு ஏமாற்றத்தை அளித்தது. மேற்கொண்டு என்ன செய்வது என்று மட்டுப்படாமல் அப்படியே அங்குமிங்கும் அர்த்தமற்று வெறித்தபடி நின்று கொண்டிருந்தான். அவனுடைய பார்வை அப்பொழுது யதேச்சையாகக் காதர் கடையில் விழுந்தது. காதர் கடையில் ஈ காக்காய் இல்லை. ஒரு மூலையில் ஒரு ஆள் தலையைக் குனிந்தபடி கணக்கு எழுதிக்கொண்டிருந்தார். அந்தி இருள் புகுந்துவிட்டதுபோல் மங்கிக்கிடந்தது கடை. அந்த ஒரு நிமிஷத்தில் இசக்கியின் மனசில் ஓடிய எண்ணங்களை யாரால் கண்டு சொல்ல முடியும்? அவன் சாவதானமாய்க் காதர் கடையை நோக்கிச் சென்றான்.

'அண்ணாச்சி, சொகந்தானே?' என்று சத்தம் போட்டுக் குசலம் விசாரித்தான் இசக்கி.

கணக்குப்பிள்ளை தலையைத் தூக்கிப் பார்த்தார். அது ஒரு யந்திரத்தின் புதிய அசைவு போலவே இருந்தது.

'இருக்கேன். கழுதைக்குச் சுகம் சுகக்கேடுனு ரெண்டு மண்ணாங்கட்டி இருக்காக்கும்.'

இசக்கி சிரித்தபடி, 'மொதலாளி உண்டுமா?' என்று கேட்டான்.

கணக்குப்பிள்ளை அதற்குப் பதில் சொல்லாமல் ஏணிப் படியைக் கண்ணால் காட்டித் தலையை மேலே தூக்கினார்.

'மேலயா?'

'ம்.'

'உறக்கமோ?'

'இப்பம் என்னுது உறக்கம், உச்சி வேளையிலே? பித்தம் பிடிக்குமே.'

'வர வர இப்பம் ரொம்ப ஒதுக்கம்தான், இல்லையா அண்ணாச்சி?'

'வெள்ளையம்பலம் வத்திட்டா அவ்வளவுதாண்டேய். எல்லாம் அதுக்கு வெளயாட்டுத்தாலா . . . பொடி இருக்கா?'

இசக்கி ஜிப்பா இடது பாக்கெட்டிலிருந்து மட்டையை எடுத்துக் கொடுத்தான்.

'குஷிப்படுத்திப் போடலாம் அண்ணாச்சி. கவலைப் படாதீங்க.'

'யாரெ?'

'மொதலாளியெ.'

'என்னத்தான் சொல்லுதியோன்னு பார்த்தேன்!'

'உங்களக் குஷிப்படுத்துது என்ன சீமை வித்தையா?'

'ஏய் இசக்கி, நாவக்காட்டிலேருந்து ஒரு மொட்டைப் பாட்டியம்மை வாறா பாத்தியா, மொரட்டுக் காரிலே...'

'ஆமா...'

'பத்து லச்சத்துக்கு இருக்காண்டேய் அவளுக்கு. சவத்துக்குக் கொளந்த குட்டியும் இல்லையாமே! என்னைத் தத்து எடுத்துக்கிடச் சொல்லேண்டேய், அவகிட்டே...'

'பார்ப்போம், சொல்லுவோம்' என்று கூறிக்கொண்டே இசக்கி பெரிதாகச் சிரித்தான்.

'வெண்டைக்கா, சந்தேலே, கேட்டியா இசக்கி, அணாவுக்கு ஒண்ணாம் டேய். இன்னா பாரு இந்தச் சுண்டு விரல் கணக்க இருக்கு. தெக்கு மூலையிலே மரநாய் கணக்க உட்கார்ந்திருப்பானே குடுமி நாடான், அவன் சொல்லுதான். ஏய் இசக்கி, நீ உன் பத்திரிகையிலே அவனை ஒரு நா கணக்காப் புடிச்சு விளாசணம்டேய். அவனைக் கொண்ணு போடாலம்னு வருது டேய் எனக்கு. சுண்டு விரல் வெண்டைக்கா அணாவுக்கு ஒண்ணாம்டேய், பேதியிலே போவான்!'

'எழுதிப் போடலாம் அண்ணாச்சி. பெரிய காரியமா? ஆனானப்பட்டவனுகளுக்கு மண்டையெ உருட்டிக்கிட்டு இருக்கேன்...மொதலாளியெப்பார்த்துப்போட்டுவந்துடட்டுமா?'

'ஏய், என்னடேய் விசேஷம்? ஒருநாளுமில்லாத திரு நாளாட்டு இண்ணைக்கு இவனெப் பாக்குதுக்கு வந்திருக்கே?'

'சும்மா கண்டு பேசலாம்னுதான்...'

'ஏன்னுது சும்மாவா? அந்த ஏடே கிடையாதேடேய் உங்கிட்டே. உங்க கூட்டத்துக்கே தெரியாத சொல்லுல்லா அது. உங்க பாட்டா ஆதாரம் எளுத்து பப்பனாவ பிள்ளேயி லிருந்து தெரியும்டேய் எனக்கு.'

இசக்கி சிரித்துக்கொண்டே ஏணிப்படியோரம் சென்றான். அவன் படிகளில் கால் வைத்து மேலே சென்று மறைவது வரையிலும் அவனையே பார்த்துக்கொண்டிருந்த கணக்குப் பிள்ளை அதுவரையிலும் விரல்களில் இடுக்கிக் கொண்டிருந்த பொடியை உறிஞ்சிவிட்டு கையை உதறியவாறு, 'ஆமை நுளைஞ்சுட்டு, அய்யா புடிச்சாச்சு' என்று கூறியவாறு தன் பார்வையை மீண்டும் கணக்குப் புத்தகத்தில் பதித்தார்.

'அண்ணாச்சி வணக்கம்' என்று கையைத் தூக்கி இசக்கி ஏதோ பக்திப் பரவசத்துக்கு ஆட்பட்டுவிட்டதுபோல் அரை நிமிஷம் கண்களை மூடியவாறு அப்படியே நின்றுவிட்டான்.

சாய்வு நாற்காலியில் கண்களை மூடியபடி ஏதோ யோசனையில் ஆழ்ந்திருந்த காதருக்கு இசக்கியின் திடீர் விஜயம் மிகுந்த ஆச்சரியத்தைத் தந்தது.

'வாங்க வாங்க' என்று சுவரோரம் மடித்து வைத்திருந்த இரும்பு நாற்காலியை விரித்துப் போட்டான் காதர்.

இசக்கி நாற்காலியில் அமர்ந்துகொண்டான்.

ஒரு நிமிஷம் இருவரும் பேச்சை எப்படி ஆரம்பிப்பது என்று திகைத்ததில் மவுனம் நிலவியது.

இசக்கிதான் பேச்சை ஆரம்பித்தான். காதர் முகத்தைச் சில வினாடிகள் கூர்ந்து நோக்கிவிட்டு, 'என்ன இது? ஆளு ஒண்ணுக்குப் பாதியா ஆயுட்டேளே!' என்றான்.

'நாலு நாளாட்டு உடம்பு சரியில்லே. அந்திக்கு அந்தி காயுது...' என்று ஆரம்பித்துத் தொடருவதற்குள், 'என்ன நீங்க மனசெ இப்படித் தளர விடலாமா? பயித்தாரத்தன மாட்டு இருக்கே...' என்று இசக்கி குறுக்கிட்டுப் பேசினான்.

'சீ, அப்படியொண்ணுமில்லே. இப்பம் அப்படி என்னுது வந்து போச்சு எனக்கு? காரியம் எல்லாம் ஒழுங்காட்டுத்தான் நடந்துக்கிட்டு இருக்கு...'

'காரைக் குடுத்திட்டேளா?'

'ஆமா. பழைய வண்டி, ரிப்பேருக்குக் குடுத்து முடியலெ. புது வண்டி புக் பண்ணியிருக்கேன். இன்னும் ரெண்டு மூணு மாசத்திலே வந்துடும்.'

'அண்ணாச்சி, ஒரு பாயிண்டு சொல்லுதேன். சின்னப்பய சொல்லுதுக்கு வந்துபோட்டானேனு எண்ணிக்கிடாதீங்க. எல்லாம் ஒரு காலம். மேலே ஒருத்தன் பகடையெ உருட்டிப் போட்டுக்கிட்டே இருக்கான். யாருக்கு எப்பம் பூ விழுது எப்பம் காய் விழுதுனு ஒரு பயலாலே கண்டுக்கிட முடியாது.'

'சரிதான்.'

'நானே கண்ணாலே பார்த்திருக்கேன் அண்ணாச்சி. சந்தையிலெ சாமான் வாங்கிக்கிட்டு, கூலி வைக்குதுக்கு வக்கு இல்லாம, அண்ணனும் தம்பியுமாட்டு சுமந்துக்கிட்டு வாறதெ . . .'

'யாரைச் சொல்றீங்க?'

'எல்லாம் அவனெத்தான். நம்ம கூட்டாளீன்னு வெச்சுக்கிடுங்களேன். இப்பம் யாரும் தரை தட்டிச் சுட்ட மண்ணாட்டுப் போயுடனும்னு சொல்லுதுக்கு வறலெ. இருந்தாலும் எதுக்கும் ஒரு லிமிட் வேணும் அண்ணாச்சி. நாலு காசு சேர்ந்துட்டா நான்தான்டா மூலம் திருநாள் மகாராஜானு நெனச்சுரப்படாது.'

'யாரைச் சொல்றீங்க?'

'என்ன நீங்க யாரை யாரைன்னு கேட்டுக்கிட்டு இருக்கிய! யாரை? நம்ம எதிர்கால முனிசிப்பல் தலைவரெ!'

'யாரு?'

'சரிதான். உங்களுக்கு வெசயம் தெரியாது போலிருக்கு. "நேசன்" பாக்குதில்லையா?'

இசக்கி தன் கைவசமிருந்த பத்திரிகையை விரித்துக் காதர் முன்னால் வைத்தான்.

காதர் பேப்பரைக் கையில் எடுத்தான். முதல் பார்வைக்குத் தாமுவின் படம் தெரிந்தது. செய்தியைப் படித்தான்.

'தேர்தலுக்கும் நிக்கப்போறானா? ரெண்டு நா முன்னுக்கு யாரோ சொன்னா.'

'பத்து நாளாட்டுச் செய்தி அடிபடுது. நான் நம்பலே. நேத்துத்தான் அவரே ஆபீசுக்கு வந்து நாமினேஷன் போட்டுட்டேன் அப்டீன்னாரு. உங்க உதவியெ ரொம்ப நம்பிக்கிட்டு இருக்கேன்னு எங்கிட்டேச் சொன்னாரு . . .'

'நிக்கட்டும், ஜெயிக்கட்டும், தலைவராட்டு வரட்டும்' என்றான் காதர்.

'மாராசனா வரட்டும். நானா வேண்டாம்னு சொல்லுதேன்!'

‘நீங்களும் நல்ல சப்போட்டுப் பண்ணுங்க. இப்பமே உங்க பேப்பருன்னு சொன்னா தாமு; தாமுன்னு சொன்னா உங்க பத்திரிகை. இனிமே கேக்கவே வேண்டாம்.’

‘யாரு? நாங்களா?’

‘நீங்கதான். தெரிஞ்ச சங்கதிதானே! படத்தெப் போடுதும், பேச்செப் போடுதும், சவால் விட்டார்னு சொல்லுதும், முழங்கினார்னு தலைப்புக் குடுக்குதும் . . . நடக்கட்டும் நடக்கட்டும். விளம்பரம் என்ன, மாசம் ஒரு ஆயிரம் ரூபாய்க்குத் தருவாரா?’

‘...’

‘என்ன பேச்சில்லே?’

‘நான் வரட்டுமா அண்ணாச்சி.’ இசக்கி நாற்காலியை விட்டு எழுந்திருந்தான். அவனுடைய கைகள் கும்பிட உயர்ந்தன.

‘என்ன சட்டுனு எழுந்தாப்லே!’

‘ஒண்ணுமில்லே. இப்பம் உங்க மனசு சரியில்லே. நானும் பதிலுக்குப் பதில் பேசிப்போடலாம். அடுத்தவன் கேட்டா நல்லாயிராது. ரொம்பத் தப்பா மனசிலாக்கிட்டுப் பேசறிய. எனக்கு ஒண்ணும் பேசுதுக்கும் வாய் வரமாட்டேங்கு.’

‘நான் சொன்னது குத்தமா?’

‘குத்தம்னு சொல்லுதுக்கு வரலே. உங்களுக்குச் சரீனு படுதெ நீங்க சொல்லுதிய. பின்னெ ஒரு பாயிண்டு மட்டும் சொல்லிப்புடறேன்...’

‘நான் சொன்னது தப்புன்னு சொன்னா திருத்தலாமே’ என்று தணிந்த குரலில் சொன்னான் காதர்.

இசக்கியின் உடம்பு மீண்டும் நாற்காலியில் இறங்கிற்று.

‘சடபடான்னு பேசிப்போட்டிய. ஒண்ணு மட்டும் சொல்லிப் போடறேன். இன்னா பாருங்க. இந்தப் பேனாவெ ஹைதராபாத் நிஜாம் நெனச்சாலும் விலைக்கு வாங்க முடியாது. பின் என்ன, ஒரு செய்திப் பேப்பருன்னு சொன்னா, அதுக்குக் கொஞ்சம் தேவிடியாப் புத்தி இருக்கத்தான் செய்யும். இல்லேன்னு சொல்லலே. அதுக்காகச் சுட்டி ...’ என்று எதையோ ஆணித்தரமாகச் சொல்ல வந்தவன் மேற்கொண்டு வார்த்தை வராமல் திணறினான்.

‘சீச்சீ! நான் அந்த அர்த்தத்திலே சொல்லலே.’

‘நீங்க எந்த அர்த்தத்திலே சொன்னாலும் சரிதான். நமக்குக் கேக்குதுக்குத் தலைவிதி இருந்தா கேட்டுத்தானே தீக்கணும்.’

‘என்ன நீங்க? நான் ஒரு தமாஷுக்குச் சொன்னதெ இத்தனை சீரியஸா எடுத்துக்கிட்டா எப்படி? சேச்சே, ரொம்ப மோசம் நீங்க...’

‘உங்களெச் சொல்லிக் குத்தமில்லை. நம்ம பழைய மொதலாளி செய்து வெச்ச வெனை. அதுக்குப் பலனே நான் அனுபவிச்சுக்கிட்டு இருக்கேன். மனுசன் வீடு பெருக்கிக்கிட்டிருந்த ஒரு சண்டாளி பேருக்குப் பிரஸையும் பேப்பரையும் எளுதி வெச்சுப்போட்டுப் போயுட்டானே!’

‘வீடு பெருக்கிறவளுக்கா..?’

‘ஆமா ... ஆமா ... உங்களுக்குக் கதை தெரியாதா? நல்ல தமிழிலேயே சொல்றேனே. அவருக்கும் அவரு பெஞ்சாதிக்கும் சண்டை வந்திற்று. அவ “கெழவா எப்படியும் போக்களிஞ்சு போ. நான் போறேன் என் மக்கமாருகிட்டே”ன்னு சொல்லி சிலோனுக்குக் கம்பி நீட்டிப்போட்டா. அங்கே பொண்ணும் பிள்ளைகளும் அந்தஸ்தாட்டு இருக்குது. இவரு இங்கே பிரஸ்ஸிலேயே அடுப்பை மூட்டிக் கஞ்சிப் போட்டுக்கிட்டு, தலையங்கம் எழுதறேன்னு காகிதத்தைப் பறண்டிக்கிட்டு இருந்தாரு. அப்பம் ஒரு செரங்கு வந்து ...’

‘யாருக்கு?’

‘அவருக்குத்தான். முதுகிலே, மொரட்டுச் செரங்கு. அதுக்கு ஒரு நா இவளைக் கூப்பிட்டு மருந்துப் போடச் சொல்லியிருக்காரு...’

‘யாரெ?’

‘கேட்டுக்கிட்டே வாங்களேன்... அவ அந்தாலெ பெருக்கிக் கிட்டிருந்தவ வாரியெல மூலையிலே சாத்திப்போட்டுச் சிரங்குக்கு மருந்து போட்டா.’

காதர் லேசாகச் சிரித்தான்.

இசக்கிக்கு உற்சாகம் கிளம்பிவிட்டது.

‘சிரங்குக்கு மருந்து போடுதுக்கு வந்தவா சிரங்கு ஆறினதும் கையெ எடுக்கணுமா வேண்டாமா? எடுத்தாளில்லே. அப்பம் நான் ஒரு நா பிரிண்டர் சாமுவேலுகிட்டே, “என்ன சாமுவேல் அண்ணேய், இவ கையெ எடுக்கமாட்டேங்காளே” அப்படீன்னு கேட்டேன். அதுக்கு அவன் “இசக்கி அண்ணாச்சி, அது எடுக்குதுக்கு வெச்ச கையில்லே”ன்னு நச்னு சொல்லிப் போட்டான்.’

‘அப்பம் அவருக்கு வயசு என்ன இருக்கும்?’

‘எம்பதுக்கு ஒண்ணு ரெண்டு கொறவாட்டு இருக்கும்.’

‘அவளுக்கு?’

‘அம்பது அம்பத்தஞ்சு இருக்கும்.’

‘அப்புறம்?’

‘அப்புறம் என்ன? கரண்டு புடிச்சுக்கிட்டு. மனுசன் கிறுங்கிப் போனான். “இண்ணைக்குத் தலையங்கத்துக்கு என்ன சப்ஜெட்டு”ன்னு கேட்டா, “அவ வரட்டும் கேட்டுச் சொல்லுதேன்” என்கிற கதையாப் போச்சு.’

காதர் சிரித்தான்

‘அவளுக்கு நல்ல சுழி. ரெண்டு வருஷத்திலே கெழவன் மண்டையைப் போட்டுட்டான், பிரஸ்ஸு பேப்பரு எல்லாத்தையும் அவ பேருக்கு எழுதி வெச்சுப்போட்டு!’

‘நல்ல கதைதான்?’

‘கதையா? சினிமா புடிக்கணும்! அவ கையிலே நாங்க படறபாடு இருக்கே, தெருநாய் படாது. மூணு குதிரை வண்டி வெச்சிருக்கா வாடகைக்கு விடுதுக்கு. அந்தக் குதிரை வண்டிக்காரங்களுக்கும் எங்களுக்கும் கொஞ்சம் வித்தியாசமுண்டுனு அவளுக்குச் சொல்லிக் கொடுத்துப் போடணும்னு ஆனமட்டும் பாக்கேன், இந்த மூணு வருஷமாட்டு. அவளுக்கு மண்டையிலே ஏறமாட்டேங்குது. காலையிலே என் மொகத்தைக் கண்டா போரும், “ஓய் நேத்து அட்டூஸ்மெண்டு சேத்தேரா?”’

‘அது என்னது அது?’

‘அதுதான் விளம்பரம்னு தமிழிலே சொல்லுதோமே, அதுதான். “வேய்! அங்ஙனெ இங்கனெ லாந்திக்கிட்டுக் கண்ட பொறுக்கிப் பயக்களுக்கு நூஸ் எல்லாம்போட்டுத் தாளெ பாளாக்கிட்டு இருக்கேரா? அட்டூஸ்மெண்டு சேத்துக் கொண்டாரும் ஓய்”... காதர் அண்ணாச்சி, நான் அவ கையிலே ஆம்புட்டுக்கிட்டு... கடவுளே... பின் என்ன அவ நாலு திட்டுத் திட்டினாலும் வெளியே வந்தோம்னா, பாக்கறனுவ, “ஓய் ரஷ்யாவெக் கொன்னுட்டேரே”, “சர்ச்சிலுக்கு மண்டையெ நொறுக்கிப் போட்டேரே”, “பட்ஜெட்டை விளாசிட்டேரே”ன்னு சொல்லுதாம்லா அதெக் கேக்கேலே ஒரு சந்தோஷம்... அற்ப சந்தோஷம்னு வையுங்களேன். இதுக்கு ஆசைப்பட்டுக்கிட்டு தான்... தெரிஞ்சா... என்ன செய்யச் சொல்லுதியா... நாய்ப் பொழப்பு... பேசிட்டுப் போனேன்னு உண்டும்னா அழுது போடுவேன் போலிருக்கு...’

காதர், இசக்கியின் முகத்தையே ஒரு நிமிஷம் பார்த்துக் கொண்டிருந்தான். அவன் முகம் குழந்தையின் களங்கமற்ற முகம் போலவும், ஒரு தேர்ந்த ஹாஸ்ய நடிகனின் முகம் போலவும் இருந்தது. காதருக்கு ஒரு பக்கத்தில் சிரிப்பு குமிழியிட்டுக்கொண்டு வந்தது; ஒரு பக்கம் மிகுந்த அனுதாப உணர்ச்சி ஏற்பட்டது.

'ஒவ்வொரு பொழைப்புமே தோண்டிப் பாத்தா அடியிலே துக்கமாட்டுத்தான் இருக்குது. அதுக்கு என்ன செய்யுது? கஷ்டப்படறோம். என்ன எழவுக்குக் கஷ்டப்படறோம்னும் நமக்குத் தெரியாமாட்டேங்குது. என்னமோ ஒண்ணு சிரிக்குதுக்கு விடாம நம்ம நெஞ்சை வந்து அமுக்கிக்கிடுது. அதிலிருந்து தப்பிச்சுக்கிட முடியாம அவஸ்தைப்படுதோம். நம்ம கொஞ்சம் ஹாயா இருந்தடணும்னு ஆசைப்பட ஆசைப்பட சேத்திலே அளுந்தி அளுந்திப் போறோமே..!' என்றான் காதர்.

'நீங்க என்ன வேணா சொல்லுங்க அண்ணாச்சி. நானும் பாத்துக்கிட்டேதான் வாறேன். குறளு அப்படிச் சொல்லுது, கீதை இப்படிச் சொல்லுது, பைபிள்லெ பதில் இருக்கு, குர்ரானெ பீட் பண்ண முடியாதுன்னு எல்லாம் சொல்லுவானுவ. நம்ம மாதிரிப் பிறவிகளுக்கு ஒண்ணும் பிரயோசனப்பட மாட்டேங்குது. ஜென்மம் எடுத்தோமோ துக்கம்தான். சங்கடம்தான். ஒவ்வொரு நாளும் அவஸ்தைதான்...'

'ரொம்ப கரெக்ட் நீங்க சொல்லுது.'

பேச்சு தேய்ந்து நின்றுவிட்டது.

காதர் சாய்வு நாற்காலியில் சாய்ந்துகொண்டு வெளியே பார்வையைத் திருப்பினான். இசக்கி அசையாமல் உட்கார்ந்து தரையை வெறித்துக் கொண்டிருந்தான்.

சில நிமிஷங்களுக்குப் பின்னால், 'என்மேல வருத்தமோ?' என்று கேட்டான் காதர்.

இசக்கி காதர் முகத்தைப் பார்த்துச் சிரித்தபடி, 'சீச்சீ! அப்படி ஒண்ணுமில்லே. வேறு எதையோ யோசிச்சுக்கிட்டு இருந்தேன்...' என்றான்.

'உங்க மனசெப் புண்படுத்தணும் என்கிற ஐடியாலெ நான் பேசலே...'

'நீங்க ஒண்ணு! விடாம அதையே கிண்டிக்கிட்டு இருக்கீங்க. நான் அதெ அப்பமே மறந்தாச்சு. மேலும் உங்களுக்கு என்னெ தட்டிச் சொல்லுதுக்கும் ரைட் உண்டும் அண்ணாச்சி, ரைட் உண்டும். "தம்பி, போற பாதை சரியில்லே. பாலிசியாப் போ"ன்னு

காதெத் திருகிச் சொல்லுதுக்கும் ரைட் உண்டும். நீங்க என்னப் பத்தி என்ன நெனச்சாலும் சரி, நான் சொல்லுதுக்கு வந்ததெ சொல்லிப்போட்டு போயுடுதேன் …' என்று சொல்லியவாறே இசக்கி தன் ஜேபியிலிருந்த பொடி மட்டையை வெளியே எடுத்தான். காதர் முகத்தில் தன் பார்வையைத் திருப்பாதபடி பொடியைப் போட்டுக் கொண்டுவிட்டு, முகத்தில் மிளிர்ந்த விகாரங்கள் சமனப்பட்டு அடங்குவது வரையிலும் எதிர்ச்சுவரையே வெறித்துக்கொண்டிருந்தான். பின்னால் சட்டென்று முகத்தைத் திருப்பி, 'அண்ணாச்சி, இப்பம் உங்களுக்கு ஒரு நல்ல சான்ஸ்' என்றான்.

காதர் என்ன என்று வாய்விட்டுக் கேட்காமலே இசக்கியின் முகத்தைப் பார்த்தான்.

'சொல்லட்டுமா?'

'ம்.'

'நல்ல யோசிச்சுத்தான் உங்களுக்கு நல்ல சான்ஸ் அப்டீனு சொல்லுதேன். பதிமூணாம் நம்பர் வார்டிலெ அவரு நிக்கப் போறாராம். அந்த வார்டிலெ உங்க ஆளுக வோட்டு எவ்வளவு இருக்குதுன்னு உங்களுக்குத் தெரியுமா?'

காதர் பதில் சொல்லவில்லை.

இசக்கி ஜிப்பா பாக்கெட்டிலிருந்து ஒரு துண்டுத்தாளை வெளியே எடுத்தான்.

'எழுநூத்திச் சொச்சம் ஓட்டு இருக்கு அண்ணாச்சி. மொத்தம் ரெண்டாயிரத்திச் சொச்சம் ஓட்டிலே, எழுநூத்திச் சொச்சம் ஓட்டு அலாக்கா உங்க கையிலே இருக்கு. கூட அவன் ஜாதி ஆளெ வசமாவிட்டு அவனுக்கு ஓட்டெப் பிரிச்சுப் போட்டா லகுவா அடிச்சுப் போடலாம் நீங்க. மத்தக் காரியங்களைப் பத்தி நீங்க ஒண்ணும் கவலைப்பட வேண்டாம் ஜோசப்பு அண்ணாச்சிக் கிட்டேச் சொல்லி நான் முடிச்சுத் தாறேன். அவரு குபேரன். பெரிய காரியமில்லே அவருக்கு. இந்த வருஷம் எஸ்டேட்டு வருமானத்தெ பாங்கிலே போட வேண்டாம்னு நெனச்சாத் தீந்து. ஒரு தாமு இல்லெ பத்து தாமுவெக் கன்னியாகுமரிக் கடலிலேக் கொண்டு போய்த் தள்ளிப்போடுவாரு. இந்தப் பய எடம் ஏவல் தெரியாம அவருகிட்டே வந்து வாலைக் காட்டுதான் …'

'தலைவர் எம்.சி. ஜோசப்புக்கு இதிலே என்ன காரியம்? அவரெ ஏன் இளுக்கணும்?'

'அண்ணாச்சி நீங்க விஷயத்தை மனசிலாக்கலயா? சொன்னேம்லா, தாமுவுக்கு ஐடியா தேர்தலிலே ஜெயிச்சு

வெறும் கவுன்சிலராட்டு வாறதில்லே. அவருக்குத் தலைவரு பதவி வேணுமாம்! அப்பம் அவரு ஜோசப் அண்ணாச்சியெ எதுக்குதுக்குத்தானே வாறாரு. அதுதான், தாமுவெ எதுத்து நல்ல சரியான ஆளைப்போட்டு வேலை செய்யலாம்னு அவரு நெனக்காரு... தோக்கத்திலேயே தலையெத் தட்டிப் போடணும்னு நெனக்காரு...'

'ஓஹோ...' என்றான் காதர்.

'அதுதான் நான் உங்ககிட்ட அந்தரங்கமாகச் சொல்லுதுக்குக் காரணம். மேலும் இவனெ விளெத்தட்டாமெ இனிமே ஊரிலே ஒருத்தன் குடியிருந்துக்கிட முடியாது.'

'அவனுக்கு இப்பம் பணக் கொளுப்பு.'

'எல்லாம் இந்த யாவாரம்தாலா? அந்த மடையெ அடைக்குது சீமை வித்தைன்னு நெனச்சுக்கிட்டு இருக்கான் போலிருக்கு. இந்த இசக்கி நெனச்சா இருபத்தி நாலு மணி நேரத்திலெ கல்லாப்பெட்டியில விழற காசு ஒண்ணுக்குப் பாதியா கொறஞ்சு போகும். பின்னெ என்ன, வாக்கா வழியாட்டு வாராரான்னு பார்க்கணும். இல்லைன்னு சொன்னா ராமபாணத்தெத் தூக்கிர வேண்டியதுதான். அதுக்கு நம்ம கையிலெ ஐடியா இருக்கு... அதெ இப்பம் உங்ககிட்டேச் சொன்னாலும் பிரயோஜனமில்லே. உங்களாலே அதைச் செய்துக்கிட முடியாது. நீங்கன்னு சொல்லுதுக்கு இல்லே. எல்லோருமே அவனைக் கண்டா பயப்படறானுவ. ஆசாமி மொரடன்தான். இல்லைண்ணு சொல்லுதுக்கு இல்லே. இருந்தாலும் நீங்கள்ளாம் பயந்து அந்த ஆளை ரொம்பப் பெரிய மனுசன் ஆக்கிப்போட்டீங்க.'

'எனக்கா? இந்த நாயைப் பாத்து நான் ஏண்டேய் பயப்படப் போறேன்? இவனுக்கு மூணு தலைமொறை எனக்குத் தெரியுமே. இவனுக்குப் பாட்டிக்கு மகாராஜா கொட்டாரத்திலே படுக்கை தட்டிப் போடற வேலை. வீட்டிலே கண்ணுக்கு லச்சணமா உள்ளதையெல்லாம் அங்கே கொண்டு போய் அவனுக்கும் இவனுக்கும் கூட்டிவிட்டுத்தாலா இந்தக் கூட்டமே பொழைச்சுக்கிட்டு இருந்தது. அப்பனுக்குப் பெயரைக் கேட்டா இந்த வாரம் ஒண்ணச் சொல்லிப் போட்டு அடுத்த வாரம் வேற சொல்ற நாயெக் கண்டு நான் என்ன எழவுக்குப் பயப்படப் போறேன்.'

'சாக்கடையைத் தோண்டாதீங்க அண்ணாச்சி, சாக்கடையைத் தோண்டாதீங்க. அகண்ட சாக்கடை, அகண்ட சாக்கடை...' என்று நாசியைப் பொத்திக் கொண்டான் இசக்கி.

‘இல்லே நீங்க என்னமோ பெரிசாட்டுச் சொல்லுதுக்கு வந்து போட்டேளே...’

‘நான் பெரிசாட்டுச் சொல்லுதுக்கு வரலே அண்ணாச்சி, இங்க ஒவ்வொருத்தனும் படுத்தற பாடு அந்த கணக்கிலே இருக்கு. அவனெக் கண்டால எந்திரிச்சு நிக்குதும், அரை வேட்டியை உரிஞ்சு போடுதும், சலாம் அடிக்குதும், தலைவரு வந்துட்டாரு, போயிட்டாருனு சொல்லுதும்... பாவிப்பயக்க என்ன பாடுபடுத்தறானுவ தெரியுமா?’

‘கசாப்புக் கடைனு ஒண்ணு இருந்தா அதுக்கு முன்னுக்கு நாலு தெரு நாய் சுத்திக்கிட்டுத்தான் இருக்கும். அதுக்கு நாம என்ன செய்யுது?’

‘இவன் இந்தப்பாடு படுத்துதானே. நாளைக்கு இந்தப் புளியமரத்தை நான் வெட்டிச் சாச்சுருதேன். அப்பம் இவன் என்ன செய்வான்? இல்லே கேக்கேன்...’ என்றான் இசக்கி.

‘புளியமரத்தை வெட்டிச் சாச்சுட்டாலா? என்ன சொல்லுதிய நீங்க? குப்பை கொறயும். கடைவாசலே தினம் காலையிலே மட்டும் பெருக்கினாப் போரும்; அந்திக்கு பெருக்க வேண்டாம்னு வெச்சுருவான்...’

‘கல்லாப்பெட்டி காலியாயுடும் அண்ணாச்சி, கல்லாப் பெட்டி காலியாயுடும்.’

‘என்ன அர்த்தமில்லாமச் சொல்றீய?’

‘அர்த்தமில்லாமச் சொல்லலே அண்ணாச்சி, நல்ல யோசிச்சுத்தான் சொல்றேன். அவனுக்கு யாவாரம் சாமானே வெச்சு நடக்கற யாவாரம் இல்லெ. இதே சாமான் அந்தப் பக்கமும் இந்தப் பக்கமும் நூறு கடையிலே கிடைக்கும். அவனுக்கு யாவாரம் நிழலெ நம்பி நடக்கிற யாவாரம். நிழலு போச்சுன்னா யாவாரம் படுத்துவிடும். டவுட்டே வேண்டாம் உங்களுக்கு.’

காதர் வாய் திறவாமல் இசக்கியின் முகத்தைப் பார்த்தான்.

இசக்கிக்குக் காதரின் மௌனம் மிகுந்த உற்சாகத்தை அளித்தது.

‘இது ஒரு பொடி வேலை அண்ணாச்சி. மண்டையிலே சாமான் இருந்தாத்தான் ஐடியாவே புரியும்.’

‘நீங்க சொல்லுது ஒரு கணக்குக்குச் சரிதான். ஆனா அவ்வளவு பெரிய பாதிப்பு ஏற்படும்னு தோணலே.’

‘ஏற்படும். சந்தேகமில்லே. உங்க கடை மாதிரி இல்லே. உள்ளூக்கு ஆளுக ஏறி வந்துக்கிட முடியாது. வெளியிலே படியிலே நின்ன மேனிக்குத்தான் சாமான் வாங்கணும், போகணும். இப்பம் தாண்டிப் போறவனையும் நிழல் நில்லுடா ராஜான்னு சொல்லுது. நாலு பழத்தெத் திங்கச் சொல்லுது. ஒரு வெத்திலையைப் போடச் சொல்லுது. ஒரு சிகரட்டை ஊதச் சொல்லுது. நிழல் இல்லேன்னு சொன்னா பாதிக்கும். லேசான பாதிப்பு இல்லே. விலா எலும்பு தெரியும். அப்படிப் புடிக்கும் உடம்பெ.’

‘நீங்க சொல்லுது சரீனு வெச்சுக்கிட்டாலுமே, உங்களாலே என்ன செய்ய முடியும்? மரத்தை வெட்டுதுக்குக் கோடாலியில்லே வேணும். உங்க கையிலே கிழட்டுப் பேனா தானே இருக்கு! அதெ வெச்சு மரத்தெக் குத்தினா நிப்பு சப்பிப் போயுருமே . . .’

இசக்கி சிரித்துக்கொண்டே பதில் சொன்னான்.

‘அது சரிதான். கோடாலிதான் வேணும். கோடாலிக்காரன் கையிலே உத்தரவுச் சீட்டு இருக்கணும். அதிலெ முனிசிப்பல் தலைவரு கையெழுத்துப் போட்டிருக்கணும். அதெல்லாம் சரிதான். ஆனா என் கையிலே இருக்கிற இந்த கிழட்டுப் பேனாருக்கே, இது நாலு வெள்ளைத் தாளெக் கறுப்பாக்கிட்டா நீங்க ஒரு நா கடை திறக்க வாற பாதையிலே புளியமரம் லாறியிலே உங்க எதிர்த்தாப்லே போய்க்கிட்டிருக்கும் . . .’

‘ஒரே போடாப் போட்டுட்டேளே’ என்றான் காதர்.

‘சும்மா வாய் வீச்சில்லே. ஏற்கனவே விதையெ விதைச் சாச்சு, விதைக்க வேண்டிய இடங்களிலே. இனிமே அப்பப்பம் போயிக் கொஞ்சம் தண்ணியை ஊத்திட்டு வரணும். ரெண்டு இலை விட்டதும் ஆடு கடிக்க வரும். விரட்டணும். அதுக்கு முன்னுக்கு ஒரு சின்ன சோலியிருக்கு. அதையும் முடிச்சுப் போட்டுப் போயுரலாம்னு தான் இந்தப் பக்கமாட்டு வந்தேன். அந்த ஆளெக் காணலே . . .’

‘யாரே?’

இசக்கி காதர் முகத்தைப் பார்த்தான். முகத்தில் ஒரு ரகசிய பாவம் மிளிர்ந்தது. ஒரு தடவை ஏணிப்படியோரம் பார்த்துவிட்டு மீண்டும் காதர் முகத்தைப் பார்த்தான். தன் நாற்காலியை இழுத்துக் காதர் முன்னால் போட்டுக்கொண்டான்.

‘வேற யாரையுமில்லே. தாமுவைத்தான் . . . அந்தரங்கமாட்டு ஒரு விஷயம் பேசுதுக்கு இருக்கு.’

‘ஓஹோ . . .’

'வேற ஒண்ணுமில்லே. நேத்து ஜோசப் அண்ணாச்சி கூப்பிட்டுவிட்டாரு திடீர்னு. ராத்திரி ரெண்டு மணியிருக்கும். ஜீப்பு வண்டியெக் கொண்ணாந்துக்கிட்டு வந்திருக்கான் அவருக்கு மச்சினன், "அத்தான் கையோட கூட்டிக்கிட்டு வரச் சொல்லியிருக்கார்"னு. என்னத்தெச் சொல்லுதிய? தட்டக் கழியுமா? ஒண்ணாப் பொறந்தாலே நானும் ஜோசப் அண்ணாச்சியும். கன உபகாரம் செய்து தந்திருக்காரு நமக்கு. ஏண்டதெ நானும் செய்யுதுதான்னு வையுங்களேன். அது கூட இல்லே, ஒரு பிரியம். நம்மகிட்டே கலந்துக்கிட்டுச் செய்தா ஒரு சமாதானம் அவருக்கு. போறேன், கொட்டக் கொட்ட முழிச்சுக்கிட்டு வாசல் திண்ணையிலே கரடி லாந்தினாலே லாந்திக்கிட்டு இருக்கான் மனுசன்! விஷயத்தைச் சொன்னாரு. நான் ஒண்ணே ஒண்ணுதான் கேட்டேன். "அண்ணாச்சி நீங்க இந்தச் சின்ன விஷயத்துக்கு விசாரப்படுது எனக்குக் கொறைச்சலுல்லா ...?" "இல்லடேய், அவன் பெரிய அடா பிடிக்காரன். இப்பம் கையிலேயும் நாலுகாசு சேந்துட்டுன்னு வெளியிலே பேச்சு. செல்வாக்கும் மோசமில்லேன்னு சொல்லுதாங்களே" அப்படீன்னாரு. எனக்குக் கண்டமானம் கோபம் வந்திட்டு. "நீங்க மஞ்சக் கடுதாசி கொடுத்துப் போட்டுக் கோவணத்தைக் கட்டிக்கிட்டு நிக்கேளோவ்?" இப்படியே கேட்டேன். ஞுஞ்ஞே மிஞ்ஞேன்னாரு. நான் கேட்டேன், "நீங்க யானை மேல இல்லியா உக்காந்துட்டிருக்கிய. என்ன எளவுக்கு நாய் கொரைக்குதுன்னு பயப்படுதீரு?" "சரிடேய், பயப்படலே. நீ சொல்லிப் போட்டயே பயப்படுதுக்கு ஒண்ணுமில்லேன்னு, பயப்படலே. இன்னா பாரு, தைரியமாட்டு இருக்கேன் இனி" அப்டீன்னாரு. பின்ன நான்தான் வீண் பொல்லாப்பு வேண்டாம், பாத்து நாம சொல்ல வேண்டியதெச் சொல்லிரு வோம்னு வந்தேன்.'

'காணமுடியலையோவ்? இப்பம் வந்துருவானே ...'

'கண்டு சொல்லிப்போடணும், ஒரு வார்த்தை. "இன்னா பாரு, இன்னும் ஆறு மாசத்திலே அசெம்பிளி தேர்தல் வருது. அதிலே உன்னவிட்டு சீட்டெ அடிச்செடுத்துக் கையிலே தந்துபோடலாம். ஜோசப் அண்ணாச்சிக்கு முன்னாலெ போயி நின்னேன்னு சொன்னா ஒட்டுப்பெட்டியைத் தட்டிக் கொட்டித் தலைகீழாட்டுக் கமுத்தினாலும் ஒரு துண்டுத் தாளு வெளியிலே விழாது. நல்ல பிள்ளைக்கு லச்சணமாட்டு நாமினேஷனை வாபஸு வாங்கிப் போடு" அப்டீனு கறாராட்டுச் சொல்லிப்போடணும்.'

'மாட்டேன்னு சொல்லிப் போட்டா ...?'

190 சுந்தர ராமசாமி

‘கையிலே பேனா இருக்கு பாத்துக்கிடுது. நெப்போலியன் கிட்டேப் போய் ஒருத்தன் கேட்டான்: ‘அண்ணாச்சி, வாள் பெரிசா பேனா பெரிசான்னு ...’

‘பழைய கதைகளெப் பேசி என்ன எளவுக்கு? இண்ணைக்கு நடக்கக்கூடிய காரியத்தத்தானே பார்க்கணும்.’

‘நாலு லீடர்லே பிஞ்சுபோவானே பிஞ்சு.’

‘அதெல்லாம் போகப் போகத் தெரியும், அவன் பிஞ்சு போறானா இல்லே ஜோசப் அண்ணாச்சி பிஞ்சு போறாரான்னு.’

‘ஜோசப் அண்ணாச்சி பிஞ்சுபோவாரு, இண்ணைக்கு ராவு நான் மாரடைப்பிலே செத்துப்போயுட்டேன்னு உண்டும்னா.’

‘கோபப்பட்டிரப்படாது. தெரியாமக் கேக்கேன். உங்களால அவனெ என்ன செய்துட முடியும்?’

‘ஒண்ணும் செய்துட முடியாது. கழுத்தெ வெட்டிட முடியுமா? இல்லே கையைக் காலே வாங்கிர முடியுமா? மண்ணக் கவ்வ வெச்சுப்போட முடியும். வேற ஒண்ணும் செய்ய முடியாது.’

‘மண்ணக் கவ்வ வெச்சுப்போடுவேளாக்கும்! பொசுக்னு பின்னுக்கிருந்து பிடிச்சுத் தள்ளிப் போடுவேளா?’

‘சரி. ஏதானாலும் இப்பம் நமக்குள்ள தர்க்கம் வேண்டாம். ஓட்டு எண்ணிப் பாக்கற அண்ணைக்குத் தெரியும்.’

‘வாபஸ் வாங்குவான்னு நெனக்கேளா?’

‘சொல்லிக்கிட முடியாது. புத்திசாலியா மடையனாங்குதெப் பொறுத்து இருக்குது.’

‘நான் ஒண்ணு சொல்லுதேன். எனக்கு அவனப் பதினஞ்சு வருஷமாட்டுத் தெரியும். அவன் ஒண்ணு நெனச்சுப்போட்டான்னு உண்டும்னா அதை நெறவேத்தியே போடுவான் ...’

‘நெறவேத்திப் பாக்கட்டுமே அவரு!’

‘உங்களுக்கு என்ன ஜோசப் அண்ணாச்சி பேரில இவ்வளவு அக்கறை?’

‘சொன்னேம்லா. நாங்க கூடப் பொறந்தாலேன்னு. ஒரு மனுசன்னு எடுத்துக்கிட்டா அவரு பத்தரை மாத்துத் தங்கம். அதுக்கு மேல இன்னொண்ணு. இந்த ஜோசப் அண்ணாச்சி யாருன்னு நெனச்சுக்கிட்டு இருக்கிய? எங்க பழைய ஓணருக்குத் தம்பி . . .’

‘கூடப் பொறந்த தம்பியா?’

‘ரெண்டு பேருக்கும் தகப்பன் ஒண்ணு. தாய் ரெண்டு. இவரு இளையதாரத்துக்கு மகன்...’

‘ஓஹோ, அப்படியா?’

‘அதுதான் லேடி சொல்லுதா...’

‘யாரு அது லேடி?’

‘நம்ம பேப்பருக்குச் சொந்தக்காரி. அவ இண்ணிக்குக் காலையிலே சொல்லுதா. “தம்பி, எனக்குக் கொழுந்தன் தேர்தலிலே ஜெயிச்சுப் போடணும். ஆமா. பாயிண்டு பாயிண்டா எளுது. கிறுக்குத்தனமாட்டு எளுதிக்கிட்டு வாறதே இண்ணையோடு நிறுத்திப்போடு. நம்ம குடும்பத்துக்கு அகௌரவம் வந்துரக் கூடாது...”’

‘ஓ அப்படியும் ஒண்ணு இருக்காக்கும்...’

‘அவ என்னமோ அவளும் அவரும் ஆயிரங்காலத்துச் சொந்தம் மாதிரிப் பேசுதா, என்னத்தச் சொல்லுதிய?’

‘அப்பம் நீங்க தார்ப்பாய்ச்சிக் கட்டிக்கிட்டாச்சு.’

‘ஆமா, ஆமா, ஆமா. சந்தேகமே வேண்டாம் உங்களுக்கு. நான் சொன்னதெக் கொஞ்சம் யோசிச்சிப் பாருங்க...’

‘என்ன?’

‘சொன்னேம்லா. தைரியமாட்டு நாமினேஷனப் போடுங்க. ஈசியா அடிச்சு எடுத்துப்போடலாம். ஒரு நா ஜோசப் அண்ணாச்சியெ உங்க வீட்டுக்குக் கூட்டிக்கிட்டு வந்திருதேன். மேற்கொண்டு விஷயங்களை அங்கே பேசிக்கலாம்.’

‘அது ரொம்ப யோசிக்க வேண்டிய விஷயமில்லா...’

‘ஒண்ணுக்கு மூணு தடவை யோசிக்க வேண்டிய விஷயம். நல்லா யோசியுங்க. இன்னும் ஒரு வாரம் டயம் இருக்கு... அப்பம் நான் வரட்டுமா? உங்களப் பாத்துப் பேசிக்கிட்டிருந்தா சமயம் என்னண்ணு ஓடிருது... வாறேன்.’

இசக்கி விடைபெற்றுக்கொண்டு கீழே இறங்கிச் சென்றான்.

சாய்வு நாற்காலியில் சாய்ந்தபடி கண்களை மூடிக் கொண்டான் அப்துல் காதர்.

13

அப்துல் காதர் தேர்தலில் போட்டிபோட முன்வந்துவிட்ட செய்தி 'திருவிதாங்கூர் நேச'னில் வெளியாயிற்று. தாமுவின் படத்தைப் போலவே காதரின் படமும் வெளிவந்ததைச் செய்திகளைப் பாரபட்சம் காட்டாமல் வெளியிட வேண்டிய பத்திரிகை தர்மத்திற்கு உதாரணமாக எடுத்துக் கொண்டவர்கள், மறுநாள் தலையங்கத்தில் பதிமூன்றாம் நம்பர் வார்டைச் சேர்ந்த தன்மானமுள்ள ஒவ்வொரு பிரஜையும் தங்களுடைய ஓட்டுக்களைக் காதருக்குப் போட வேண்டுமென்று கேட்டுக் கொண்டும், தாமுவை அசுரத்தனமாகத் தாக்கியும் வெளியான தலையங்கத்தைப் படித்துவிட்டுச் சிறிதும் ஆச்சரியப்படவில்லை. எப்போதும் போல் 'நேசன்' தனது தொண்டை அதன் பாணியில் செவ்வனே ஆற்றிவருகிறது என்றுதான் பேசிக் கொண்டனர். வரவிருக்கும் தலையங்கங்களில் தொடர்ந்து தாமு கிழிபடப் போகும் விதங்களைப் படிக்கத் தங்களுக்குள்ள ஆவலையும் உற்சாகத்தையும் வெளிப்படுத்திக்கொண்டனர். இசக்கி சாக்கடையைத் தோண்ட ஆரம்பித்தால் மிச்சம் மீதமில்லாமல் கொஞ்சம் ஆழமாகவும் அதே சமயம் அகலமாகவும் தோண்டிக்கொண்டு போவான் என்பது அவர்களுக்குத் தெரியும். எனவே மிகுந்த நம்பிக்கை கொண்டனர்.

தேர்தல் ஜுரம் அழகாக ஏறிக்கொண் டிருந்தது. எதிர்பார்த்தது போலவே வீராவேசப் பேச்சுக்களுடனும் தாக்குதல் எதிர்த்தாக்குதல் களோடும் ஜுரம் ஏறிக்கொண்டிருந்தது. லோக்கல் பிரசங்கிகளுக்குத் தொண்டை கட்டி, கட்டிய தொண்டைகளோடு விடாமல் கத்தியதில் தொண்டைகள் கணீரென்று திறந்துகொண்டு விட்டன. இனிமேல் கவலையில்லை. அச்சகத்தின்

பெயரில்லாத துண்டுப்பிரசுரங்கள் புறப்பட ஆரம்பித்துவிட்டன. பச்சை, சிவப்பு, ஊதா, இளம் பச்சை, ரோஜா, வயலட்... எத்தனை நிறங்கள்! குழந்தைகளுக்குக் கொண்டாட்டம்தான். அவர்கள் நிறையச் சேர்த்து வைத்துக்கொண்டனர். பைகளில் திணித்துக்கொண்டனர். பரஸ்பரம் காட்டிப் பெருமைப்பட்டுக் கொண்டனர். சொற்பொழிவாளர்கள் மேஜைகளைக் குத்தவும் ஆரம்பித்துவிட்டார்கள். வீட்டுக்குள் அடைந்து கிடக்கும் பெண்களுக்கு இரவு தங்கள் வீட்டு வாசல்படியில் அமர்ந்தபடியே பொதுக்கூட்டம் என்ற ஆச்சரியத்தையும் தங்குதடையில்லாமல் பேசக்கூடிய விந்தை மனிதர்களையும் காணமுடிந்தது. மேஜைக் குத்துக்களையும் அவர்கள் ரசித்தனர். பதிமூன்றாம் நம்பர் வார்டுத் தெருக்கள் ஜே ஜே என்று இருந்தன. பேசுவதற்கும் கேட்பதற்கும் செய்திகள் முளைத்தவண்ணமிருந்தன. சோம்பேறி உடம்புகளில் சுறுசுறுப்புப் புகுந்து அபாரமாய் விளையாடிற்று.

தாமுவுக்கு உள்ளூர அதிர்ச்சிதான். முஸ்லீம் ஓட்டுக்கள் கணிசமாக உள்ள தொகுதி அது. அதற்கு அடுத்தபடி வேளாளர் ஓட்டுக்கள். வேளாளர் ஓட்டுக்களில் மக்கள்வழி மருமக்கள் வழி என பிரிவு இரண்டு. மருமக்கள்வழி குடும்பங்களில் உட்பிரிவு மூன்று. மக்கள் வழியில் ஐந்து. இதில் முன்னவர்களில் ஒரு பிரிவினரும், பின்னவர்களில் இரு பிரிவினரும்தான் பிற சூழ்நிலைகள் சரிவர அமைந்தால் தனக்கு ஓட்டுப்போடக் கூடுமென எதிர்பார்ப்பதில் தவறில்லையென்று சந்தேகாஸ்பதத் துடன் கணக்குப்போட்டான் தாமு. மக்கள் வழிக்காரர்களில் ஒரு பிரிவினர், மருமக்கள்வழிக்காரனுக்கு ஓட்டுப் போடுவதை விட முஸ்லீமுக்கு ஓட்டுப் போடலாம் என்றும், என்னதான் இருந்தாலும் எப்படி ஒரு முஸ்லீமுக்குப் போட முடியுமென்றும், அதனால் தேர்தல் தினத்தன்று ஓட்டுச்சாவடிக்கே போக வேண்டியது இல்லையென்றும் பேசிக்கொண்டனர். 'ஜனநாயகத்தில் ஓட்டுப் போடாமலிருப்பது மகா பாபம்' என்று ஒரு இளைஞன் சொன்னதற்கு, மூத்தபிள்ளை ஒருவர் 'உங்க அம்மை தாலி! சோலியப் பார்த்துக்கிட்டுப் போலே' என்று சொல்லி விட்டதாக 'நேசனி'ல் 'ஊர்க்குருவி' எழுதியிருந்தது.

தாமுவைப் பொறுத்தவரையில் அவன் முஸ்லீம் ஓட்டுக்களைக் கணிசமாக நம்பித்தான் தேர்தலில் நிற்கவே முன்வந்தான் என்று சொல்ல வேண்டும். அவனுடைய முஸ்லீம் நண்பர்கள் பொறுப்பேற்றுக்கொண்டிருந்தனர். காதரின் பிரவேசம் யாருமே எதிர்பாராத ஒன்று. காதரின் நுழைவு தனக்குக் கிடைக்கக்கூடிய முஸ்லீம் ஓட்டுக்களைக் கணிசமாகக் குறைத்துவிடுமென்று பயந்தான் தாமு. ஆனால் அவனுடைய முஸ்லீம் நண்பர்கள் அவனைக் கைவிட்டுவிடவில்லை.

காதர் குறுக்கே வந்து விழுந்து விட்டபடியால் தாங்கள் திட்டமிட்டிருந்தபடி பகிரங்கமாக வேலை செய்ய முடியாத சூழ்நிலைதான் உருவாகியிருக்கிறது என்றும், திரைமறைவில் ஊக்கத்துடன் வேலை செய்ய உத்தேசித்திருப்பதாயும் சொன்னார்கள். பெண்களுடைய ஓட்டு மத அபிமானத்தால் பிளவுபட்டுப் போய்விடலாம் என்பதை முன் கூட்டியே கணக்கில் எடுத்துக்கொண்டு விடுவது புத்திசாலித்தனம் என்றும் அவர்கள் தாமுவுக்கு எச்சரிக்கை செய்தனர்.

தாமுவின் அண்ணன் செல்லப்பனும் அவனுடைய நண்பர்களுமாகச் சேர்ந்து கடைசி நிமிஷத்தில் ஒரு புத்திசாலித் தனமான காரியத்தைச் செய்தனர்.

பதிமூன்றாம் நம்பர் வார்டில் ஒரு குர்ரான் பாடசாலை இருந்தது. அதன் முன்னால் ஒரு முஸ்லீம் வயோதிகர் பொரி கடலை, நிலக்கடலை, சவ்வு மிட்டாய் போன்றவற்றை விற்றுக் கொண்டிருந்தார். அந்த இடத்தில் அவர் உட்கார்ந்து வியாபாரம் செய்யத் தொடங்கிக் கால் நூற்றாண்டுக்கு அதிகமாகவே இருக்குமாம். கண் பார்வை மங்காத காலத்தில் ஒரு டெய்லராக இருந்தவர் அவர்.

ஒருநாள் காலை அவரைப் பார்க்க நேர்ந்தவர்கள் மிகுந்த ஆச்சரியத்திற்கு ஆளானார்கள். அவருடைய சட்டையில் ஒரு கிழிசலோ, ஒரு ஓட்டுப் பிளாஸ்திரியோ இல்லை என்பதல்ல விஷயம். அது புத்தம் புதுசாக இருந்தது. நேர்த்தியான துணியில் முழுக்கைச் சட்டை அது. இடுப்பில் இரட்டை மில் வேஷ்டி. காலில் பூட்சு. பளபளவென்று தலையில் அருமையான சிவப்புக் குல்லாய். புத்தம் புதுசு. அவருடைய குடிசைக்கு முன்னால் கார் வந்து நின்றது. அவரும், கார் சவாரிக்கு ஆசைப்பட்ட அவருடைய ஏழு பேரக்குழந்தைகளும் காரில் ஏறிச் சென்றனர்.

பெயரைத் தாக்கல் செய்வதற்குக் கடைசிகால அவதி அன்று பகல் பன்னிரண்டு மணி. கிழவர் கட்டை விரலை ஃபாரங்களில் அழுத்திய பின்னர்தான் மணி பன்னிரண்டு அடித்தது.

கழுத்தில் மாலையுடன் அவர் ஊர்வலமாக அழைத்து வரப்பட்டார். குர்ரான் பள்ளிக்கூடக் குழந்தைகள் எல்லாம் 'கடலைத் தாத்தா' 'கடலைத் தாத்தா' என்று பரம உற்சாகத் துடன் கத்திக்கொண்டு காருக்குப் பின்னால் ஓடி வந்தன. குழந்தைகளை அவர் கொள்ளுமட்டும் காரில் வாரிப்போட்டுக் கொண்டார். அது பழைய மாடல் கார். 'டாப்' பின்பக்கம் சுருட்டி வைக்கப்பட்டிருந்தது. குழந்தைகள் கதவைப் பிடித்தபடி படியில் வரிசையாக நின்றனர். கிழவரைச் சுற்றிக் குழந்தைகள்.

ஒரு புளியமரத்தின் கதை

பின்பக்கம் மடித்து வைத்திருந்த 'டாப்'மீதுகூடக் குழந்தைகள் ஏறி உட்கார்ந்து கொண்டிருந்தன.

கிழவருக்குச் சந்தோஷம் பிடிபடவில்லை. முகம் மலர்ந்து விட்டது. எல்லோரையும் பார்த்து, புதரடியில் எலிவளை போல் தாடிக்குள் தெரிந்த பொக்கை வாயைத் திறந்து சிரித்தார். எல்லோரையும் பார்த்துக் கும்பிடு போட்ட வண்ணமாய் இருந்தார். அவருடைய குழந்தைகளுக்கும் ஒரே குஷி. குர்ரான் பள்ளிக்கூடக் குழந்தைகளும், அத்தெருவைச் சேர்ந்த எல்லாக் குழந்தைகளுமே அவருடைய குழந்தைகள்தானே! அவர்கள் எல்லோருக்குமே அவர் கடலைத் தாத்தாதான். எல்லோரையும் காரில் அழைத்துச் செல்ல அவருக்கு வாய்ப்புக் கிடைத்துவிட்டது.

கார் தனது குடிசை வாசலை அடைந்ததும் அவர் டிரைவரின் முதுகைத் தட்டி வண்டியை நிறுத்தச் செய்தார். அவருடைய பேத்திகள் வாசலில் கூடி நின்று அவரை மலர மலரப் பார்க்கிறார்கள். சுற்றுமுற்றும் எல்லா வீடுகளின் முன்வாசல் கதவில் தொங்கும் சாக்குப் படுதாவின் பொத்தல்களில் எல்லாம் கன்னங்கரிய விழிகள். கை விரல்கள் சன்னல் திரைகளை அகற்றுகின்றன. ஆங்காங்கு தெரிந்த பாதி முகங்கள் அநேகம். அவருடைய மூத்த பேத்தி தன் கைக்குழந்தையைத் தூக்கி, 'தாத்தா, தாத்தா' என்று காட்டினாள். 'குழந்தையைக் கொண்டு வா' என்று தலையசைத்தார் கிழவர். ஒரு சிறுவன் குழந்தையை வாங்கிக் கார் அருகே கொண்டு வந்தான். கிழவர் குனிந்து அந்தக் குழந்தையை வாங்கித் தன் மடியிலிருத்திக்கொண்டார். கார் புறப்பட்டது. தங்களுடைய ஓட்டுக்கள் ஒவ்வொன்றையும் கடலைத் தாத்தாவுக்கு அளிக்கத் தீர்மானித்துவிட்டதைக் குழந்தைகள் கோஷம் போட்டு வெளிப்படுத்துகின்றனர்.

காதர் வீட்டின் முன்னால் வந்துகொண்டிருந்தது ஊர்வலம். அங்கு வாசல் கதவு சாத்தப்பட்டிருந்தது. ஜன்னல் கதவுகளும் சாத்தப்பட்டிருந்தன. காதரின் குழந்தைகள் மட்டும் பின்வாசல் வழி நழுவி முன்பக்கம் வந்து படியில் நின்றுகொண்டிருந்தன.

'லேய் காஜா, லேய் மம்முது, லேய் அலி... உங்க ஓட்டு யாருக்கு லே?' என்று கேட்டார் கிழவர் காதரின் குழந்தைகளைப் பார்த்து.

'கடலைத் தாத்தாவுக்கு' என மூன்று குழந்தைகளும் ஏக குரலில் கத்தின.

'உங்க அப்பனுக்கு?'

'போட மாட்டோம்!'

சுந்தர ராமசாமி

'ஏறுங்கலே காரிலே.'

மூன்று குழந்தைகளும் கார் கதவைத் திறக்காமலே உள்ளே ஏறி விழுந்தன.

கார் மீண்டும் புறப்பட்டது.

பிள்ளைமார் தெருவின் திருப்பத்தில் ஒரு சிவன் கோவில். அதன் வெளிப்பிரகாரச் சுவர் இடிந்து சீர்குலைந்து கிடந்தது. தேவஸ்வம் போர்டின் விசேஷ அங்கீகாரம் பெற்றுத் தாமு அதைச் செப்பனிட்டான். இரவும் பகலும் வேலை நடந்தது. ஏழை முஸ்லீம் சிறுவர்களுக்கு அவன் இலவச உடைகளும் வழங்கினான்.

தான் வெற்றி பெற்றால் பிள்ளைமார் தெருவுக்குத் தெருக் குழாய் கொண்டுவரப் பாடுபடப் போவதாகக் காதர் வாக்குறுதி அளித்தான். ஹிந்துப் பெண்கள் மத்தியான வெயிலில் குடத்தைத் தூக்கிக்கொண்டு தொலைவிலிருக்கும் கிணறுகளுக்குப் போகும் காட்சியைத் தனக்குப் பார்க்கச் சகிக்கவில்லை என்றும் அவன் சொன்னான்.

அப்துல் காதரின் மாமனார் ஜனாப் அப்துல் அஸீஸ் களக்காட்டிலிருந்து வந்துசேர்ந்தார்.

காதருடன் அவருடைய உறவு சமீப காலத்தில் ரொம்பவும் கிறீச்சிட்டுவிட்ட நிலையிலிருந்தது. சிகரெட் ஏஜென்சியை இழந்தது காதரின் மதியீனம் என்பது அவருடைய தீர்மானம். அது சம்பந்தமான சிக்கல்கள் முளைத்தபோது தன்னுடைய யோசனைகள் கேட்டுப் போக காதர் களக்காட்டுக்கு வருவான் என்று அவர் எதிர்பார்த்தார். அப்படி வந்தால் தனது மதியூகத்தால் அந்தச் சிடுக்கை அவிழ்த்துப் பிரச்னையைத் தீர்த்து வைப்பதன் மூலம் தனது திறமையை எண்ணிக் காதர் மனசுக்குள் வியக்கும்படி செய்துவிடலாம் என்பது அவருடைய ஆசை. பல உபாயங்களும் நிவர்த்தி மார்க்கங்களும் முன்கூட்டி அவர் யோசித்தும் வைத்திருந்தார். ஆனால் அதொன்றையும் பயன்படுத்தவேண்டிய சந்தர்ப்பம் அவருக்குக் காதரால் அளிக்கப்படவில்லை. இதிலிருந்து தன்னைக் காதர் புறக்கணிக்கிறான், அலட்சியப்படுத்துகிறான் என்றெல்லாம் அஸீஸ் எண்ண ஆரம்பித்தார். கிடைத்த சந்தர்ப்பத்தில் எல்லாம் தன் இளம் மனைவியிடம் காதரைத் திட்டிப் பேச ஆரம்பித்தார். பழைய கதைகளையெல்லாம் அவளிடம் சொல்லி, காதரை ஒரு மனிதன் என தலை நிமிரவைத்ததே தான்தான் என்றும், அதையெல்லாம் மறந்து இப்போது அவன் நன்றி கெட்டுத்

திரிகிறான் என்றும் தூற்றினார். கண் முன்னால் இல்லாத ஒரு எதிரியை அவர் விடாமல் ஞாபகப்படுத்திக் கொண்டு நாள் தவறாமல் திட்டுவது அவளை ஆச்சரியத்தில் ஆழ்த்திற்று.

காதர் தேர்தலில் நிற்கப்போகிற செய்திகூட பத்திரிகை மூலம்தான் ஜனாப் அஸீஸுக்குத் தெரிய வந்தது. 'யாரோ வாலை உருவி விட்டிருக்காங்க. வீடு ஒண்ணு மிச்சமிருக்குல்லா. அதுவும் கையெ விட்டு போயுட்டா அய்யா தரையிலே உக்காந்துடுவாரு' என்றார் அப்துல் அஸீஸ். அக்கம்பக்கத்திலுள்ள நண்பர்களிடம் எல்லாம் இரைய ஆரம்பித்தார். 'வேற ஒண்ணுமில்லே. பயலுக்குப் பீடி சுத்துதுக்கு ஆசை வந்துட்டு. அதுதான் விஷயம்' என்றார்.

இருந்தாலும் அதிகாலையில் எழுந்திருந்து தினசரிகள் கொண்டு வரும் பஸ்ஸை எதிர்பார்த்துக் கடைத்தெருவுக்குச் சென்றுவர ஆரம்பித்தார். தினசரிகளைப் படித்ததற்கு மேலாக பஸ்ஸில் வந்து இறங்குகிறவர்களின் வாயைப் பிடுங்கிச் சுடச்சுடச் செய்திகளையும் சேகரித்து வந்தார்.

கடலைத் தாத்தா தேர்தலில் குதித்துவிட்ட செய்தி காதில் விழுந்ததும் அப்துல் அஸீஸுக்கு வயிற்றைக் கலக்கிற்று. 'சண்டாளன் குறுக்க வந்து விளுந்துபோட்டானே' என்று முணுமுணுத்தார். காதர் வெற்றிபெறக் கூடுமென்று உள்ளூர அவருக்கிருந்த எண்ணத்தில் இடிவிழுந்தது போலிருந்தது.

அன்றுவரையிலும் தன் மனைவியிடம் காதரைப்பற்றி அவர் பேசியிருந்த பேச்சு, அவருக்கு இப்போது தனது அந்தரங்கத்தைத் திறந்து காட்டப் பெரும் தடையாக இருந்தது. நொண்டிச் சாக்கு ஒன்றை அவளிடம் கூறிவிட்டு பஸ் ஏறினார் அப்துல் அஸீஸ்.

பஸ் ஊருக்குள் நுழைந்தது. சுவரொட்டிகளில் தன் மாப்பிள்ளைக்கு ஓட்டுப்போடக் கோரும் சுவரொட்டிகள் அதிகமா, எதிராக நிற்போருக்கு ஓட்டுப்போடக் கோரும் சுவரொட்டிகள் அதிகமா என்பதைத் தெரிந்துகொள்ள, அவற்றை எண்ணிக்கொண்டே போனார் அவர். பஸ்ஸை விட்டு இறங்கியவர் ஓட்டல் அறை ஒன்றை அமர்த்தித் தன் பெட்டியை அங்கே போட்டுவிட்டு நேராகக் கடலைத் தாத்தாவின் குடிசையைப் பார்க்கச் சென்றார். கடலைத் தாத்தாவிடம் இவ்வளவு கண்டிப்பான தோரணையை அவர் எதிர்பார்க்கவில்லை.

'இன்னா பாரு அஸீஸு, லட்சம் பவுன் தந்தாலும் நான் வெலக மாட்டேன்' என்றார் கிழவர்.

'அப்பம் அடுத்தவன் அடிச்சுக்கிட்டுப் போட்டு.'

‘உன் மாப்பிளையே அடுத்தவன்தானே டேய் எனக்கு. பத்து வருஷத்துக்கு முன்னுக்கு அவன் கடையிலே ஒரு ஜோடி கைலி எடுத்த பாக்கிக்கு வெறும் ஒன்பதே முக்கா ரூபாய்க்கு வக்கீல் நோட்டீஸ் விட்டவன்தானே உனக்கு மாப்ளே? அண்ணைக்கு நெனச்சானா நம்ம ஆளுன்னு. இன்னாபாரு அஸீஸு, நீ விருதாவாட்டு வார்த்தையைச் செலவளிக்காதே. எல்லாத்துக்கும் சக்கரம்தான் பெரிசு பாத்துக்கோ. சக்கரமிருக்கிறவன்னு சொன்னா அவன் எந்தக் கடவுளைக் கும்பிட்டாலும், என்ன ஜாதியானாலும் ஒண்ணாச் சேந்துக்கிடுவானுவ. உனக்கு நம்ம ஆளு போணும்னு அவ்வளவு ஆத்திரம்னு சொன்னா உன் மாப்ளையெ வெலகச் சொல்லேன். என்ன நான் சொல்லுது...’

‘உம்மத் தோக்க அடிச்சுப் போட்டுத்தான் மறுகாரியம்’ என்றார் அஸீஸ்.

‘உனக்கு வாப்பா நெனச்சாலும் அது நடக்காது. சோலியெப் பாத்துக்கிட்டுப் போ’ என்றார் கிழவர்.

‘தாமு செயிச்சுப் போட்டாலும் குத்தமில்லே. நீரு தோக்கணும்.’

‘அடுத்த மாசம் ஒண்ணாம் தேதி முனிசிபாலிட்டி உள்ளுக்கு வந்து பாரு. அய்யா அங்கே பங்காவுக்கு அடியிலே ஒக்காந்துக்கிட்டு இருப்பாரு. நாக்கைப் புடுங்கிக்கிட்டுச் செத்துப் போ’ என்று இரைந்தார் கிழவர்.

வார்த்தை தடித்துவிட்டது. கிழவர் சன்னதம் வந்தது போல் கூப்பாடு போட ஆரம்பித்தார். அவருடைய கண்கள் சிவந்து கழுத்தில் நரம்புகள் புடைத்தன. குடிசைக்குள்ளிருந்து பெண்களும் கத்த ஆரம்பித்தனர். குழந்தைகள் கூட்டம் கூடி விட்டது. அப்துல் அஸீஸைப் பதில் பேசவிடாமல் குழந்தைகள் ஊளையிட்டன. ஒன்று பின்னாலிருந்து அவருடைய குல்லாவைத் தட்டிவிட்டது. அதை எடுக்க அவர் கீழே குனிந்த போது அங்கவஸ்திரத்தை இழுத்துப் பறக்கவிட்டது மற்றொன்று.

ஜனாப் விறுவிறுவென்று அந்த இடத்தைவிட்டு அகன்றார். தெருவோரம் வரையிலும் குழந்தைகள் ஊளையிட்டபடியும், இரட்டைப் பெயர்களைப் புதுசு புதுசாகக் கண்டுபிடித்துக் கத்தியபடியும் பின்னால் துரத்திக்கொண்டு வந்தன.

14

புளியமரத்தை வெட்டுவதற்கான தீர்மானம் முனிசிபாலிட்டியில் கடுமையான எதிர்ப்புக் கிடையே மூன்று வோட்டுக்கள் அதிகம் பெற்று நிறைவேறியது.

'திருவிதாங்கூர் நேசன்' அதன் முன் பக்கத்தில் ஆறுகாலம் தலைப்புத் தந்து இந்தச் செய்தியை வெளியிட்டிருந்தது. முனிசிப்பல் தலைவர் எம்.சி. ஜோசப்பை வானளாவப் பாராட்டித் தலையங்கமும் தீட்டியிருந்தது.

செய்தி வெளியான அன்று உருவான பரபரப் புணர்ச்சி இன்றும் என் நினைவில் இருக்கிறது.

வடசேரிச் சந்தை மேட்டிலும், மணிமேடை சுற்றுப்புறங்களிலும், புளியமர ஜங்ஷன் பஜாரிலும், கோட்டாறு கம்போளத்திலும் பலர் கூடிக்கூடி நின்று பேசினர்.

'தாமு தோற்றுப் போய்விட்டான்!' என்று ஊர்வாய் திரும்பத் திரும்ப அரற்றிய நாள் அது.

தாமுவின் தேர்தலையும் இது மறைமுகமாகப் பாதிக்கும் என்று பலர் அபிப்பிராயப்பட்டார்கள்.

இச்செய்தி காதருக்கும் அவனுடைய நண்பர் களுக்கும் அளிக்கக் கூடிய உற்சாகத்தைப் பலர் சுய உணர்வுடன் பகிர்ந்துகொண்டு, தேர்தல் வேலைகளில் அவர்கள் இனிமேல் ஈடுபடக்கூடிய வேகத்தைக் கற்பனை செய்து பார்த்தார்கள். அவர்களுடைய பேச்சுக்களுக்குச் செவிசாய்த்தபோது, யுத்தகளத்தில் காதர் சேனை ராட்சச பலத்துடன் முன்னேறுவது போலவும், அதுவரையிலும் சலியாது போரிட்ட தாமுவின் சேனை சிதறிச் சின்னாபின்னப்பட்டுப் பின்வாங்குவது போலவும் ஒரு கற்பனைக் காட்சி அவர்களுடைய மனக்கண்களில் எழுந்துவிட்டது என்று தோன்றியது.

'திருவிதாங்கூர் நேசன்' வாசகர்களுடைய மனப்பீடத்தில் இடம் பெற்றுக் கொண்டது. 'அவன் கையிலிருப்பதுதான் பேனா' என்று அந்த நாட்களில் எத்தனையோ பேர் வாய்விட்டுச் சொன்ன பாராட்டுக்கள் என் காதில் விழுந்தன.

ஒருவிதத்தில் இத்தனை பாராட்டுக்களுக்கும் அவன் தகுதியுள்ளவனும்தானே? அனைவரையும் தன் பேனா வழி சிந்திக்க வைக்கும் கலை அவனுக்குக் கை வந்திருந்தது என்பதில் இனிமேல் யாருக்குத்தான் சந்தேகம் இருக்க முடியும்?

புளியமரம் வெட்டப்பட வேண்டுமென்பதை மக்களின் ஒரு அவசரக் கோரிக்கையாக முனிசிபாலிட்டியின் முன் வைத்து ஒரு இயக்கத்தையே உருவாக்கிய பெருமை இசக்கிக்கே உரியது. அதற்காக அவன் முன் வைத்துப் பேசிய காரணங்கள் தான் எத்தனை எத்தனை! ஒரு தேர்ந்த சரித்திர மாணவன் போல் அவன் மரத்தின் பூர்வீக வரலாற்றை ஆராய்ந்தான். அந்தப் பழைய சங்கதிகளையெல்லாம் அவன் எங்கிருந்துதான் தேடித் திரட்டிக்கொண்டு வந்தானோ அந்தக் கடவுளுக்குத் தான் வெளிச்சம். ஏதோ புளியமரம் இரண்டு இலைவிட்டு சாண் உயரத்தில் நின்ற காலத்திலிருந்து அன்றுவரையிலும் அதன் சுயசரித்திரத்தை அவனிடம் வாய்விட்டுச் சொல்லியது போலிருந்தது அவன் எழுதியது. இல்லையென்றால் குறைந்த பட்சம் செத்துப்போன தாமோதர ஆசானையாவது சந்தித்துப் பேசியிருக்க வேண்டும் அவன்!

புளியமரம் ஒரு ராசிகெட்ட மரமாம். துக்கிரியாம். அமங்கலச் சின்னமாம். செல்லத்தாயி அதன் கிளையொன்றில் தூக்கிட்டுக் கொண்ட பழைய கதைக்குக் கொஞ்சம் அரிதாரம் பூசி எத்தனை அழகாக எழுதியிருந்தான். அந்த மரத்திலிருந்து உதிர்ந்த சருகுகளும், ஜீர்ணித்த கிளைகளும் புளிக்குளத்தில் விழுந்து அழுகிய காரணத்தால்தான் புளிக்குளம் முடை நாற்றமெடுத்துப் போயிற்று என்றும், அதனால்தான் அன்றொருநாள் பூரம் திருநாள் மகாராஜாவின் பவனி சீர் குலைந்து அமங்கலப் பட்டது என்றும் ஒரு பழைய சம்பவத்தின் மீது புதிய பார்வை ஒன்றை ஏற்றிக்காட்டி எழுதினான் அவன்.

புளிக்குளம் மண்ணிட்டு நிரப்பப்பட்டு அங்குப் புதிய பாதையொன்று உருவான காலத்தில் அத்திட்டத்தைச் சமர்ப்பித்த வெள்ளைக்கார இன்ஜினியர் தனது அசல் பிரதியில் புளியமரத்தை வெட்டிவிடவேண்டுமெனக் குறித் திருந்ததாகவும், அப்போது யாரோ சில விஷமிகள் குறுக்கிட்டுக் கடைசி நிமிஷத்தில் அந்த நல்ல காரியம் நிறைவேறாமல் தடுத்துவிட்டார்கள் என்றும் எழுதி அது காறும் ஜனங்களுடைய

கவனத்திற்கு வந்திராத ஒரு ரகசியத்தை அம்பலப்படுத்தினான். கிழடு தட்டிப்போன புளியமரத்தின் கிளையொன்று பள்ளி விட்டுத் திரும்பும் ஒரு ஏழைச் சிறுமியின் தலையில் விழ நேர்ந்துவிட்டால் இந்த உலகிலுள்ள எந்த சக்தியால் அதற்கு அர்த்தமுள்ள பரிகாரம் அளிக்க முடியுமென்றும் அவன் கேட்டிருந்தான். புளியமர ஜங்ஷனில், மரத்தின் அடியிலும் சினிமா தியேட்டர் முன்னாலும் கடைவாசல்களிலும் கூடி நிற்கும் கூட்டத்தை ஒருமுறை பார்த்துவிட்டு, 'இந்த சந்தர்ப் பத்தில் இந்த மரம் சரிந்தால் என்ன கதியாகும்?' என்று கற்பனை செய்து பார்க்கும்படி ஊரிலுள்ள மனிதாபிமானிகளான பிரஜைகளுக்கு அவன் வேண்டுகோள் விடுத்தான்.

'திருவிதாங்கூர் நேச'னில் வாசகர் கடிதங்கள் ஏராளமாய்ப் பிரசுரிக்கப்பட்டன. அநேகர் இசக்கியின் யோசனைக்கு ஆதரவு தெரிவித்து எழுதியிருந்தனர். வட இந்தியாவில் ஏதோ ஒரு சிற்றூரில் ஊருக்குள் நின்ற மரமொன்று சரிந்து உயிர்ச் சேதம் விளைவித்த பழைய சம்பவம் ஒன்றை வாசகர் ஒருவர் எடுத்துக்காட்டியிருந்தார். இது தவிர பல்வேறு துறைகளைச் சேர்ந்த பெரிய மனிதர்களை நேரில் சந்தித்து அவர்களுடைய கருத்துக்களையும் பெற்று அவற்றையும் வெளியிட்டிருந்தான் இசக்கி. ஆசிரியர் குலம் ஏக குரலில் இசக்கியின் கருத்தை ஆதரித்தது எல்லோருடைய கவனத்தையும் கவர்ந்தது.

பெரிய மின்சார அதிகாரியும் புளியமரத்தை அகற்றி விடுவதற்குச் சாதகமாகத் தனது கருத்தைத் தெரிவித்திருந்தார். புளியமரத்தின் கிளைகள் மின்சாரக் கம்பிகளில் பட்டு மின்சக்தியைத் தடைசெய்து எதிர்பாராத நிமிஷங்களில் நகரத்தையே இருளில் ஆழ்த்திவிடுகிறது என்பதைத் தன்னுடைய ஆமோதிப்புக்கு அவர் காரணம் காட்டியிருந்தார். மின்சாரக் கம்பிகள் ஏகமாக இழுக்கப்பட்டுள்ள அந்தச் சந்திப்பில் ஒரு பச்சை மரம் நின்றுகொண்டிருப்பது என்றுமே ஆபத்து என்றும், வெகு நாட்களுக்கு முன்னரேதான் உத்தியோக பூர்வமாக இந்தப் பிரச்சனையை முனிசிபாலிட்டியின் கவனத்திற்குக் கொண்டு வந்திருப்பதாயும் அவர் சொல்லி யிருந்தார். அவருடைய கருத்துக்கள் அவருடைய புகைப்படத் துடன் அரைப்பக்கத்தை நிரப்பிக்கொண்டிருந்தன.

புளியமரத்தில் காய் களவுபோன சந்தர்ப்பத்தில் முனிசிப்பல் தலைவர் எம். சி. ஜோசப் அவர்களால் உமையொருபாகம் பிள்ளையைத் தலைவராகப் போட்டு அமைக்கப்பட்ட விசாரணைக் கமிட்டி சமர்ப்பித்த ரிப்போர்டில் காய் களவு போனதை விளக்கும் முகமாய்த் துல்லியமான முடிவுகள் எதுவும் கூறமுடியாமல் போனதை மறைமுகமாக

ஒப்புக்கொண்டிருந்தது. விளம்பர போர்டுகளுக்கு வரி வாங்கிவரும் முனிசிபாலிட்டி புளியமரத்தில் யாரோ விஷமிகள் கல்லெறிந்து காயடித்ததன் மூலமாய்த்தான் காதர் கடை போர்டு உடைந்திருக்கக்கூடும் என்று அனுமானிக்கப் போதிய காரணங்கள் இருக்கும்போது, எதிர்காலத்திலும் இதுபோன்ற துரதிருஷ்ட நிகழ்ச்சிகள் நடைபெறாதிருக்கும் பொருட்டுப் புளியமரத்தை அகற்றிவிடுவதே உசிதமான காரியம் என அந்த அறிக்கையில் குறிப்பிட்டிருந்தது.

மேற்படி அறிக்கை நகரசபையில் சர்ச்சை செய்யப்பட்டது. கம்பராமாயணம் அனந்தன் பிள்ளை மட்டும் காரசாரமாக அதை எதிர்த்துப் பேசினார். 'இந்த ஊர் ஒரு புண்ணிய க்ஷேத்திரம்; புளியமரம் அதன் ஸ்தல விருக்ஷம்' என்றார் அவர். 'மரம் ஊமையே தவிர, நொண்டியே தவிர, உயிர்ப் பிராணிதான்' என்றார் அவர். புளியமரத்தை, மரம் என்ற ஒரு காரணத்திற்காக வெட்டிவிடும் யோசனையை ஆமோதிப் பவர்கள் நாளை சில குறைப் பிறவிகளையும், அங்கஹீனர் களையும் தீர்த்துக்கட்டி விடுவதற்கு யோசனை கூறக் கூடுமென்றும் அவர் எச்சரிக்கை செய்தார். அவர்களை லோகாயதவாதிகள் என்றும் பழித்துப் பேசினார். மரம் ஒரு உயிர்ப் பிராணி என்பதற்குத் தாவர விஞ்ஞானி ஜே.ஸி. போஸின் ஆராய்ச்சிக் கருத்துக்களையும், மரத்தைத் தமிழர்கள் தெய்வமாகப் போற்றி வழிபட்டு வந்திருக்கிறார்கள் என்பதற்குப் பழைய பாடல்களையும் அவர் சகட்டு மேனிக்கு ஒப்பித்தபோது அவருடைய விஞ்ஞான அறிவையும் தமிழ் இலக்கியப் பாண்டித்தியத்தையும் கண்டு சபை வியந்தது. 'ஒரு சுமங்கலியின் நெற்றித் திலகத்தை அழிப்பதில் உங்களுக்கு இத்தனை ஆசையென்றால் அப்படியே செய்யுங்கள். கடவுள் உங்களை மன்னிக்கட்டும்' என்ற வார்த்தைகளைக் கூறி அவர் தமது பேச்சை முடித்தார்.

இரு தினங்கள் சர்ச்சை செய்யப்பட்ட பின்னர் புளிய மரத்தை வெட்டக்கோரும் முடிவுக்கு ஆதரவு காட்டி சபையில் தீர்மானம் நிறைவேறியது.

அன்றைய 'திருவிதாங்கூர் நேச'னைப் பார்த்ததுமே காதரின் மனம் பொங்கிப் பூரித்தது. முனிசிபாலிட்டியில் நடைபெற்ற சர்ச்சையின் முழு விபரத்தையும், கடைசியில் புளியமரத்தை வெட்டுவதற்கு ஆதரவு தெரிவித்து நிறைவேற்றி யிருந்த தீர்மானத்தின் வாசகங்களையும் காதர் ஒன்றுக்கு இரண்டு முறை படித்தான். கடைசியில் இந்த ஒரு விஷயத்தி லாவது தாமுவைத் தோற்கடிக்க முடிந்ததே என எண்ணியதும் அவன் மனசு குளிர்ந்தது.

தேர்தலில் தாமு ஒன்றன்பின் ஒன்றாகக் கையாண்ட தந்திரங்கள் காதரைத் திணற அடித்துக்கொண்டிருந்தன. தனக்கு எதிராக முஸ்லீம் ஒருவரை நிற்கவைத்து, அவருடைய முந்தியில் பணத்தையும் திணித்து, முஸ்லீம்களே அவருக்கு ஆதரவு காட்டி வேலை செய்யவும் திட்டம் வகுத்துவிட்ட தாமு கூட்டாளிகளின் சாமர்த்தியம் அவன்மீது ஒரு மரண அடியாக விழுந்திருந்தது. தன்னுடைய தொகுதியில் பெண்க ளுடையவும், வயோதிகர்களுடையவும் ஆழ்ந்த அனுதாபத் திற்குக் கடலைத் தாத்தா பாத்திரமாகிவிட்டார் என்பது ஓட்டுக்கள் கோரி வீடுவீடாக ஏறியிறங்கியபோது அவனுக்குச் சந்தேகத்திற்கு இடமின்றிப் புரிந்தது. கிழவர் பல வருடங்களாக வீடுகளின் பின்கட்டுகளில் சர்வ சுதந்திரமாகப் புழங்கியவர். ஒவ்வொரு வீட்டிலும் குழந்தைகளும் கடலைத் தாத்தாவுக்கு ஓட்டுப் போடும்படி வீட்டிலுள்ள பெரியவர்களை ஓயாமல் நச்சரித்துக் கொண்டிருந்தன. ‘வெயில்லே உக்காந்தபடிக்கு எத்தனை வருஷமாட்டுக் காயுதேரு. அந்த ஒரு எளவுக்கும் உமக்கு ஒரு விமோசனம் கிடைக்குமின்னு சொன்னா, எங்க ஓட்டும் எங்க மக்கமாரு ஓட்டும் உமக்குத்தான்’ என்று பெண்கள் கிழவரிடம் சொல்வதாகக் காதர் காதில் செய்தி விழுந்தது. பெண்கள் ரகசியமாகக் கிழவருக்குப் பணம், நெல், அரிசி முதலியன கொடுத்து வருவதாயும் தெரியவந்தது. ‘இண்ணைக்கு நான் போட்டிருக்கிற சட்டையும், கட்டியிருக்கிற வேஷ்டியும் எண்ணைக்கும் கட்டணும்னு உங்களுக்கு ஆசையுண்டுன்னா, ஏதோ கால் வயிறுக்குச் சாப்பாடு கிடைக்கணும்னு சொன்னா, எல்லோரும் ஓட்டை எனக்குப் போடுங்க. வயசு காலத்திலே நான் நிழல்லே இருந்துட்டுப் போறேன். காதருக்குச் சின்ன வயசு. இந்த எளவு இல்லைன்னு சொன்னா வேறொண்ணைப் பார்த்துப் பொழச்சுக்கிடுவான்’ – இப்படியே வீடு வீடாக ஏறிச் சொன்னார் கிழவர். பல கிழவிகள் காதர் முகத்தெதிரே கேட்டார்கள்: ‘அந்தக் கிழட்டு மனுசனுக்குப் பொழப்பிலே நீ ஏன் மண் அள்ளிப் போடுதே? அவருக்குத்தான் உடம்பிலே சீவன் இல்லை. உனக்குமா இல்லாமப் போச்சு?’

நாள்தோறும் காதருக்கு ஏற்பட்ட அனுபவம் ஒவ் வொன்றுமே அவன் தாமு பேரில் கொண்டிருந்த விரோதத் திற்கு உரம் வைத்தது. தான் வாபஸ் பெற்றுத் தனது பரிபூரண ஒத்துழைப்பைக் கடலைத் தாத்தாவுக்கு அளித்து அவரை வெற்றி பெறச் செய்வது மூலமாவது தாமுவுக்குத் தோல்வி தேடித்தர வேண்டுமென்றுகூட அவன் ஒவ்வொரு சமயம் எண்ணலானான். அவனுடைய மாமனார் கிழவர் பேரில் வளர்த்துக்கொண்டிருந்த விரோதம், தனது அந்தரங்க ஆசையை அவரிடம் பிரஸ்தாபித்துப் பார்ப்பதுகூட

சாத்தியமற்ற காரியமாக அடித்திருந்தது. கிழவருக்குப் பயந்து ஒதுங்கினோம் என்ற அவமானம் தனக்கு ஏற்படுமோ என்றும் அவன் எண்ணினான். மேலும் தலைவர் எம்.சி. ஜோசப்பிட மிருந்து பணம் ஏராளமாகப் பெற்று அதைத் தேர்தல் பிரச்சாரத் திற்காகச் செலவழித்திருந்தான். தாமுவைத் தோற்கடிப்பதற்குப் பெற்ற பணம் அது. பணத்தைத் திரும்ப அளிக்க முடியாத நிலையில் கடைசி நிமிஷத்தில் வாபஸ் பெற்று அவரை ஏமாற்றுவது பெரும் பாவம் என்று அவனுக்குப்பட்டது.

இந்தச் சந்தர்ப்பத்தில் காதருக்கு மற்றும் ஒரு தோல்வியாக தாமு பேரில் பதிவு செய்யப்பட்டிருந்த வழக்கு கோர்ட்டில் தள்ளுபடி செய்யப்பட்டது. தாமு ஆள் வைத்துக் காதர் கடை போர்டை உடைத்தான் என்பதற்கு வலுவான சாட்சியங்கள் எவையும் இல்லாமல் போய்விட்டதே காரணம். தோட்டிகள் தான் கற்களை விட்டெறிந்தார்கள் என்பதற்கும் போலீஸ் தரப்பில் சாட்சிகள் சரிவர அமையவில்லை. தோட்டிகள் தரப்பில் வாதாடிய ஜனார்த்தனம் தனது சாமர்த்தியத்தால் போலீஸ் கேஸை நொறுக்கி எறிந்துவிட்டார் எனத் தோட்டிகள் சொன்னார்கள். கல்லெறிந்தது தோட்டிகள்தான் என்பது புலனாகாத வேளையில், அந்தச் சந்தர்ப்பத்தைப் பயன் படுத்திக் கொண்டு தோட்டிகள் பேரில் பழிசுமந்துவிடும் என்ற உத்தேசத்தில், முன்விரோதம் காரணமாகத் தாமு ஆள் வைத்துக் காதர் கடை போர்டை உடைத்தான் என்ற அடிப்படையில் போலீஸ் உருவாக்கியிருந்த கேஸும் அடிபட்டுப் போய்விட்டது.

நம்பி இறுகப் பற்றிக்கொண்டிருந்த துருப்புகள் அத்தனை யும் ஒன்றன்பின் ஒன்றாகக் கைநழுவிப் போய்விடவே காதர் மிகுந்த ஏமாற்றமும் மனக்கிலேசமும் அடைந்தான். இந்தச் சந்தர்ப்பத்தில்தான் புளியமரத்தை வெட்டுவதற்கான இயக்கத்தைத் 'திருவிதாங்கூர் நேசன்' கட்டி வளர்த்தது. அப்போது காதர், இசக்கி தன்னிடம் நேரில் கூறியவற்றையெல்லாம் நினைவுகூர்ந்தான். இசக்கியின் ராமபாணத்தில் அவன் வருணித்த அளவுக்குக் காதருக்கு நம்பிக்கை ஏற்படவில்லை. இருந்தாலும் அரசியல் வட்டாரங்களில் பெரும் ராஜதந்திரி என்று பெயர் பெற்றுவிட்ட இசக்கியின் யோசனை வெறும் பொக்கான ஒன்றாக முடிந்துவிடாது என்று அவனுக்குத் தோன்றிற்று. தான் எண்ணுவதற்கு மாறாக ஒருக்கால் தாமு பாதிக்கப்பட்டால் அது வரவேற்கத் தகுந்த விஷயந்தானே. ஒத்துழைக்காமல் இருந்துவிட்ட தவறு தன் பக்கத்தில் நேர வேண்டாம் என எண்ணினான். தேர்தல் முடிவடைவதோடு தனது சமூக அந்தஸ்தும் பொருளாதார அந்தஸ்தும் தரை தட்டிப்போய் விடுமென்றால் தனக்கு வித்தியாசமில்லாமல்

தாமுவும் அந்நிலையை அடைந்துவிட வேண்டுமென்பதே அவனுடைய கடைசிப் பிரார்த்தனையாக இருந்தது.

புளியமரம் அழிக்கப்படுவதற்கு ஆதரவு காட்டிய பெரும் தூண்களில் ஒருவனாக உருமாறினான் காதர். அவனுடைய பெயரில் ஒரு துண்டுப் பிரசுரம் வெளியாயிற்று. பிரச்சாரக் கூட்டங்களிலும் அவன் இதுபற்றிப் பேச ஆரம்பித்தான்.

அதுகாறும் புளியமரப் பிரச்சனையில் கவனமற்று தன்னுடைய தேர்தல் பிரச்சாரத்திலேயே இரவும் பகலும் மூழ்கியிருந்த தாமுவுக்கு இப்பொழுது புளியமரப் பிரச்சனையில் காதர் காட்டிய விசேஷ அக்கறை மூளையைக் குறுகுறுக்க வைத்தது. இசக்கியிடமும் தலைவர் எம்.சி. ஜோசப்பிடமும் நல்ல பிள்ளை என்று பெயர் சம்பாதிக்கவே காதர் மிகுந்த தாத்பரியம் கொண்டவன்போல் நடிக்கிறான் என்று அனுமானம் செய்தான் தாமு. ஆனால் அந்த எண்ணத்தை விரைவிலேயே மாற்றிக்கொள்ளும்படியான சந்தர்ப்பம் ஒன்று ஏற்பட்டது.

காதர் கடை வியாபாரம் அடியோடு படுத்துவிட்ட நிலையிலிருந்தது. சிகரெட் ஏஜென்சி அவன் கையை விட்டுப் போன போதே பணப்புழக்கம் தேய்ந்தது. ஆனால் காதரால் தனது சொந்தச் செலவையோ வீட்டுச் செலவையோ குறைத்துக் கொள்ள முடியவில்லை. தான் கைதாழ்ந்து போய்விட வில்லை என்பதைப் பிறருக்கு உணர்த்துவதற்காக, சொல்லப் போனால் முன்னைவிடவும் அதிகச் செலவு செய்தான். அவன் வீதி வழி நடந்து சென்றால் அதற்குக்கூட விசேஷ அர்த்தங்கள் கற்பித்துவிடுவார்கள் எனப் பயந்து அவசியமற்ற சந்தர்ப்பங்களிலும் டாக்சியை அமர்த்திக்கொண்டு சென்றான். இருந்தாலும் முதலீடு செய்யக் கையில் ரொக்கமில்லாத காரணத்தால், கடை அலமாரிகளில் இடைவெளி விழுந்தது. சரக்குகளைத் தந்திரமாகப் பல தினுசுகளில் மாற்றி மாற்றி அடுக்கிப் பார்த்தான். இருந்தாலும் நாள் போகப் போகத் தட்டுக்கள் காலியாகத் தொடங்கின. மேற்கொண்டு ஒன்றும் செய்ய முடியாத நிலையில் காதர் வியாபாரத்தில் உற்சாகம் இழந்தான். தேர்தல் சூழ்நிலை உருவானபோது அவனுடைய முதன்மையான கவனம் தாமுவை விழத்தட்டுவதில் கவிழ்ந்தது. விற்பனை முடங்கியதும் முன்போல் சம்பள ஆட்களை வைத்துக் கொண்டு பராமரிக்க முடியவில்லை. இரண்டு மூன்று பேரைக் கணக்குத் தீர்த்து அனுப்பிவைத்தான். அவனிடம் ரொம்பவும் விசுவாசம் கொண்டிருந்த கடைப்பையன்களை வெளியேற்ற அவனுக்குத் தயக்கமாக இருந்தது. அந்தப் பையன்களும் பாக்கி விழுந்துவிட்ட சம்பளங்களைப் பற்றி வாய் திறந்து கேட்காமல் தம்பிடித்து ஒன்றிரண்டு மாதங்களைக் கழித்து விட்டு, சம்பளப்

பாக்கி தங்கள் உடம்பைப் பிடிக்க ஆரம்பித்தபோது, காதரிடம் நேரில் விஷயத்தைக் கூறி விடைபெற்றுக்கொள்ள மாச்சப்பட்டுச் சொல்லாமல் கொள்ளாமல் நழுவி வேறு கடைகளில் போய்ச் சேர்ந்துகொண்டார்கள். கடைசியில் கடையில் மிஞ்சியது கணக்குப்பிள்ளை ஒருவர்தான். நிலுவைக் கணக்கு கொஞ்சம் பதிவு செய்ய வேண்டிய பாக்கி கிடந்தது. அதை முடித்துத் தந்துவிட காதர் கேட்டுக்கொண்டதற்கிணங்க அவர் அந்த வேலையை முடிப்பதில் ஈடுபட்டிருந்தார். ஆனால் அவர் எதிர்பார்த்தது போலவே காதரிடம் சம்பளம் பெயரவில்லை. அவ்வப்போது கற்பனை நெருக்கடிகளைக் கூறி ஒன்று இரண்டு என்று வாங்கிக்கொண்டிருந்தார். இந்தச் சந்தர்ப்பத்தில் தான் தாமு அவரை ரகசியமாகத் தன் கடைக்கு அழைத்தான். சிகரெட் மொத்த வியாபாரக் கணக்குகளைப் பரிபாலித்து வருவதில் நீண்ட அனுபவமுள்ள அவர் தன்னுடன் இருப்பது மிகுந்த ஏந்தலாக இருக்குமென்று அவன் எண்ணினான். கணக்குப்பிள்ளை தாமு கடையில் சேர்ந்துகொண்டார்.

புளியமரத்தை அழித்துவிட வேண்டுமென்பதை ஒரு இயக்கமாக இசக்கியும் தலைவர் எம்.சி. ஜோசப்பும் ஏன் உருவாக்கினார்கள் என்பதையும், அப்துல் காதர் இதில் விசேஷ அக்கறை காட்டக் காரணம் என்ன என்பதையும் தாமுவுக்குத் துலக்கிச் சொன்னவர் இந்தக் கணக்குப்பிள்ளைதான்.

தேர்தல் செலவுகளுக்கு அவசியமான சில்லறை மாற்றிக் கொண்டு வரும் பொருட்டு ஒருநாள் தாமு தன்னுடைய கடைக்குச் சென்றான். அவன் சென்ற சந்தர்ப்பத்தில் தாமுவின் அண்ணன் செல்லப்பனுக்கும் அவனுடைய நண்பர்களுக்கு மிடையே ஒரு சூடான விவாதம் நடைபெற்றுக்கொண்டிருந்தது. பேச்சு முனிசிபாலிட்டி நிறைவேற்றிய தீர்மானத்தைச் சுற்றி வந்துகொண்டிருந்தது.

‘அது சரி அண்ணேய், இந்தக் காதர் பயலுக்கு இதில் என்ன இவ்வளவு அக்கறை? மரத்தை வெட்டிப் போட்டுத் தான் மறு காரியம் பாக்குதுன்னு அவன் என்ன மண்ணாங்கட்டிக்குத் தார்ப்பாய்ச்சிக் கட்டிக்கிட்டு நிக்கான்?’ என்று தாமு தன் அண்ணனைப் பார்த்துக் கேட்டான்.

‘அந்தப் பய ஒரு லூஸு’ என்றான் செல்லப்பன்.

‘இப்பம் எம்.சி. ஜோசப்புல்லா ரொட்டி போடுதாரு. அப்பம் அவருக்காகச் சுட்டிக் கொஞ்சம் வாலை ஆட்டாமக் களியுமா?’ என்று செல்லப்பனின் முன்னால் பெஞ்சில் உட்கார்ந்து கொண்டிருந்த அவன் நண்பன் கேட்டான்.

இந்தச் சந்தர்ப்பத்தில் கணக்கு எழுதிக்கொண்டிருந்த கணக்குப்பிள்ளை தன் தலையைக் குனிந்து, மூக்குக் கண்ணாடிச் சட்டத்திற்கும் புருவத்திற்குமுள்ள இடைவெளி வழியாக அங்கு அமர்ந்து கொண்டிருந்தவர்கள் எல்லோரையும் ஒரு பார்வை பார்த்துவிட்டு, 'எதுக்கு அச்சாரம் கூட்டுதாங்குதெ சுளுவாட்டுச் சொல்லிர முடியுமா?' என்றார்.

விஷயம் நீங்கள் அனுமானிப்பதுபோல் அலட்சியப்படுத்தத் தகுந்தது அல்ல என அவர் எச்சரிக்கை விடுப்பது போலவே இருந்தது, அவருடைய முகபாவமும் குரலும்.

தாமு கணக்குப்பிள்ளையின் முகத்தைக் கூர்ந்து கவனித்துக் கொண்டிருந்தான்.

கணக்குப்பிள்ளை, தாமுவின் பார்வையைக் கவனித்து, அத்தனை கூரிய பார்வையைத் தாங்க தான் சக்தியற்றவன் என்பது போலவும், நமக்கு எதுக்கு வம்பு என்பது போலவும் பாவங்களை முகத்தில் மிளிரச் செய்துவிட்டு, தலையைக் குனிந்து மீண்டும் கணக்கு எழுத ஆரம்பித்தார்.

'உம்ம அபிப்பிராயம் என்னண்ணு சொல்லுமே' என்றான் தாமு.

கணக்குப்பிள்ளை மீண்டும் தலையைச் சரித்துத் தாமுவின் முகத்தைப் பார்த்துவிட்டு, தனக்கு முதுகுகாட்டி செல்லப்பன் முன்னால் அமர்ந்து கொண்டிருப்பவர்களுடைய முதுகுகளை யெல்லாம் இடமிருந்து வலமாக ஒவ்வொன்றாகப் பார்த்தார்.

'எல்லாரும் நமக்கு வேண்டியவங்கதான், சும்மா சொல்லும்' என்று தூண்டினான் தாமு.

கணக்குப்பிள்ளை தாழ்ந்த சுருதியில், 'எல்லாம் நமக்குக் குளி பறிக்குதுக்குத்தான் பிளான் போட்டிருக்கானுவ' என்றார்.

'புளியமரத்தை வெட்டிப் போட்டா நமக்கு என்ன மண்ணாங்கட்டி? பானையிலே அரிசி வேகாதோ?' என்று கேட்டான் செல்லப்பன்.

'மரத்தோட நிழலும் போயுடும்னு கணக்குப் போடறாங்க.'

'போயுட்டா?'

'நிழலை நம்பி நடக்கற வியாபாரமும் படுத்துடும்னு ஒரு கணக்கு.'

செல்லப்பன் கடகடவென்று சிரித்தான்.

'அது சரியா தப்பான்னு நான் சொல்லலே. கணக்கு இன்னதுன்னு தான் நான் சொல்லுதேன். அவ்வளவுதான்.'

தாமு எதுவும் பேசாமல், முகத்தில் எவ்வித பாவபேதமும் காட்டாமல் அப்படியே உட்கார்ந்து கொண்டிருந்தான். ஒரு நிமிஷ யோசனைக்குப்பின் அவன் எழுந்திருந்து கடைக்குள் சென்றான்.

அவன் உடல் பின்னறை நிலைக்கதவைத் தாண்டியதும், அவனால் சைகை காட்டி அழைக்கப்பட்டதுபோல் அவசரமாக எழுந்திருந்து உள்ளே ஓடினார் கணக்குப்பிள்ளை.

அரைமணி நேரத்திற்குப் பின்னர்தான் தாமு தன் கடையை விட்டிறங்கித் தேர்தல் முகாமை நோக்கிச் சென்றான்.

கணக்குப்பிள்ளைக்குப் பரம திருப்தி. தன் உடம்பில் காதர் பேரில் விசுவாசம் எதுவும் ஒட்டிக்கொண்டிருக்க வில்லை என்பதை நிரூபிக்கவும், தன்னுடைய தற்போதைய முதலாளியின் ஆதரவுதான் தான் வேண்டிநிற்பது என்பதை அவர்களுக்குப் புலப்படுத்தவும் மிக அருமையான சந்தர்ப்பம் ஒன்று அவருக்கு வாய்த்துவிட்டது.

அன்று மாலை நடந்த தேர்தல் பிரச்சாரக் கூட்டத்தில் தாமு புளியமரத்தை வெட்டுவதற்கான முனிசிபாலிட்டியின் தீர்மானத்தை வன்மையாகக் கண்டித்துப் பேசினான்.

‘நீ அவங்களுக்கு உபாயத்தைக் கேட்டு அரண்டு போனால இருக்கே. ஏன் இவ்வளவு உணர்ச்சிவசப்பட்டுப் பேசுதே? புளியமரத்தை வெட்டிப் போட்டா நாம அடியோட அஸ்தமிச்சுப் போயுடுவோம்னு நெனச்சுக்கிட்டுப் பேசுதால இருக்கே’ என்று இரவு சாப்பிட்டுக் கொண்டிருக்கும்போது செல்லப்பன் தன் தம்பியிடம் கேட்டான்.

‘அந்த பயம் ஒண்ணும் எனக்கில்லே. இருந்தாலும் அவனுக நம்மத் தொலைய வைக்கணும் என்கிற நெனப்பிலே தானே மரத்தைச் சாய்ச்சுப் போடணும்னு வரிஞ்சுக் கட்டிக் கிட்டு நிக்கானுவ. அப்படீன்னு சொன்னா அதையும் ஒரு கை பாத்துப் போடுவோம்னு நெனக்கேன் நான். மரத்தை வெட்டிப்போடணும்னு அவனுவ திட்டம்போடுது நடக்கப் படாது. நமக்கு என்ன நஷ்டம் என்குது வேற சங்கதி.’

தாமுவும் அவனுடைய வார்டைச் சேர்ந்த சில பெரிய மனிதர்களும் ஒரு நீண்ட யாதாஸ்து தயாரித்து, அதில் நூற்றுக்கணக்கான பிரமுகர்களின் கையெழுத்துப் பெற்று முனிசிப்பல் தலைவரிடம் சமர்ப்பித்தனர். அதைத் தலைவரிடம் சமர்ப்பிக்கத் தாமுவின் தலைமையில் ஒரு ஊர்வலம் முனிசிபாலிட்டியை நோக்கிச் சென்றது. கம்பராமாயணம் அனந்தன் பிள்ளையும் கழுத்தில் மாலை அணிந்தபடி அந்த

ஊர்வலத்தின் முன்வரிசையில் நடந்து செல்வதைப் பார்க்க முடிந்தது.

அன்று முனிசிப்பல் ஆபீசில் தாமுவுக்கும் தலைவர் எம்.சி. ஜோசப்புக்கும் பெருத்த வாக்குவாதமே நடந்தது. மரம் வெட்டப்பட வேண்டுமென்பதில் தலைவர் காட்டிய உறுதியை அவர் தலைமையில் உருவாகியிருக்கும் சதித் திட்டத்தின்மீது அவர்கள் கொண்டிருக்கும் ஆழ்ந்த நம்பிக்கைக்கு அடையாளமாய் எடுத்துக்கொண்டான் தாமு.

'இதுபற்றி ஹிந்துக்களுடைய மனோபாவத்தை என்னால் விளக்கிச் சொல்ல முடியாது. மரம் வெட்டுப்படக்கூடாது' என்றான் தாமு.

'எனக்கு ஹிந்துக்களுடைய விசேஷ உணர்ச்சிகளைப் பற்றி எதுவுமே தெரியாது என்பதை ஒப்புக்கொள்கிறேன். ஆனால் அதே சமயம் ஹிந்துக்கள் பெரும்பான்மையோரா யுள்ள சபைதான் இத்தீர்மானத்தை நிறைவேற்றியிருக்கிறது என்பதையும் உங்களுக்கு நினைவூட்டுகிறேன்' என்றார் தலைவர்.

'ஹிந்து என்பவர் யார்? ஹிந்துக்களாகப் பிறந்துவிட் டவர்களா அல்லது ஹிந்து தர்மத்தைக் காப்பாற்றுகிறவர்களா? ஹிந்து மதம் என்பது ஒரு வாழ்க்கை முறை என்பது தங்களுக்குத் தெரியுமா? கிருஸ்துவ மதம்போல் அல்ல அது ...' என்று

கம்பராமாயணம் ஆரம்பித்துக் குரலை உயர்த்திக் கொண்டே போனபோது தலைவர் எம். சி. ஜோசப் குறுக்கிட்டார்.

'மன்னிக்க வேண்டும். மதம் பற்றி விசாரணை செய்ய நான் லாயக்கானவனல்ல. ஒரு சாதாரண முனிசிபாலிட்டியின் சாதாரணத் தலைவன் நான்.'

'கூலிகள் எல்லா மதத்திலும் உண்டு என்பது தங்களுக்குத் தெரியுமல்லவா?' என்று கேட்டான் தாமு.

'முனிசிபல் அங்கத்தினர்களைக் கூலிகள் என்று அழைப்பது மிகவும் தரக்குறைவான பாஷையாகவே இருக்கிறது' என்றார் எம்.சி. ஜோசப்.

'தரமற்றவர்களுக்குத் தரக்குறைவு என்பதுண்டா? ஒரு தனிப்பட்ட வியாபாரியின் வயிற்றில் அடிப்பதற்காகக் கறுப்புச் சந்தைக்காரன் ஒருவன் தயாரித்த திட்டத்தை, விளம்பரத்திற்காகப் பேனா ஓட்டும் ஒரு பத்திரிகைக்காரன் ஆமோதித்து விட்டால் நாகரிகமுள்ள ஒரு முனிசிபாலிட்டி அதை நிறைவேற்றித்தான் ஆக வேண்டும் என்ற சட்டம் ஏதேனும் இந்தத் தேசத்தில் உண்டா?'

'தாங்கள் விடைபெற்றுக்கொள்ளலாம்' என்றார் எம்.சி. ஜோசப்.

மேஜை மணியை அவர் விரல் அழுத்திற்று. சேவகன் கதவைத் திறந்துவிட்டு தாமுவையும் கம்பராமாயணம் அனந்தன் பிள்ளையையும் பார்த்துக் கொண்டே நின்றான்.

'அப்போது எங்களுடைய உணர்ச்சிகளை மதிக்கும் உத்தேசம் தங்களுக்கு இல்லை. அப்படித்தானே?' என்று கேட்டான் தாமு.

'ஒரு ஜனநாயக அமைப்பு பெரும்பான்மையோருடைய உணர்ச்சிக்குத்தான் அதிக முக்கியத்துவம் அளிக்க முடியும். நம் தேசத்தில் ஜனநாயகத்தில் நம்பிக்கையற்றவர்களும் தேர்தலில் நிற்க வந்துவிடுவது எத்தனையோ முரண்பாடுடைய காரியங் களில் ஒன்று' என்றார் தலைவர்.

தாமுவும் அனந்தன் பிள்ளையும் அறையைவிட்டு வெளியே வந்தனர்.

15

புளியமரம் ஊர் வாயில் விடிந்ததிலிருந்து அஸ்தமனம் வரையிலும் அடிபட்டுக்கொண்டிருந்த நாட்கள் என் நினைவில் இன்றும் பசுமையாகவே இருக்கின்றன. அந்நாட்களில் ஜனங்கள் இந்த விவகாரத்தில் தான் எத்தனை ஆர்வம் காட்டி னார்கள்! ஏதோ தங்களுடைய சொந்தக் குடும்ப விவகாரம்போல் அதுபற்றிப் பேசிக்கொண்டார்கள். இரண்டு மாறுபட்ட கோஷ்டிகளின் வெற்றி அல்லது தோல்வியை நிர்ணயிக்கும் காரியமாகப் புளியமரப் பிரச்னை உருவாகிவிட்டது. யாருடைய கட்சி வெற்றிபெறும் என்பதில் ஒவ்வொருவரும் தங்களுடைய ஹேஷ்யங்களைச் சொல்லிக் கொண்டிருந்தனர்.

முனிசிபாலிட்டியைப் பொறுத்தவரையில் இது ஒரு கவுரவப் பிரச்னையாகி விட்டது. தலைவர் எம். சி. ஜோசப்பின் அந்தரங்க நண்பர்களான நகரசபைக் கவுன்சில் அங்கத்தினர்களும் சரி, முனிசிப்பல் நிருவாகத்தில் நீண்ட நாட்கள் அனுபவம் கொண்ட வள்ளிநாயகம் பிள்ளை போன்ற ஊழியர்களும் சரி, எதிர்ப்புக்கு அஞ்சித் தீர்மானத்தை நிறைவேற்ற முனிசிப்பாலிட்டித் தவறினால் திறமையான நிர்வாகம் என்பது எதிர்காலத்தில் சாத்தியமற்ற ஒன்றாகிவிடுமென்று அபிப்பிராயப்பட்டனர். புளியமரம் வெட்டப்படுவதற்கு வெளியூர் ஆசாமி ஒருவருக்குக் காண்டிராக்ட் அளிக்கப்பட்டுவிட்டது என்றும், திருவனந்தபுரத்திற்குப் போலீசின் உதவி கேட்டு முனிசிபாலிட்டி எழுதியிருக்கிறது என்றும், பதில் கிடைத்த பின்னர்தான் வெட்டுவதற்கான தேதி குறிக்கப்படுமென்றும் சிலர் சொன்னார்கள்.

இவ்வாறு ஊரில் எல்லோரும் இதுபற்றிப் பேசிக்கொண்டிருந்த நாட்களில் யாருமே எதிர் பாராத காரியமொன்று நிகழ்ந்தது.

ஒருநாள் காலை வேளையில் புளியமர ஜங்ஷன் திமிலோகப் பட்டது. சுற்றிவரக் கூட்டம்.

புளியமரம் தெய்வமாகிவிட்டதாம்.

செய்தி காதில் விழுந்ததும் நானும் நண்பர்களும் புளியமர ஜங்ஷனுக்கு விரைந்து சென்றதும், கூட்டத்தில் இடிபட்டுக் கொண்டு வெயிலேறி வேர்த்து விறுவிறுப்பதுவரை சுய ஞாபகம் அற்றுப்போய் அங்கு நடைபெற்ற காட்சிகளில் மனதைப் பறிகொடுத்து நின்றதும் இதை எழுதுகையில் நினைவுக்கு வருகின்றன.

புளியமர ஜங்ஷனில் நாதசுர இசையும், பாண்டு வாத்தியமும் அமர்க்களப்பட்டது. இது போதாது என்று நையாண்டி மேளம் வேறு. இரவு அகஸ்தீசுவரம் அனந்த பத்மநாப பிள்ளையின் வில்லுப்பாட்டு உண்டு என்றும் பேசிக்கொண்டார்கள்.

புளியமரத்தின் முன்னால் அம்மன் கொடை நடந்து கொண்டிருந்தது. மரத்தின் அடிப்பாகத்தில் ஒரு ஆள் உயரத்திற்கு அரளியும், பிச்சியும், தாமரை மொக்குமாகக் குவிக்கப்பட் டிருந்தன. பூக்களின் அம்பாரத்திற்கு மேல்பக்கம் வட்ட வடிவமாக மரத்தில் சீராகப் பட்டை உரிக்கப்பட்டிருந்தது. அங்கு அம்மனின் வெள்ளிமுகம் பதிக்கப்பட்டிருந்தது. நெற்றியில் குங்குமம் அப்பப்பட்டிருந்தது. கண்களில் பச்சைக் கற்கள் பிரகாசித்தன. சூரிய ரச்மி பிம்பத்தில் விழுந்து கற்றை கற்றையாய்த் தெறித்துக்கொண்டிருந்தது. ஊதுவத்தியின் நறுமணம் திசையெல்லாம் கமழ்ந்துகொண்டிருந்தது. எல்லோரும் நெற்றியில் நீள்கோட்டில் சந்தனம் தீற்றிக்கொண்டிருந்தனர். ஊரிலுள்ள பக்த கோடிகளின் முகங்கள் கூட்டத்தில் ஏகமாய்த் தெரிந்தன. ஐயப்பன் கோவிலுக்கு மாலை போட்டுக்கொண்ட பக்த கோடிகளுக்குத் தலைமை தாங்கிச் செல்லும் பெரிய சாமிகளின் தாடிகள் அநேகம் தெரிந்தன. ஆசிராமம் கணபதி அய்யர் வேத காலத்து ரிஷி மாதிரி நின்றுகொண்டிருந்தார். அவர் விக்கினேசுவரரின் அவதாரம் என்பது ஆஸ்திக விசுவாசம். ஐயப்பன் கோவிலுக்குச் செல்லும் மலைப் பிரதேசத்தில் காட்டானைகள் அட்டகாசத்தோடு வருகிறபோது அவருடைய முகத்தைக் கண்டதும் அவை மண்டியிட்டுத் துதிக்கை உயர்த்தி வணங்கி, வால்காட்டிப் பின் திரும்பிச் சென்றுவிடுமென்று எத்தனையோ ஐயப்ப பக்தர்கள் என் னிடமே சொல்லக் கேட்டிருக்கிறேன். அவர் மரத்தின் முன் கண்களைத் திறக்காமல் பக்திப் பரவசத்துடன் நின்று கொண்டிருந்தார்.

கூட்டம் சிமிண்டு ரோட்டின் இருபக்கங்களிலும் வழிந்து கொண்டிருந்தது. வாகனாதிகள் ஒன்றுகூட அந்த

வழியாகப் போகமுடியவில்லை. எல்லாம் வடசேரியி லிருந்து மணிமேடை வந்ததும் இடது பக்கம் திரும்பி மீனாட்சிபுரம் வழியாகக் கோட்டாறு சென்றன.

புளியமரத்தை வெட்டுவதற்குக் காண்டிராக்ட் எடுத் திருந்தவர் தன்னால் அந்தக் காரியத்தை நிறைவேற்ற ஆகாது என முனிசிபாலிட்டியில் எழுதிக் கொடுத்துவிட்டுத் தன் ஊரைப் பார்க்க போய்விட்டதாக எல்லோரும் சிரிக்கச் சிரிக்கப் பேசிக் கொண்டனர்.

அன்று மாலை புளியமரத்தடியில் இந்துமத தர்ம பரிபாலன கூட்டம் நடைபெற்றது. பல அறிஞர்கள் பேசினர். சில சாமியார்களும் பேசினர். கம்பராமாயணம் அனந்தன் பிள்ளை தலைமையில் அங்குப் பேசிய தாமு முஸ்லீம்களிடமிருந்தும் கிருஸ்துவர்களிடமிருந்தும் ஹிந்து மதத்தையும் ஹிந்துக் கடவுள்களையும் காப்பாற்ற வீரம் மிகுந்த ஒரு இளைஞர் படையையே தான் உருவாக்கப் போவதாகச் சொன்னான். ஹிந்துக்களின் மதவுணர்ச்சியைப் புண்படுத்தாமல் ஒதுங்கிவிடுவதே முஸ்லீம்களும் கிருஸ்துவர்களும் செய்ய வேண்டிய காரியமென்றும், அதற்கு மாறாக அவர்கள் நடந்து கொண்டால் மாதா கோயில்களும் மசூதிகளும் ஊருக்குள் எந்த எந்த இடத்தில் இருக்கின்றன என்பது ஹிந்துக்கள் அறியாத ஒன்றல்ல என்றும், பலாத்கார நடவடிக்கைகளில் விருப்பமில்லாத ஹிந்துக்களைப் பலாத்காரத்தில் ஈடுபடும்படி நிர்ப்பந்தப்படுத்திவிடக்கூடாது என்றும் தாமு அந்தக் கூட்டத்தில் பேசினான்.

தாமு மீண்டும் வெற்றி பெற்றுவிட்டான் என்று எல்லோரும் சொல்ல ஆரம்பித்தனர். தாமுவின் சாமர்த்தியத்தையும் தந்திரத்தையும் பாராட்டி ஊரார் பேசிய பேச்சுக்கள் காதர் காதில் நாராசமாய் விழுந்தன. எடுத்த காரியத்தில் தான் அடைந்த தோல்வியைவிட தாமு அடைந்த வெற்றியே அவனை மிகவும் சங்கடப்படுத்திற்று.

புளியமரம் கடவுளாகிவிட்டதும் தலைவர் எம்.சி.ஜோசப் ஒதுங்கிவிட்டார். பெரிய பாதிரியார் அவரைக் கூப்பிட்டு எச்சரிக்கை செய்ததாகப் பேச்சு அடிபட்டது. 'திருவிதாங்கூர் நேசன்' பொதுக்கூட்டங்கள் தோறும் எரிக்கப்பட்டது. இசக்கியின் வேண்டுகோளின்படி அரசாங்கம் அவனுக்குப் போலீஸ் பாதுகாப்பு அளித்தது. 'திருவிதாங்கூர் நேசன்' அலுவலகத்திற்கு முன்னால் இரவும் பகலும் போலீஸ் காவல் நின்றது. இசக்கியின் பேனா புளியமரத்தைப் பற்றி எழுதுவதை அடியோடு நிறுத்திக்கொண்டது. அவன் 'டங்கர்' அடித்து விட்டான் என்பது தெள்ளத் தெளிவாகத் தெரியாதிருக்கும்

பொருட்டு, மரத்தை வெட்டுவதற்கு ஆதரவாகவும் எதிராகவும் எழுதப்பட்டுள்ள கடிதங்களை அவ்வப்போது வெளியிட்டு வந்தான். புளியமரப் பிரச்சினை உருவான நாட்களில், மூவாயிரத்தைச் சுற்றிக் கொண்டிருந்த 'நேசனி'ன் விற்பனை ஒன்பதாயிரத்தை எட்டிவிட்டது என்றும் இசக்கியின் நண்பர்கள் சொன்னார்கள்.

காதர் மட்டும் தன்னந்தனியாகப் புழுங்கிக்கொண்டிருந்தான்.

தேர்தலுக்கு இரண்டு மூன்று நாட்கள் இருந்தன. எனக்கு நன்றாகவே நினைவிருக்கிறது. ஒரு ஞாயிற்றுக்கிழமை. சந்தை நாள். சந்தைச் சாமான் வாங்கிவரக் கருக்கிருட்டோடு நான் புறப்பட்டுச் சென்றிருந்தேன். சாமான் வாங்கிக்கொண்டு திரும்பும்போது இளம் வெயில் கண்டிருந்தது.

ஆனந்தபவன் ஓட்டலில் நுழைந்து காப்பி குடித்துவிட்டு வெளியே வந்தேன். மணிமேடை சுற்றுப் புறத்திலிருந்து சிலர் தெற்கு நோக்கி ஓடுவது தெரிந்தது. ஒரு தூரப் பார்வைக்கு வீதி நெடுகிலும் மிகுந்த பரபரப்புத் தெரிந்தது. நெருங்கி விசாரித்தேன். புளியமரத்தடியில் கூலி ஐயப்பன் குத்துப்பட்டுக் கிடக்கிறானாம்! படபடவென்று ஓட்டலுக்குத் திரும்பிக் காய்கறிப் பையை அங்கு வைத்துவிட்டுப் புளியமர ஜங்ஷன் நோக்கி விரைந்தேன்.

மரத்தைச் சுற்றிக் கூட்டம் வளையமாகவே உருவாகியிருந்தது. பின் பக்கத்திலிருந்து ஆட்கள் புகுந்து நெரிசலில் உள்ளே நுழைந்து செல்லப் பிரயாசைப்பட்டுக்கொண்டிருந்தனர்.

நான் சென்று சேருவதற்குள் கூலி ஐயப்பன் அகற்றப்பட்டிருந்தான். சிலர் அவன் அரசாங்க ஆஸ்பத்திரியில்தான் இறந்தான் என்றும், போலீஸ் வாக்குமூலம் அளித்த பின்னர்தான் ஆவி பிரிந்தது என்றும் சொன்னார்கள். சிலர் அவன் உயிர் ஊசலாடிக்கொண்டிருக்கிறது என்று சொன்னார்கள்.

புளியமரத்தடியில் ரத்தம் கட்டிகட்டியாய் உறைந்து கிடந்தது. தலையைத் தூக்கி அம்மனுடைய வெள்ளி முகத்தையும் அப்போது என்னால் பார்க்காமலிருக்க முடியவில்லை. அம்மனுடைய பச்சைக் கண்கள் இமை தாழ்த்தி அந்த ரத்தத்தையே பார்த்துக்கொண்டிருப்பது மாதிரி எனக்குத் தோன்றிற்று.

கூலி ஐயப்பன் யாரால் குத்தப்பட்டிருப்பான் என்பதை ஒருவராலும் துல்லியமாக அனுமானிக்க முடியவில்லை. ஏதேதோ சொன்னார்கள். ஸ்திரீ விஷயம்தான் காரணமாக இருக்குமென்று சொன்னார்கள். ரகசிய நோய்களுக்கு அவன்

மருந்து சாப்பிட்டு வந்த விஷயம் தனக்குத் தெரிய நேர்ந்ததை ஒருவர் சவிஸ்தாரமாக மற்றொருவரிடம் அளந்து கொண்டிருந்தார். கூலி ஐயப்பனைக் குத்திய குற்றவாளி தப்பித்துக் கொண்டு ஓடிவிடவில்லை என்றும், அவன் நேராகப் போலீஸ் ஸ்டேஷனுக்குச் சென்று சரணடைந்து விட்டான் என்றும், அவன் கொடுத்த தகவலின் பேரில்தான் போலீஸ் ஸ்தலத்திற்கு விரைந்து உயிர் பிரியும் தருவாயிலிருந்த கூலி ஐயப்பனை ஆஸ்பத்திரிக்கு அழைத்துச் சென்றது என்றும் சொன்னார்கள். சிலர் புளிய மரத்திலிருந்து அரசாங்க ஆஸ்பத்திரியை நோக்கி வெகுவேகமாகச் சென்று கொண்டிருந்தனர்.

நான் ஓட்டலுக்குச் சென்று பையை எடுத்துக்கொண்டு வீட்டுக்குத் திரும்பினேன். குளித்து, காலை உணவை முடித்துக் கொண்டு சைக்கிளில் ஏறி போலீஸ் ஸ்டேஷன், அரசாங்க ஆஸ்பத்திரி, 'நேசன்' அலுவலகம், தாமு-காதர் போட்டியிடும் பதிமூன்றாம் நம்பர் தொகுதி – இப்படியாக ஒரு சுற்றுச் சுற்றிய பின்னர்தான் எனக்கு நடந்த விஷயங்கள் என்ன என்பதே தெரியவந்தன.

அன்று இரவு காதர், தாமு இருவருமே கைது செய்யப் பட்டனர். மறுநாள் காலை வெளிவந்த 'திருவிதாங்கூர் நேச'னிலும் இச்செய்தி வெளியிடப்பட்டு ஊர்ஜிதமாயிற்று.

காதர் போலீஸுக்கு அளித்திருந்த வாக்குமூலத்தின் ஒரு பகுதியும் பத்திரிகையில் வெளியாகியிருந்தது.

புளியமரத்தடியில் கூலி ஐயப்பன் குத்தப்படுவதற்கு வெகு நாட்கள் முன்னரே அவன் தன்னிடம் வந்து சேர்ந்துவிட்டான் என்றும், அவனைத் தன் வீட்டில் ரகசியமாக வைத்துத்தான் காப்பாற்றி வந்ததாகவும், தாமு பேரில் தனக்குள்ள வஞ்சத்தைத் தக்க தருணத்தில் தீர்த்துக்கொள்ள அவனை ஒரு கருவியாக உபயோகப்படுத்திக் கொள்ளும் உத்தேசத்துடனேயே அவனுக்கு அடைக்கலம் கொடுத்ததாகவும் காதர் கோர்ட்டில் சொன்ன தாகத் தினசரிகளில் வெளியாயிருந்த செய்தி எல்லோரையும் மிகுந்த ஆச்சரியத்தில் ஆழ்த்திற்று.

போலீசுக்குப் பயந்து ஊரைவிட்டு ஓடிய கூலி ஐயப்பன் வெகுநாட்கள் தலைமறைவாய்ச் சுற்றிக் கொண்டிருந்தான். கையில் பணம் கட்டைப்பட்ட போதெல்லாம் நேராக ஊருக்கு வந்து நடுநிசியில் தாமுவின் வீட்டுக் கதவைத் தட்டுவான் அவன். ஆரம்பத்தில் தாமுவும் சுணக்கமின்றி நூறு இருநூறு என்று அவன் கேட்ட தொகையெல்லாம் கொடுத்துக்கொண்டே தான் வந்தான். போகப் போக அவன் அடிக்கடி வந்து பணம் கேட்பது தாமுவுக்கு அவன் பேரில் மிகுந்த வெறுப்பு ஏற்படக் காரணமாக அமைந்தது. ஐயப்பன் எதிர்பார்த்த தொகையும்

ஒரு தடவைக்கு மறு தடவை மேலே போய்க்கொண்டிருந்தது. அவனுடைய பேச்சும் ஒரு கோரிக்கை போலவோ, தயவை எதிர்ப்பார்ப்பது போலவோ இல்லாமல் உத்தரவின் தோரணையுடன் வெளிப்பட ஆரம்பித்தது. அவன் வந்து நின்றதுமே தாமுவுக்கு உள்ளூர எரிச்சல் மண்டும். அதை வெளியே காட்டிக் கொள்ளாமல் அமுக்கிக்கொள்வான். காதர் கடைபோர்டு உடைபட்டது சம்பந்தமாகக் கோர்ட்டில் வழக்கு நடந்துகொண்டிருந்த சமயம் அது. அந்தச் சந்தர்ப்பத்தில் ஐயப்பனுடன் முறைத்துக்கொண்டால் அவசியமில்லாத சங்கடங்களில் தன்னை மாட்டிவிடுவானோ எனப் பயந்தான் தாமு. தொகையை மட்டும் ஒவ்வொரு தடவையும் அவன் கேட்பதிலிருந்து சற்றுக் குறைவாகத் தந்து அனுப்பிவைத்துக் கொண்டிருந்தான். கடைசியில் வழக்கு நிரூபணமாகாமல் தள்ளப்பட்டது. இதில் தாமுவுக்கு ஏற்பட்ட முதல் சந்தோஷம் கூலி ஐயப்பனுக்கு அழுது கொண்டிருக்கும் தண்டத்திற்கு ஒரு விடிவு பிறந்துவிட்டது என்பது ஆகும்.

மறுதடவை கூலி ஐயப்பன் தாமுவைத் தேடி வந்தபோது தாமு, 'ஐயப்பா, இனி நீ ஒரு வேலை வெட்டியெப் பாத்தா என்ன?' என்றான்.

'வருஷத்திலே ரெண்டு தடவை ஜெயிலுக்குப் போய்க்கிட்டு இருந்தா எந்தப் பய வேலைக்கு வெச்சுக்கிடுவான்?'

'முயற்சி பண்ணிப்பாக்கணும் டேய்.'

'பிரயோஜனப்பட்டுக்கிடாது, தேடிப்பாத்தாலும்.'

'முன்னக்கூட்டி அப்படி நெனச்சுக்கிட்டா எப்படி?'

'ஏன் நீங்கதான் போட்டுத் தாருங்களேன். நெனச்சா முடியாத காரியமா?'

தாமு மவுனமாக நின்றான்.

'பாத்தேளா? இந்தக் கதைதாலா அடுத்தவன் கிட்டேயும்.'

தாமு பதில் பேசவில்லை.

'உங்கமாதிரிக் கூட்டாளிக பேச்சைக் கேட்டு நான் கெட்டுப் போயுட்டேன். காரியம் களிஞ்சதும் கறிவேப்பிலையைத் தூக்கிப் போடுதால ஒதுக்கிப்புடறாங்க. ஆனா ...'

ஐயப்பனின் குரலும் முகமும் மாறும் தோரணையை உணர்ந்து அவன் பேச்சை முடிப்பதற்கு முன்னாலேயே தாமு அந்த இடத்தை விட்டு அகன்று வீட்டிற்குள் சென்றான்.

தாமு திரும்பி வரும்போது அவன் கையில் ஒரு கவர் இருந்தது.

‘இந்தாப்பா, உனக்கு இந்தத் தவா நான் கொஞ்சம் ஜாஸ்தியாகவே பணம் தாறேன். பூராவையும் குடிச்சுத் தீத்துப்போடாதே. எங்கேயாவது ஒரு நல்ல ஊராய்ப் பாத்து ஒரு கடைகிடை வெச்சி ஒழுங்கா பொழைக்குதுக்கு வழியெப் பாரு. அடுத்தவன் தந்து ஒருத்தனுக்கு நிறையாது’ என்று சொன்னான்.

கூலி ஐயப்பன் பதில் எதுவும் பேசாமல் அந்தப் பணத்தை வாங்கிக்கொண்டு சென்றான்.

அதன்பின் முழுசாக இரண்டு மாதங்கள்கூட ஆக வில்லை. ஒருநாள் தேர்தல் வேலை முடிந்து மிகுந்த களைப்புடன் வீடு திரும்பிய தாமு, படுத்து அப்போதுதான் கண்ணயர்ந்திருந்தான். வாசல் கதவு தட்டப்படும் ஓசை கேட்டது.

கதவை திறந்தபோது கூலி ஐயப்பன் நின்று கொண் டிருந்தான்.

‘நாயே! வெளியே போடா’ என்று கத்தினான் தாமு. கூலி ஐயப்பன் ஒரு கணம் அப்படியே தன் விழிகளைக் கொட்டாமல் தாமுவின் கண்களையே பார்த்துக்கொண் டிருந்தான். அவன் விழிகள் சிவந்தன. நெற்றியில் நரம்புகள் புடைத்தன. கல்லாய் அவன் நின்றிருந்தபோதே அவனுடைய உதடுகளில் ஒரு இளமுறுவல் நெளிந்தது. அவன் சட்டென்று தனது தலையைத் திருப்பி விறுவிறுவென்று நடந்து வெளியே சென்றான்.

இரண்டு நாட்கள் ஊருக்குள்ளேயே சுற்றி அலைந்து கொண்டிருந்தான் ஐயப்பன்.

ஆங்காங்கு தேர்தல் செய்திகளும், புளியமரம் சம்பந்தமான சண்டை சச்சரவுகளும் அவன் காதில் விழுந்தன. புளிய மரத்தைத் தெய்வமாக்கிவிட்டதன் மூலம் தாமு வெற்றிக் களிப்பில் ஆழ்ந்து கிடக்கிறான் என்ற உண்மையையும் அவனால் உணர முடிந்தது.

கூலி ஐயப்பனின் மூளை வேலை செய்தது. காதரைத் தேடிக் கொண்டு தான் போகவேண்டிய தருணம் அதுதான் என அவன் மனசு அவனுக்குத் துல்லியமாக உணர்த்திற்று. அன்றிரவு நடுநிசியில் காதர் வீட்டுக் கதவைத் தட்டினான் ஐயப்பன்.

புளியமரத்தை நின்ற மேனிக்குத் தன்னால் பட்டுப்போக வைத்துவிட முடியுமென்றும், தனக்கு ஆதரவு அளிக்கும் பட்சத்தில் அதைத் தான் நிறைவேற்றிக் காட்டுவதாயும்

சொன்னதன் பேரில்தான் தன்னுடைய வீட்டில் ஐயப்பனுக்குப் புகலிடம் கொடுத்ததாக அப்துல் காதர் கோர்ட்டில் சொன்னான்.

எவ்வளவோ புத்திசாலித்தனமாகத் திட்டம் போட்டுத் தான் கூலி ஐயப்பன் வேலை செய்தான். தேர்தல் நெருங்க நெருங்க தாமுவும், தாமுவின் நண்பர்களும், தங்களுக்குச் சாதகமான ஓட்டுக்களை எதிர்க்கட்சிக்காரர்கள் பிளவுபடுத்தி விடாமலிருக்கும் பொருட்டு இரவு பூராவும் கண்காணித்து நிற்க நேருமென்பதாலும், அதனால் அவர்களுடைய கவனம் தொகுதியிலேயே கட்டுண்டு கிடக்குமென்பதாலும், அவன் தன் காரியத்தை நிறைவேற்றத் தேர்தலையொட்டிய ஒரு நாளைத் தேர்ந்தெடுத்தான். அவன் நினைத்தபடி அன்று துப்புரவாக அவ்வேலையை செய்து முடிக்கவும் அவனால் முடிந்தது.

இரவு ஒரு மணிக்கெல்லாம் அவன் மரத்தின்மேல் ஏறினான். நாட்டு வைத்தியரிடமிருந்து வாங்கி வைத்திருந்த பாதரஸம் கலந்த விஷ பதார்த்தம் சிறு சீசா ஒன்றில் அவன் மடியிலிருந்தது. தாய்த் தடியிலிருந்து கிளைகள் வெடித்துச் செல்லுமிடத்தில் அவன் கத்தியால் ஒருபள்ளம் தோண்டினான். மருந்தைக் குழி வாயில் ஊற்றிவிட்டு வாழையிலையில் மடக்கி வைத்திருந்த சாணியை வழித்துக் குழிமேல் அப்பினான். அப்பொழுது அங்குச் சலசலப்பு எதுவும் கேட்டிருந்தால் அவன் கீழே இறங்கவே முற்பட்டிருக்கமாட்டான். ஆனால் விபரீதமாக அவன் பாதி மரம் இறங்கியிருந்தபோது அவன் முகத்தில் பளீரென்று வெளிச்சம் விழுந்தது. கீழே குதித்து ஓட முயன்றான் அவன். ஆனால் அதற்குள் மூன்று பேராக ஏறி விழுந்து அவனை ஒரே அமுக்காய் அமுக்கினர். கூலி ஐயப்பன் தன் மடியிலிருந்த பேனாக் கத்தியை எடுத்து அவர்கள் தலைக்கு மேல் ஓங்கினான். ஆனால் அவன் கையை ஏறிப்பிடித்தவன் அந்தக் கத்தியைப் பிடுங்கி அவன் நெஞ்சில் குத்தினான். குத்து மிகச் சிறிய காயத்தைத்தான் ஏற்படுத்தியிருந்தது. ஆனால் அந்தக் குத்து இருதய நாளத்தில் பட்டு விட்டதால் அவன் உயிர் துறக்க நேர்ந்துவிட்டது என்று அரசாங்க ஆஸ்பத்திரி டாக்டர்கள் சொன்னார்கள்.

கண்விழித்து வேலை செய்யும் தேர்தல் ஊழியர்களுக்கு டீயும் பலகாரமும் வாங்கிவரும் பொருட்டுத் தாமுதான் மூன்று தேர்தல் ஊழியர்களை சைக்கிளில் அனுப்பி வைத்திருந்தான். அவர்கள் மணிமேடைக்கு வந்து அவசியமான பண்டங்களை வாங்கிக்கொண்டு வரும் வழியில்தான் கூலி ஐயப்பன் மரத்திலிருந்து இறங்கி வரும் காட்சி அவர்களுடைய பார்வையில் விழுந்தது.

கூலி ஐயப்பன் குத்துப்பட்டு இறந்த செய்தியும் இறப்பதற்கு முன் அவன் அளித்த மரண வாக்குமூலத்தில் மரத்திற்கு அவன் நஞ்சூட்டிய விபரமும் தினசரிகளில் வெளியான போது நூற்றுக்கணக்கானவர்கள் மரத்தடியில் கூடினர். பக்தர்கள் நாட்டு வைத்தியர்களைக் கூட்டிக் கொண்டு வந்து புளிய மரத்தில் கலந்துவிட்ட விஷத்தை முறிப்பதற்காகப் பல அவசர சிகிச்சைகள் அளித்துப் பார்த்தார்கள். ஏராளமான பக்தர்கள் அங்கேயே நின்றுகொண்டிருந்தார்கள்.

முதல் நாள் பகல் வேளையில் மரத்தில் எவ்வித மாற்ற மும் புலப்படவில்லை. இரவு நிகழ்ந்த மாறுதல்களை ஜனங்களால் காலையில்தான் தெளிவாக உணர முடிந்தது. இலைகள் ஏராளமாய் உதிர்ந்திருந்தன. தாழ்ந்த கிளைகள் இடைவெளி காட்டிச் செறிவிழந்து நின்றன. இரண்டு மூன்று நாட்களுக்குள் சல்லிக் கிளைகள்கூட இலைகள் இழந்து மரம் சர்வ மொட்டையாகிவிட்டது. வைத்தியர் ஒருவர் நாலாம் நாள் வந்து தாய்த் தடியில் பட்டை உரித்துப் பார்த்தார். பால் வடியவில்லை. 'மரம் பட்டுவிட்டது' என்றார் அவர்.

அந்தச் சந்தர்ப்பத்தில் மரத்தைச் சுற்றி ஐந்நூறு பேர் நின்று கொண்டிருந்தனர். மரம் பட்டுப்போய்விட்டது என்பதை வைத்தியர் உறுதிப்படுத்தியதும், ஒரு வயோதிக பக்தர் தெய்வ சன்னதம் வந்ததுபோல் ஆவேசமடைந்து காதர் கடையை நோக்கி ஓடி, கீழே இருந்து பிடி மண்ணை அள்ளி ஏதேதோ கத்தியபடி சாத்தியிருந்த கடைக் கதவுகள் மேல் வீசினார். அதைத் தொடர்ந்து சாத்தியிருந்த கதவுகள் மீது தொப்தொப் பென்று கற்கள் வந்து விழுந்தன. கூட்டம் ஒன்று சேரக் கடை முன்னால் கூடிப் பலகைகளை உடைத்துக் கடைக்குள் புகுந்து துவம்சம் செய்தது. கடைக்குத் தீயும் வைக்கப்பட்டது. ஆனால் விரைவிலேயே போலீசும் தீயணைக்கும் படையினரும் அந்த இடத்திற்கு வந்துவிட்டதால் அதிக சேதம் ஏற்படவில்லை. போலீஸ் மீண்டும் மீண்டும் எச்சரிக்கை செய்தும் கூட்டம் கலையாததால் தடியடிப் பிரயோகம் மட்டும் செய்ய நேர்ந்தது.

இதைத் தொடர்ந்து ஆங்காங்கு ஊரில் சில கைகலப்புகள் நிகழ்ந்தன. கோட்டாற்றில் சில முஸ்லீம்கள் தாக்கப்பட்டதாகச் செய்தி வந்தது. பெரிய தோதில் ஒரு மதக்கலவரம் உருவாகலாம் என அனுமானிப்பதற்கு அவசியமான செய்திகள் காதில் விழுந்த வண்ணமாய் இருந்தன. அரசாங்கம் ஊரடங்குச் சட்டம் பிறப்பித்தது. இச்சட்டம் அமுலுக்கு வந்த அன்று இரவு மாணவர் கோஷ்டி ஒன்று 'திருவிதாங்கூர் நேசன்' காரியாலயத்தைத் தாக்கிவிட்டது. அப்போது இசக்கி சிகை அலங்காரக் கடைக்குச் சென்றிருந்தான். நல்லவேளை, அடிபடாமல் தப்பினான் அவன்.

அந்த வாரங்களில் போலீஸ் வான்கள் நிமிஷத்திற்கு ஒரு தரம் தெரு வழியே பேரிரைச்சலுடன் சென்றுகொண்டிருந்தன. ஜங்ஷன்களில் குண்டாந்தடி ஏந்திய சிப்பாய்களையும் காண முடிந்தது. கிட்டத்தட்ட இரண்டு வாரங்களுக்குப் பின்னர்தான் ஊரில் சகஜ நிலை ஏற்பட்டது.

முச்சந்திப் புளியமரம் காய்ந்து கருகி நின்று கொண்டிருந்தது. அழிந்துபோய்விட்டது அது. அதன் சடலம்தான் அகற்றப்படாமல் நின்றுகொண்டிருந்தது. எந்த நிமிஷத்திலும் ஒரு கோடாலிக்காரன் வந்து யாருடைய கவனத்தையும் கவராமல் அதை அகற்றும் காரியத்தை நிறைவேற்றிவிடலாம்.

இப்பொழுது அது மரம் அல்ல; தெய்வமும் அல்ல. பிணம் தான்.

ஆடிக் காற்று ஆரம்பமாகிவிட்ட நாட்கள். உயிர் துறந்த பின்னரும் அசட்டுத்தனமாய் ஆடிக்கொண்டுதான் நிற்கிறது புளியமரம். பார்க்கத்தான் பரிதாபமாக இருக்கிறது. அருவருப்பாகக்கூட இருக்கிறது அதன் தோற்றம்.

அந்த இடம் எந்த நிமிஷத்திலும் சூன்யமாகி விடலாம். சூரிய ஒளி அந்த இடத்தில் பட்டு சர்வ சுதந்தரமாய் விளையாடி எத்தனை ஆண்டுகள் ஆகிவிட்டன! ஐம்பது வருடங்கள் ஆகியிருக்கலாம். இன்னும் அதிகமாகக்கூட இருக்கலாம். ஒளியை நிழலாகவும், வெப்பத்தைத் தட்பமாகவும் மாற்றிக் கொண்டிருந்த பணி ஓய்ந்து விட்டது.

எத்தனையோ ஆடி மாதங்களைத் தாண்டி வந்துவிட்ட மரம் அது. அதன்மேல் அடித்திருக்கும் வெயிலுக்கும், கொட்டியிருக்கும் மழைக்கும், வெடவெடக்க அடித்திருக்கும் வாடைக்கும், ஆடிக் குலைத்திருக்கும் காற்றுக்கும் கணக்கு வழக்கேது? 'என்ன வெயில்!' என்றோ, 'என்ன மழை!' என்றோ ஒரு போதும் அலுத்துக்கொண்டதில்லை அது.

தொண்ணூறாம் ஆண்டு ஜலப்பிரவாகம் சரித்திரப் பிரசித்தி பெற்றது. குட்டியானை போன்ற எருமைகள் பழையாற்றோடு சென்ற நாட்கள். தேரேகால்புதூர் பறைச்சேரி தெப்பமாய் மிதந்தது. அப்போது புளியமரத்திற்கு வயதும் குறைவு; வளர்த்தியும் குறைவு. முணுமுணுக்காமல், முகத்தைச் சுளிக்காமல் மூன்று நாட்கள் கழுத்தளவு தண்ணீரில் நின்றது அது.

எவ்வளவோ பார்த்துவிட்ட மரம்தான் அது.

வானம் பார்த்த வருடங்களையும் அது தாண்டித்தான் வந்திருக்கிறது. உடம்பெல்லாம் சுருங்க, கையையும் காலையும்

குச்சிகுச்சியாய் நீட்டியபடி உள்ளங்காலில் கொஞ்சம் உயிரை மறைத்து வைத்துக்கொண்டு, வானத்தையே கண் கொட்டாமல் பார்த்தபடி நின்றிருக்கிறது அது. அந்நாட்களிலும் அது அழ வில்லை, சிரிக்கவில்லை.

மேடும் பள்ளமும் எவ்வளவோ பார்த்த மரம்.

அது பிறந்தபோது அந்த இடமே ஒரு தீவுபோல்தான் இருந்தது. சுற்றிவர நீர்ப்பரப்பு. தொலைவில் வளைந்து இறங்கும் வானத்திற்குத் தோள்கொடுத்து நிற்கும் வயல்கள்.

சுந்தர ராமசாமி

அன்றெல்லாம் மனித நடமாட்டத்தை அது அவ்வளவாகக் கண்டதில்லை. இந்த உலகில் மனிதச் சந்தை இத்தனை விரிந்து கிடப்பதும் அப்போது அதற்குத் தெரியாது. அவர்கள் ஒவ் வொருவருக்கும் அவர்களுக்கே உரித்தான விசித்திரமான மனசுகளும் உண்டு என்பதும் அப்போது அது அறிந்திராத ஒன்று.

அந்நாட்களில் அதன் நண்பர்கள் மாடு மேய்ச்சிச் சிறுவர்கள்தாம். அவர்கள் வந்து சேர்ந்தால் மனசுக்கு ஒரு கிளுகிளுப்புப் பிறக்கும். எத்தனை உற்சாகத்துடன் அதன் அடியை நோக்கிப் பந்தயம்போட்டு நீச்சலடித்து வருவார்கள்! அவர்களில் சிலர் தங்களுடைய பெயர்களுக்கு அடையாளமாய் அதன்மீது சில சின்னங்களைக் கொத்தி வைக்கவில்லையா?

காலப்போக்கில் அச்சின்னங்கள் அழிந்துபோயின.

அந்தச் சிறுவர்கள்மீதும் காலம் எவ்வளவு நிர்த்தாட்சண்யத் துடன் கவிழ்ந்துவிட்டது.

அவர்களில் சிலர் கம்பூன்றி அல்லவா நடந்து செல் கிறார்கள்! பலருக்குக் கண்களில் பஞ்சடைத்துவிட்டதே! வெற்றிலையை இடித்தா போட்டுக் கொள்கிறார்கள்! பலர் விடைபெற்றுக் கொண்டு போய் விட்டார்களா?

காலம் ரொம்பவும் தாண்டித்தான் போய்விட்டது.

புளியமரத்தடியில் கோடாலி விழுந்தது.

'ஒரு சுமங்கலியின் திலகத்தை அழிப்பதில் உங்களுக்கு இத்தனை ஆசையென்றால் அப்படியே செய்யுங்கள்' என்று நகரசபையில் பேசினார் கம்பராமாயணம் அனந்தம் பிள்ளை.

எந்த அடிப்படையில் அவர் அவ்வாறு சொன்னார் என்பது வேறு விஷயம்.

ஆனால் முச்சந்தியில் புளியமரம் நின்றிருந்த காட்சியைத் தங்கள் வாழ்நாளில் ஒரு தடவையேனும் பார்த்திருப்பவர் களுக்கு, இப்போது வெறும் பாழாய், சூன்யமாய் கிடந்த அந்த சந்திப்பு வைதவ்ய கோலத்தைத்தான் நினைவூட்டும் என்பதில் சிறிதும் சந்தேகமில்லை. இனிமேல் எந்நாளும் திரும்பப் பெறச் சாத்தியமில்லாத ஒரு சொத்தை இழந்த ஏக்கமே அவர்கள் மனசைக் கவ்வும்.

புளியமர ஜங்ஷனை, புளியமரம் அகற்றப்பட்ட பின்னர், ஊரில் இருந்த நாட்கள் வரையிலும், ஏதோ ஒரு சூன்ய வெறி மனசைத் தாக்காமல் தாண்டிச் செல்லவே என்னால் முடிந்ததில்லை. இதே உணர்ச்சிக்கு எங்கள் ஊரைச் சேர்ந்த பலரும் ஆளாகியிருக்கலாம் என்றுதான் எனக்கு என்னமோ தீர்மானமாய்த் தோன்றுகிறது.

புளியமரம் அழிந்துபோன பின்னரும், இன்று வரைக்கும் முச்சந்திக்குப் புளியமர ஜங்ஷன் என்றுதான் பெயர். நாவில் படிந்துவிட்ட பெயர் அது. ஜனங்களால் அப்பெயரை மறக்க முடியவில்லை. அந்தப் பழக்கம் ஒன்றுதான் புளியமரம் வாழ்ந்ததற்குரிய ஒரே நினைவுச்சின்னம். உருவத்தை இழந்து விட்ட அம்மரத்தின் பெயருக்கு இனிமேல் எந்நாளும் அழி வில்லை என்றுதான் தோன்றுகிறது.

முச்சந்திக்கு வந்து சேருகிறவர்களுக்கும் சரி, அல்லது சந்தர்ப்பவசமாய் அந்த இடத்தைத் தாண்டிச் செல்கிறவர் களுக்கும் சரி, அவர்கள் எங்களூரைச் சேர்ந்தவர்கள் எனின் ஒரு சந்தர்ப்பத்திலில்லாவிட்டால் மற்றொரு சந்தர்ப்பத்தில், 'இந்தப் புளியமரம் அழிந்து போகக் காரணம் என்ன' என்ற கேள்வி மனசில் முளைக்கத்தான் செய்யும். மனத்தில் ஓடியோடி வரும் சுலப விடைகளையெல்லாம் ஒன்றன்பின் ஒன்றாகப் புறக்கணித்துவிட்டு உண்மையான விடையொன்றைக் கண்டு பிடித்துவிட அந்த உள்ளம் வெகுநேரம் தன் மூளையை அலட்டிக் கொண்டுதான் ஆகவேண்டும். தன்னுடைய ஆத்மா உவந்தேற்றுக் கொள்ளும் விடை ஒன்றை அது கண்டுபிடித்து விடுமா? கடவுளுக்குத்தான் வெளிச்சம். அப்படியே ஒரு விடையைக் கண்டுபிடிக்காமல் போய்விட்டால்தான் என்ன, குடிமுழுகியா போய்விடும். ஒரு உண்மையான கேள்வி பிறந்து விட்டாலே போதும். ஆயிரம் விடைகளுக்குச் சமானம் அது. மேலும் அவ்வப்போது கொஞ்சம் சிந்திப்பது ஹானிகரமானதும் அல்ல.

நாளாவட்டத்தில் புளியமர ஜங்ஷன் பஜாரே எடுபட்டுப் போய்விடக் காரணமாய் அமைந்தது புளியமரத்தின் மறைவு.

அப்துல் காதரின் கடை மூடப்பட்டுவிட்டது. நீதிமன்றம் தனக்கு அளித்த தண்டனையைத் திருவனந்தபுரம் சென்ட்ரல் ஜெயிலில் கழித்துக்கொண்டிருந்தான் அவன். அவனுடைய மனைவியும் குழந்தைகளும் களக்காட்டுக்குப் போய்ச் சேர்ந்தனர்.

தாமுவுக்கு விடுதலை கிடைத்தது. ஆனால் மனஞ் சோர்ந்து தான் வெளியே வந்தான் அவன். துரதிருஷ்டவச மான சம்பவங்கள் ஒன்றன்பின் ஒன்றாக நிகழ்ந்ததாலோ, அல்லது தேர்தலில் தோல்வியடைய நேர்ந்துவிட்டதாலோ, அல்லது அவனுள்ளே புதையுண்டு கிடந்த வேறு என்ன காரணத்தாலோ அவன் ஊரைவிட்டுக் கிளம்பிச் சென்றுவிட முடிவு செய்துவிட்டான். கடையை விற்றுவிட்டு அவனும் அவன் அண்ணன் செல்லப்பனும் மனைவியும் குழந்தைகளும் அவனுடைய சொந்த ஊரான குழித்துறைக்கே சென்று விட்டனர். அங்கு அவன் சொற்ப முதலீட்டில் ஒரு பால் பண்ணை வைத்து நடத்துவதாகப் பின்னால் எப்போதோ

ஒரு சமயம் ஊருக்குச் சென்றிருந்த சந்தர்ப்பத்தில் என் காதில் ஒரு செய்தி விழுந்தது.

தாமுவும் காதரும் தேர்தலுக்குமுன் கைது செய்யப்பட்டு விடவே தொகுதியில் காற்று மாறி வீசிற்று. கடலைத் தாத்தா இந்த சம்பவத்தை நன்றாகப் பயன்படுத்திக் கொண்டார். ஒவ்வொரு வாக்காளரிடமும் சென்று கிரிமினல் குற்றவாளிகளுக்கு ஓட்டுப் போடலாகாது என்று அவர் கேட்டுக்கொண்டார். வாக்காளர்கள் ஏற்கனவே தாமு – காதர் பேரில் கசப் புணர்ச்சிக்கு ஆளாயிருந்தனர். ஒரு புளியமரம் விஷயமாக இருவரும் போட்டுக்கொண்ட சண்டையும் அவர்களுடைய பொறுமையைச் சோதித்திருக்கலாம்.

கடலைத் தாத்தா தேர்தலில் அமோக வெற்றியடைந்தார்.

முதல் நாள் அவர் நகரசபைக் கூட்டத்திற்குச் சென்ற காட்சியைப் பெண்கள் எல்லோரும் வாசல் திண்ணையில் நின்றபடி பார்த்து ரசித்தனர். குழந்தைகள் சிமிண்ட ரோடு வரையிலும் சென்று வழியனுப்பிவைத்துவிட்டு வந்தன.

அன்று கிழவர் போட்டுக்கொண்டு சென்ற புதுச்சொக்கா யும் புதுவேட்டியும் ஒரு வார காலத்தில் அழுக்காகிவிட்டன. அவற்றை இரவோடு இரவாகத் தோய்த்துப் போட்டு மறுநாள் காலையில் அவற்றையே மீண்டும் அணிந்துகொண்டு நகர சபைக் கூட்டத்திற்குச் சென்றார்.

தேர்தல் மூலம் அவர் கையில் மிஞ்சிய காசு ஒன்றிரண்டு மாதங்களிலேயே கரைந்துபோய் விட்டது. ஆனால் அந்த ஒன்றிரண்டு மாதங்களில் அவரும் சரி, அவருடைய குடும்பத் தினரும் சரி, வாழ்க்கையைச் செம்மையாக அனுபவித்தனர் என்றுதான் சொல்ல வேண்டும்.

அந்நாட்களில் அவருடைய பேரக் குழந்தைகள் நல்ல நேர்த்தியான உடை அணிந்திருந்தனர். பையன் அன்றாடம் மீன் சந்தைக்குப் போய்வந்தான். கைக்குழந்தைகளை உத்தேசித்து இரண்டு ஆடுகள் வாங்கப்பட்டன. வீட்டிற்கு அவசியமான பாத்திரங்களும் வாங்கப்பட்டன. கிழவர் பீடியை மறந்து சுருட்டுக் குடித்தார்.

வாழ்வில் இன்பகரமான நாட்கள் மிகக் குறைந்த நாட்கள்தானே! வேகமாக மறைந்துவிடும் நாட்களும் அவைதானே!

அவருடைய புதுச் சொக்காய் அன்றாடம் துவைத்துத் துவைத்துப் போட்டுக் கொண்டதாலோ என்னமோ வெகு விரைவில் நைந்து விட்டது. இரட்டை வேஷ்டியிலும் பொட்டுப் பொட்டாகத் துவாரங்கள். வீட்டுச் செலவுக்காகச் சில பாத்திரங்கள் அடகு வைக்கப்பட்டன. நகரசபைக் கூட்டம் முடிந்து கிழவர் வீட்டுக்கு வருகிறபோது குழந்தைகளின் பசி அழுகை அவர் காதை அடைத்தது.

ஒருநாள் காலை கிழவர் தன்னுடைய பழைய மிட்டாய்ப் பெட்டியைக் கண்டெடுத்து அதைத் தூசி போக நன்றாகத் துடைத்துச் சுத்தம் செய்தார்.

மறுநாள் காலை சட்டை அணியாத வெற்றுடம்புடனும், இடது கையில் மணியுடனும், முண்டாசு சுற்றிய தலைமீது மிட்டாய்ப் பெட்டியுடனும் அவர் குர்ரான் பள்ளிக்கூட வாசலை அடைந்தபோது, 'கடலைத் தாத்தா வந்துட்டாரு டோய்!' என்று கத்திக்கொண்டே குழந்தைகள் அவரை வட்டமாகச் சூழ்ந்துகொண்டன.

கடலைத் தாத்தா குழந்தைகள் முகத்தையெல்லாம் பார்த்து வெறித்தார். அவர் முகம் மலர்ந்தது. அவர் கண்கள் கலங்கின.

சுந்தர ராமசாமி

சில வழக்குச் சொற்கள்

1. ரஸ்தா : சாலை (Road) (P.13)
2. நிஷ்காம நிலை : (நிஷ்காம கர்மா) தன்னலமற்ற நிலை; பற்றற்ற செயல்; பலன்களை எதிர்பார்க்காத நிலை (P.13)
3. லோகாயதம் : (உலகாயதம்) இந்திய மெய்யியல்; பொருள் முதல் வாத அடிப்படை; இது சார்வாகக் கோட்பாட்டுடன் தொடர்புடையது; நாத்தீகவாதம். (P.15)
4. ரூல்தடி : உருண்டை வடிவான ஸ்கேல். அரசு அலுவலகங்களில் தாளில் கோடு போடப் பயன்படுத்திய கருவி (P.16)
5. தடை : வெற்றிலை போடுவதற்குரிய புகையிலை வைத்திருக்கும் வாழைத் தடை (P.18)
6. கோட்டை : 21 மரக்கால் கொண்ட நெல் அளவு. (P.19)
7. கஜகர்ணம் : சாமர்த்தியமான வித்தை; கஜம் – இரண்டு முழம்; கர்ணம் – தலைகீழாக நின்று வித்தை காட்டுவது (P.20)
8. கிளித்தட்டு : (கிளியாந்தட்டு) நிலத்தில் விளையாடும் நாட்டார் விளையாட்டு. இரண்டு அணிகளாகப் பிரிந்து விளையாடுவது. (P.20)
9. நடுகை : வயல் நடவு (P.22)
10. கடுக்கன் : ஆண்கள் காதில் அணியும் தங்க அணிகலன். (P.23)
11. மரப்பாச்சி : சிறுமியர் விளையாடுவதற்குரிய மரப்பொம்மை (P.26)
12. செப்பு : சிமிழ் (குங்குமச் சிமிழ்) (P.26)
13. உலக்கையருவி : உலக்கருவி; கன்னியாகுமரி மாவட்டம், தோவாளை வட்டம், அழகிய பாண்டியபுரம் ஊர் அருகே மலையில் உள்ள அருவி. (P.30)
14. மளுப்புதல் : (மழுப்புவது) ஒரு விஷயத்தை சாமர்த்தியமாக மறைப்பது. (P.31)
15. மடையடி மாடன் : பெரிய ஏரியின் கரையில் உள்ள மடையின் அருகே உள்ள சுடலை மாடன்

என்ற நாட்டார் தெய்வம். (P.33)

16. சிரிப்பாணி : சிரிப்பு (P. 32)

17. எசக்கேடான : இசைகேடு; சரியாக அறியாத நிலை; முறையற்ற நிலை (P.33)

18. நாந்துகிட்டு : தூக்கில் தொங்கி (P.33)

19. பிலாக்கணம் : ஒப்பாரி (P.34)

20. ராந்தல் : மண்ணெண்ணை விளக்கு; அரிக்கன் விளக்கு. (P.34)

21. ஊராளி : தென்னை மரம் ஏறுபவர்; ஒரு சாதி (தம்பான்) (P.34)

22. திரியாவரம் : குறும்புத்தனம்; குசும்புத்தனம் (P.34)

23. தொரட்டு : தேவையில்லாத பொறுப்பு; தொந்தரவு (P.35)

24. சப்ர மஞ்சம் கட்டில்: மேற்கட்டமைந்த அலங்காரக் கட்டில் (P.35)

25. செறுத்தல் : வழிமறுத்தல் (P.35)

26. கண்ட்ராவி : பார்க்க அருவருப்பான (P.36)

27. அத்துப்போச்சு : அறுந்துவிடல் (P.36)

28. சித்த நாளி : சிறிது நேரம் (P.36)

29. வெப்ராளம் : உணர்ச்சிவயப்படுதல், வயிற்றெரிச்சல் (P.36)

30. பயறுதான் : பயப்படுகிறான் (P.40)

31. சங்கிலி : சங்கிலிபூதம்; நாட்டார் தெய்வம் (P.40)

32. உக்ரமூர்த்தி : நாட்டார் தெய்வம் (P.42)

33. அமிகப் பச்சி : அன்னப் பறவை (P.42)

34. செறுத்துற்று : வழிமறித்து (P.42)

35. பசீரதப் பிரயத்தனம் : பெரும் முயற்சி; கங்கையாற்றைக் கொண்டுவர பகீரதன் செய்த முயற்சி; புராண உவமை. (P.47)

36. சித்தன் போக்கு சிவன் போக்கு : மனம் போன போக்கு (P.47)

37. அரணை புத்தி : அரணை என்னும் ஜந்து மறதியுடையது என்ற நம்பிக்கையின் அடிப்படையில் உருவான வழக்காறு. (P.48)

38. அச்சுத பட்டவர்த்தனன்: அச்யுத் பட்வர்த்தன் (1905–1992 இந்திய சோஷலிசக் கட்சியின் நிறுவனர் நாட்டு விடுதலையில் பங்கு கொண்டவர். பிறப்பு மகாராட்டிரம் – அகமத் நகர். சமூகத்தில் மனிதனிடமிருந்து மாற்றம் தொடங்குகிறது என்று கூறியவர். (P.49)

39. க்ஷாமம் : பஞ்சம் (P.51)

40. வடிவம்மன் கோவில்:		நாகர்கோவிலின் ஒரு பகுதியான வடிவீஸ்வரத்தில் உள்ள கோவில். (P.53)
41. உத்திரியம்	:	ஆடை (P.56)
42. பவுண்ட்	:	ஒருவகை எடை; ஒரு பவுண்ட் உத்தேசமாக முக்கால் கிலோ. (P.57)
43. மனித விஸர்ஜன	:	மனிதர்களின் கழிவு (P.57)
44. பாரவண்டி	:	மாட்டுவண்டி (P.58)
45. மருத்துவாமலை சாரல்:		மருந்துவாள் மலை என்னும் பெயருள்ள ஒரு மலையின் பக்கமலை குன்று (P.58)
46. பிரதமன்	:	பாயச வகை (P.65)
47. கொக்கோக உபந்தியாசம்:		ஆண் பெண் உடலுறவு குறித்த உரையாடல். கொக்கோகோம் – உடலுறவு குறித்த பழைய நூல் இயற்றியவர் அதிவீர ராம பாண்டியன். (P.66)
48. மரக்குரங்கு	:	சிறுவர்கள் மரத்தில் ஏறி விளையாடும் நாட்டார் விளையாட்டு. (P.66)
49. ராக்கொடி	:	(ராக்குடி) இளம்பெண்கள் தலையில் சூடும் தங்க ஆபரணம். (P.68)
50. விருதா	:	வீணாக (P.69)
51. காபுரா	:	ஏமாற்று (P.91)
52. சகதர்மணி	:	மனைவி (P.93)
53. பாட்டம்	:	குத்தகை (P.96)
54. ஓரிழை துவர்த்து	:	ஒரு நூலிழையால் நெய்யப்பட்ட துண்டு. நாகர்கோவிலின் ஒரு பகுதியான வடசேரியில் தயாராவது (P.97)
55. ராத்தல்	:	எடை அளவு; 454 கி.கிராம் நிறை (P.97)
56. புளியிலைக் கரை நேரீது:		மெல்லிய நூலால் நெய்யப்பட்ட துண்டு; இதன் கரையில் புளிய இலை நிறத்தில் கோடு இருக்கும். (P.102)
57. கரட்டு வளக்கு (கரட்டு வழக்கு):		பிடிவாதமாய்த் தர்க்கம் செய்தல், (P.102)
58. பரிச்சுகிட்டு	:	நிர்வாகம் செய்துகொண்டு. (P.103)
59. பத்தனாவ சாமி	:	திருவனந்தபுரம் பத்மநாபசுவாமி (P.104)
60. கம்போளம்	:	கோட்டாறு கடைத்தெரு (P.104)
61. மொடங்குது	:	நின்றுவிட்டது. (P.105)
62. திருமனசு	:	அரசர் (P.105)

63. கனநேரம் : அதிக நேரம் (P.105)

64. சாலியர் தெருப்பாவு: சாலியர்கள் வாழும் தெருவில் நூலைப் பதப்படுத்த நீண்ட நூல்பாவு இருப்பது மரபு. (P.107)

65. மங்களா தெரு : பங்களா வீதி (P.113)

66. பராதி : புகார் (P.115)

67. சலம்பாதையும் : பேசாமல் இரும். (P.115)

68. மலையாளம் பள்ளி : மலையாளம் வழி மட்டுமே கற்பிக்கப்படும் பள்ளி (P.115)

69. மொறச்சு : முறைத்து (P.117)

70. மொறபோல : வழக்கப்படி (P.117)

71. அண்டி : நெருங்கி (P.117)

72. பரக்கப்பரக்க : வேகமாக (P.117)

73. உமிக்கரி : எரிக்கப்பட்ட உமியின் கரி. பல் தேய்க்க உதவுவது. (P.119)

74. முண்டு : வேட்டி (P.123)

75. மொறம் : முறம் (P.123)

76. மலபார் மாப்பிள்ளை ரகளை: கேரளம், மலபார் மாப்பிள்ளை கலவரம் இது 1921–1922இல் நடந்தது. ஒருவகையில் நிலப்பிரபுத்துவத்துக்கு எதிரான கலவரம். இக்கலவரம் முதலில் பிரட்டீஷ் அரசுக்கு எதிராக ஆரம்பித்துப் பின்னர் மதக்கலவரம் ஆனது. (P.125)

77. சொத்து சொம்பு : செல்வம் சேர்த்தல். (P.127)

78. சமனம் பிரகாசினி : சித்த மருந்து; அஜீரணத்திற்கு உரியது.(P.128)

79. வெள்ளாங்குடி : வேளாளர் வாழும் குடியிருப்பு (P.129)

80. சுபாகம் : சுபாவம், குணம் (P.136)

81. லகரம் : இலட்சம் (P.143)

82. மிலிட்டரி ஹோட்டல்: அசைவ ஹோட்டல் (P.144)

83. ஜனாப் ஜின்னா சாகிப்: முகம்மது அலி ஜின்னா (1876 –1948) முஸ்லீம் லீக் கட்சியின் தலைவராக இருந்தவர். இந்தியாவிலிருந்து பாகிஸ்தான் பிரியக் காரணமாக இருந்தவர். பாகிஸ்தானின் முதல் கவர்னர் ஜெனரல். (P.144)

84. நைச்சியம் : இழிபடுத்தும் போக்கு (P.144)

85. மொனஞ்சு : முனைந்து (P.145)

86. காச்சு உலுப்ப	:	காய்கள் தானாக விழும் (P.145)
87. எளப்பம்	:	இளக்காரம் (P.146)
88. தட்டா	:	தட்டுப்பாடு (P.146)
89 முக்காட்டுபூச்சி	:	வீட்டுக்குள் அடங்கி இருப்பவள் (P.148)
90 யாதாஸ்து	:	அறிக்கை (P.166)
91. ஓர்மை	:	நினைவு (P.175)
92. நொம்பலம்	:	வலி (P.175)
93. விசாரப்படுதல்	:	கவலைப்படுதல் (P.175)
94. வங்கு	:	சிரங்கு (P.176)
95. சீக்கா	:	சீயக்காய் (P.176)
96. அரைகாப்பவுண்டு கானா:		1/8 எடை பவுண்டு 'க' எழுத்து வடிவம். கையால் அச்சுக் கோக்கும் போது இருந்த எழுத்துரு. (P.176)
97. கள்ளவாளி	:	திருடன் (P.177)
98. உளத்துதான்	:	தட்டிக்கழிக்கிறான் (P.177)
99. குசலம்	:	நலம் (P.178)
100. ஆதாரம் எழுத்து	:	நில விற்பனை விவரம் எழுதும் ஆள் (P.180)
101. வாரியெல்	:	விளக்குமாறு (P.183)
102. அப்பம்	:	அப்போது (P.183)
103. தோக்கத்தில்	:	ஆரம்பத்தில் (P.187)
104. லாந்தினாலே	:	உலாவியதுபோல (P.190)
105. கொறச்சில்	:	அவமானம் (P.190)
106. அடாபிடிக்காரன்	:	நவீனமாய் இருப்பதாய் நடிப்பவன் (P.190)
107. இப்பம்	:	இப்போது (P.190)
108. மக்கள் வழி	:	அப்பாவின் சொத்து மகனுக்கு என்னும் முறைப்படியான வழி (P.194)
109. மருமக்கள் வழி	:	அப்பாவின் சொத்து தங்கை அல்லது அக்கா மகனுக்குச் செல்லும் முறையைப் பின்பற்றிய வழி (P.194)
110. சூரிய ரச்மி	:	சூரிய ஒளி (P.213)